गाव तेथे देव

भा. द. खेर

मेहता पब्लिशिंग हाउस

Please contact us at **Mehta Publishing House Pvt. Ltd.**
© +91 020-24476924 / 24460313 / Mob. No. 9545000513
Email : production@mehtapublishinghouse.com
Website : www.mehtapublishinghouse.com

- *या पुस्तकातील लेखकाची मते, घटना, वर्णने ही त्या लेखकाची असून त्याच्याशी प्रकाशक सहमत असतीलच असे नाही.*

GAON TETHE DEV by B. D. KHER
गाव तेथे देव : भा. द. खेर / कादंबरी

author@mehtapublishinghouse.com
संस्थापक : सुनील मेहता
प्रकाशक : मेहता पब्लिशिंग हाऊस प्रा. लि.
१९४१ सदाशिव पेठ, माडीवाले कॉलनी, पुणे – ३०.
मुद्रक : ट्रिनिटी अ‍ॅकॅडमी फॉर कॉर्पोरेट ट्रेनिंग लिमिटेड, पुणे – ४१.
मुखपृष्ठ : चंद्रमोहन कुलकर्णी
प्रकाशनकाल : ५ फेब्रुवारी, २००४ / मेहता पब्लिशिंग हाऊस प्रा. लि.ची दुसरी आवृत्ती : सप्टेंबर, २०२२
किंमत : ₹ २५०
P Book ISBN 9789394258891
E Book ISBN 9789394258907
E Books available on : amazonkindle Apple Books Google Play Books

---

ज्यांच्या अनेक अचूक भाकितांनी मला आजवर चकित
आणि हर्षभरित केले, ते माझे सुविद्य सरळमार्गी सुहृद
श्री. ग. वि. तथा नानासाहेब खरे
यांना सप्रेम समर्पण

गावाला जाण्यापूर्वी...

छत्तीस वर्षांपूर्वी चरित्रात्मक कादंबरी लिहिण्याचा प्रघात मी प्रारंभित केला. त्यानंतर मी दहा-बारा चरित्रात्मक कादंबऱ्याच लिहिण्यात गुंतलो होतो. तब्बल त्रेचाळीस वर्षांनी प्रकाशकांच्या आग्रहावरून मी प्रस्तुत सामाजिक कादंबरी लिहिली आहे. १९७६ मध्ये 'हिरोशिमा' ही कादंबरी लिहिण्याच्या निमित्तानं मी 'स्टेट गेस्ट' म्हणून जपानला गेलो. त्या कादंबरीच्या लेखनात उणीपुरी आठ वर्षं निघून गेली. १९८४मध्ये (कै.) यशवंतरावजी चव्हाण यांच्या शुभहस्ते ती कादंबरी प्रसिद्ध झाली. त्या कादंबरीची दुसरी आवृत्ती श्री. शरदरावजी पवार यांच्या शुभहस्ते प्रसिद्ध झाली. तदनंतर या वर्षीच्या २८ मे रोजी त्या कादंबरीची इंग्रजी आवृत्ती युनेस्को वर्ल्ड पीस सेन्टर, मायर्स एम. आय. टी. पुणे यांच्या वतीने महाराष्ट्राचे मुख्यमंत्री श्री. सुशीलकुमार शिंदे यांच्या शुभहस्ते आणि सन्माननीय राष्ट्रपती डॉ. ए. पी. जे. अब्दुल कलाम यांच्या उपस्थितीत प्रसिद्ध झाली. त्या वेळी राष्ट्रपतींच्या शुभहस्ते माझा सत्कारही झाला. त्यामुळे वयाच्या ८७व्या वर्षी मी भरून पावलो.

जीवनाच्या या अतिसायंकाळी भरलेल्या आणि भारावलेल्या मनःस्थितीत मी प्रस्तुत सामाजिक कादंबरी लिहिली. माझे सुविद्य मित्र श्री. ग. वि. तथा नानासाहेब खरे यांच्याशी झालेल्या गप्पागोष्टींतून ही कादंबरी साकार झाली. फुलत गेली. कादंबरी कशी उतरली आहे हे ठरविण्याचा सर्वाधिकार सर्वस्वी वाचकांकडे!

सोलापूरचे प्रख्यात प्रकाशक श्री लक्ष्मीनारायण बोद्धुल यांनी ही कादंबरी प्रकाशनासाठी माझ्याकडून मागून घेतली आणि अत्यंत नेटक्या स्वरूपात ती अल्पावधीत प्रसिद्ध केली, याबद्दल मी त्यांचा मनःपूर्वक आभारी आहे.

सकलांचा नम्र,

–भा. द. खेर

१

कोणतीही गोष्ट अकस्मात घडली म्हणजे माणूस गोंधळून जातो. नको असलेला पाहुणा अवचित आला की, माणूस असाच अचंबित होतो. त्या दिवशी तसंच झालं.

मे महिन्याचे सरते दिवस होते. आकाशात काही पांढरेशुभ्र मेघखंड रेंगाळत होते. त्यामुळे धरित्रीवर सावली पडली होती; पण मनस्वी उकाड्यामुळे जीव घुसमटत होता. घरात बसून राहणं शक्य नव्हतं. आंबेगावातील बरीच मंडळी बाहेरच्या मोकळ्या हवेत फिरायला बाहेर पडली होती आणि त्यांनी गावाजवळच्या टेकडीचा आश्रय घेतला होता. मे महिन्यात पाच वाजता सूर्य आकाशात चांगलाच तळपत असतो, पण त्या दिवशी आकाशात पांढरे ढग रेंगाळत असल्यामुळे टेकडीवर उन्हाचा ताव फारसा जाणवत नव्हता.

घरात मनस्वी उकाडा होत असल्यामुळे बरीच मंडळी घरातून बाहेर पडून पश्चिमेकडील टेकडीकडे धाव घेत होती.

आंबेगावातील या टेकडीला गावकरी मंडळी महाबळेश्वर या नावानं संबोधत असत. गावातील काही लोक या टेकडीचा उल्लेख डोंगरावरील महाबळेश्वर असाही करीत असत. त्यावर गावातले एकमेव उपाध्याय त्र्यंबकराव पाठक हसून म्हणत, "कुणी सत्यनारायण म्हणावं, कुणी सत्यविनायक म्हणावं त्याचप्रमाणे कुणी टेकडी म्हणावं, कुणी डोंगर म्हणावं, ते महाबळेश्वरसारखं थंड हवेचं ठिकाण मात्र नक्कीच आहे."

ही टेकडी भली लांब-रुंद होती. या टेकडीला चारी बाजूंनी उतार होता. टेकडीकडे तोंड केलं म्हणजे डाव्या बाजूच्या उतारावर शंकराचं जुनंपुराणं देऊळ होतं. त्या देवळातील शंकराला 'पावता शंकर' असं म्हणत असत. जो नवसाला पावतो तो पावता शंकर अशी त्या देवाच्या नावाची उकल केली जात असे.

टेकडीवर गेलेल्या गावकऱ्यांच्या घोळक्यात जगन्नाथ पाठक आणि जान्हवी

भोसले या दोघांचाही समावेश होता. त्या दोघांची ओळख असूनदेखील ते काहीशा अंतरावर स्थानापन्न झाले होते. पठाराच्या मागच्या बाजूला ओळीनं बरीच आंब्याची झाडं होती. त्या झाडांच्या छायेतही कित्येक गावकरी विसावले होते. त्यांचं जगन्नाथ किंवा जान्हवी यांच्याकडे मुळीच लक्ष नव्हतं. लक्ष असायचं कारणही नव्हतं. गाव मुळात मुळीच कुचाळखोर नव्हतं. त्यातून भिन्न जातीयांच्या जोड्या लावण्याची सवय त्यांना कधीच जडली नव्हती.

आपली जणू परस्परांशी मुळीच ओळखदेख नाही, अशा आविर्भावात जगन्नाथ आणि जान्हवी हे बरंच अंतर सोडून बसले होते. कुणीच कुणाकडे बघत नव्हतं.

बाथरूममध्ये लकेर सोडावी त्याप्रमाणे जगन्नाथानं समोर बघत अगदी अभावितपणानं लकेर सोडली, 'दोन ध्रुवांवर दोघे आपण... तू तिकडे अन् मी इकडे.'

ते ऐकून काही अंतरावर बसलेली जान्हवी खुदकन हसली; परंतु तिनं त्याच्याकडे वळून बघितलं नाही.

एवढ्यात गोविंदराव कुलकर्णी त्यांच्या अंगावरून जाताना म्हणाले, "काय जगू, सुट्टी संपली का नाही?"

त्यांच्या या औपचारिक प्रश्नावर जगन्नाथनं उत्तर दिलं, "आलीय, संपत! गोविंदकाका या की इथे बसायला."

त्यावर त्याच्या शेजारी राहणारे गोविंदकाका म्हणाले, "जाऊन येतो पावत्या शंकराला ! तिथली घंटा हलवून शंकराला जागं केलं म्हणजे बरं वाटतं."

"या जाऊन!"

गोविंदराव झपाझप पावलं टाकीत शंकराच्या मंदिराकडे निघून गेले.

जगन्नाथ पूर्व दिशेकडे बघत बसला.

निसर्गाचं सारं दृश्य पार पालटून गेलं होतं.

निसर्ग किती लहरी असतो पाहा! काही काळापूर्वी आकाशात रेंगाळणारे पांढरेशुभ्र मेघखंड कोठल्या कोठे गडप झाले होते. आकाश निरभ्र बनलं होतं. उन्हाळ्यातील ऊन आसमंतात पुन्हा सांडायला लागलं होतं. त्या उन्हाचे चटके बसायला लागले होते.

जगन्नाथ तिथून उठण्याच्या विचारात होता. तो अजूनही समोरच बघत होता. त्याला अवचित भलतंच दृश्य दिसलं.

दबा धरून बसलेल्या शत्रुसैन्यानं एकदम डोकं वर काढावं त्याप्रमाणे काळभिन्न मेघ पूर्वाक्षितिजावरून भराभर धावत येत होते. एखादं गजसैन्य चढाईसाठी निघाल्याचा भास होत होता. बघता बघता ते सैन्य आकाशाच्या माथ्यावर आलं आणि त्यानं शरवृष्टी सुरू केली. सारा आसमंत ओलाचिंब करून टाकला. क्षणार्धात दाणादाण उडाली.

टेकडीवरच्या लोकांना काय करावं तेच सुचेना. पळापळ सुरू झाली. कुणी आम्रवृक्षांच्या आश्रयाला गेले. कुणी शंकराच्या देवळाकडे धाव घेतली. जगन्नाथ आणि जान्हवी या दोघांनीही एका आम्रवृक्षाचा आश्रय घेतला. अगदी अभावितपणानं शेजारी उभ्या राहिलेल्या त्या दोघांकडे बघून कुणालाही कसला संशय येण्याचं कारण नव्हतं. आंबेगावात कुणाचीच दृष्टी कुत्सित नव्हती किंवा कुणाचीच संशयित वृत्ती नव्हती. सारं गाव सरळपणानं वागणारं होतं.

कुणाच्या मनात काही संशयास्पद असं आलं नाही तरी, जगन्नाथ आणि जान्हवी या दोघांचं मन त्यांना खात होतं. खाई त्याला खवखवे म्हणतात ते खोटं नव्हतं. चोराच्या मनात चांदणं असतं, हीच गोष्ट खरी!

वादळी पर्जन्यवृष्टी जशी अचानक सुरू झाली, तसे लोक भराभर पांगले. पूर्वक्षितिजाच्या मागून मेघांचं सैन्य ज्या वेगानं आलं, त्याच वेगानं ते पश्चिम क्षितिजाच्या आड नाहीसं झालं. हा सारा खेळ फार तर अर्ध्या तासाचा झाला असेल; परंतु त्या अवधीत सारा परिसर ओलाचिंब झाला. सर्वत्र पाणीच पाणी झालं.

पाऊस पुरता थांबला नव्हता, पण एवढ्यात बहुतेक सारी मंडळी उताराला लागून धावपळीनं गावात गेली.

जगन्नाथही जायला निघाला, तेव्हा जान्हवी त्याला म्हणाली, "आता तर इथे थांबण्यात खरी मजा आहे."

"ती मजा सजा देऊन जाईल तेव्हा कळेल!"

"प्रेमातील सजा हवीहवीशी वाटते नाही का?"

तो काही बोलणार एवढ्यात जान्हवी ओरडली, "अरे, ते पहा इंद्रधनुष्य! भलीमोठी सप्तरंगी कमान समोर उभी राहिली आहे बघ!"

जगन्नाथनं तिच्या ओठांवर दोन उभी बोटं टेकून म्हटलं, "श्यू! इंद्रधनुष्याबद्दल असं कुणाला सांगायचं नसतं!"

"काय होतं सांगितलं तर?"

"एखादं संकट ओढवतं."

"कसलं संकट येणार आहे आपल्यावर?"

"आपल्या प्रेमावरही संकट येईल!"

"अरे जगा, प्रेमावर संकट आलं म्हणजे प्रेम तावूनसुलाखून निघतं."

"जानू, ते संकट प्रत्यक्षात येऊन ठेपेल तेव्हा खरी परीक्षा होईल!"

त्याचं हे बोलणं चालू असताना ते इंद्रधनुष्य आकाशाच्या पाठीवरून पुसून गेलं होतं.

जान्हवी तारस्वरात म्हणाली, "ते बघ, आपल्या प्रेमावरचं संकट नाहीसं झालं आहे."

जगन्नाथ हसला आणि तिच्याजवळ सरकला.

खरोखर त्यांच्या प्रेमात झपाट्यानं केवढी प्रगती झाली होती. जगन्नाथचा जगा झाला होता आणि जान्हवीची जानू बनली होती. दोघांमधील अंतर कमी झालं होतं आणि प्रेमाचे पाश आवळले गेले होते. जान्हवी त्याच्या कानाशी कुजबुजत म्हणाली, "जगा, हा पाऊस खरोखर केवढा जादूगर असतो! हिंदी गाण्यातील किंवा ऊर्दू गझलांतील नायिका आक्रंदत म्हणते की, माझा प्रिय सखा नदीपार किंवा सागरापार गेलेला आहे आणि पाऊस हा दावेदाराप्रमाणे सतत कोसळतो आहे. कसा येणार तो प्रियकर माझा भेटीला? सारी रात्र उलटून गेली तरी माझ्या डोळ्याला डोळा लागला नाही. विरहाकुल यातना मला सहन होईनाशा झाल्या आहेत. मीलनाच्या नुसत्या कल्पनेनं सारं शरीर नुसतं फुलून गेलं आहे!"

जगन्नाथ म्हणाला, "तुझ्या या बोलण्यानं माझ्याही अंगावर शृंगाराचे रोमांच फुलले आहेत. या वेळी मला कोणतं गाणं आठवतं सांगू?"

"सांग. हवं ते सांग आता इथे!"

"मला 'मृच्छकटिक' या नाटकातलं ते गाणं आठवतंय. 'तेच पुरुष दैवाचे.. अंगे भिजली जलधारांनी...'"

"त्या वेळी काय केलं चारुदत्तानं?"

तिच्याकडे प्रेमानं कटाक्ष टाकीत जगन्नाथ म्हणाला, "त्या भिजलेल्या अवस्थेत चारुदत्तानं वसंतसेनेला अगदी जवळ घेतलं."

जान्हवी त्याच्याकडे तसाच प्रेमकटाक्ष टाकून म्हणाली, "माझंही अंग या जलधारांनी भिजलेलं आहे. तेव्हा..."

"खुशाल भिजू दे, पण इथे मी चारुदत्त होणार नाही... तू वसंतसेना झाली असलीस तरी!"

"तुला आठवतं ते गीत? मला वाटतं सुधीर मोघे यांचं गीत असावं ते! 'गुज ओठांनी ओठांना सांगायचं... एका पावसात दोघांनी भिजायचं...'"

जगन्नाथ एकदम म्हणाला, "आपण दोघे एका पावसात भिजलो आहोतच की! आणि पहिली गोष्ट इथे नाही करता येणार! पुण्याच्या फर्ग्युसन टेकडीच्या मागे एकान्तात आपलं गुज ओठांनी ओठांना सांगितलं आहेच की!"

दोघांनाही तो प्रेमप्रसंग आठवला.

एकाच आंबेगावात ते लहानाचे मोठे झाले. एकत्र वाढले. एकत्र खेळले. एकाच विद्यालयात त्यांचं माध्यमिक शिक्षण झालं; परंतु तिथे प्रेमाचा धागा निर्माण होणं शक्यच नव्हतं. कारण त्या मागासलेल्या गावात जातीच्या भिंती बळकटपणानं उभ्या होत्या. जगन्नाथ पाठक हा ब्राह्मणाच्या भिंतीमागे दडलेला होता, तर जान्हवी मराठ्यांच्या भिंतीमागे लपलेली होती. आंबेगावातील हा जातीच्या लपंडावाचा खेळ

कधीच संपणार नव्हता. तो खेळ संपेल किंवा संपावा असं कुणाला कधी स्वप्नातही वाटलं नव्हतं.

परंतु ते दोघे पुण्याला एकाच कॉलेज्मध्ये गेले, तेव्हा हळूहळू त्यांच्यातील जातीय भिंत कोसळली. निसर्ग जागा झाला. प्रेमाच्या सुरवंटाचा जन्म झाला आणि त्यातून प्रेमाचं फुलपाखरू केव्हा बाहेर पडलं, ते त्या दोघांनाही कळलं नाही. फर्ग्युसन कॉलेजच्या टेकडीवर फिरताना ते केव्हा प्रेमबद्ध झाले, हे दोघांनाही कधी समजलं नाही.

त्या दोघांना एक गोष्ट मात्र पक्की आठवत होती, ती म्हणजे फर्ग्युसन कॉलेजच्या टेकडीवरील गोखले स्मारकाजवळ त्यांनी घेतलेल्या प्रेमाच्या आणाभाका!

तत्पूर्वी ते दोघे जण त्या टेकडीच्या मागच्या बाजूला नेहमीच्या एकान्त जागी स्थानापन्न झाले होते. असेच खेटून बसले होते. त्यांनी आपलं गुज परस्परांच्या ओठांना पुनःपुन्हा सांगितलं होतं. काही काळ विश्राम घेतल्यानंतर जगन्नाथ तिचा हात आपल्या हातात घेऊन म्हणाला होता, ‘‘जानू मला अजूनही भीती वाटते गं!’’

‘‘कसली?’’

‘‘आपलं हे प्रेम किती तडीस जाईल त्याची!’’

‘‘मी तुझ्यासारखी डरपोक नाही. हां, पपा जर आता असते ना, तर मी या प्रेमात पडलेच नसते. त्यांना आपल्या खानदानाचा केवढा अभिमान! ब्राह्मणांकडे ते बघायचे ते केवळ राजपुरोहित म्हणून. स्वतः आपण राजघराण्यातले आहोत असं मानायचे ते. राजपुरोहितांना ते फक्त मान द्यायचे. ते गेल्यापासून त्यांचा ताठरपणा मी घेतलेला आहे. ममा माझ्याबाहेर जाणार नाही. माझे दोन भाऊ गेले. पपा गेले. तिला आता माझ्याशिवाय कोण आहे! मी म्हणेन ती आता पूर्व दिशा.’’

काही वेळ थांबून ती पुढे म्हणाली होती, ‘‘जगा, तू मात्र आता पड खाऊ नकोस!’’

‘‘जानू, त्यासाठी मला माझं मन फार घट्ट करावं लागेल. माझे बाबा या आपल्या प्रेमाला कशी काय संमती देतील कुणास ठाऊक! त्याहीपेक्षा माझे थोरले काका! माझी आई माझा जन्म होताच देवाघरी निघून गेली. माझे बाबा, काका-काकी या सर्वांनी मला तळहाताच्या फोडासारखं वाढवलं, वागवलं. तेव्हा...’’

‘‘अजून तू तळहाताच्या फोडासारखाच आहेस का? तसा असशील तर तसाच राहणार आहेस का? नाहीतर उगाच या प्रेमाच्या फंदात पडलास, असं मी म्हणेन!’’

‘‘उगाच नाही पडलो या फंदात. तू मला या प्रेमात जखडून टाकलं आहेस. पण तू अजून विचार कर. मी एका भिक्षुकाचा मुलगा! तू खानदानी धनाढ्य घराण्यातील लाडकी मुलगी, कसं जमायचं हे?’’

‘‘जगा, प्रेम हे धनाढ्यापेक्षाही बलाढ्य असतं. तू पुढल्या गोष्टींची काळजी

करू नकोस.''

''तुझ्यावर माझा सारा भार आहे.''

यावर जान्हवीनं आपलं तोंड त्याच्याकडे वर करून म्हटलं होतं, ''तुझा सारा भार माझ्यावर आहे ही गोष्ट मी पहिल्यापासूनच ओळखून आहे. त्याशिवाय तुझ्याशी हे प्रेमाचं हितगुज केलंच नसतं.''

त्या दोघांनी पुन्हा एकदा परस्परांच्या ओठांशी हितगुज केलं.

त्या दिवशी असाच अंधार पडला होता. त्या अंधाऱ्या रात्री चांदण्यांची चमचम सुरू झाली होती.

तिथून उठताना जान्हवी म्हणाली होती, ''तू आता माझ्यावर सारा भार टाकला आहेस ना ! चल उठ... त्या गोखल्यांच्या स्मारकासमोर जाऊन आपण प्रेमाची शपथ घेऊ. गोपाळ कृष्ण गोखले यांनी तिथे देशाच्या स्वातंत्र्यप्राप्तीची शपथ घेतली. आपण प्रेमाच्या स्वातंत्र्याची शपथ घेऊ. चल...''

एखाद्या मंत्रमुग्ध माणसाप्रमाणे जगन्नाथ उठला आणि जान्हवीच्या पाठोपाठ चालू लागला.

गोखले स्मारकासमोर उभं राहून त्यांनी प्रेमाचा मंत्र म्हटला होता. त्या स्मारकासमोर उभं राहून जान्हवीनं त्याला हात जोडायला सांगितले होते. त्यानं हात जोडल्यावर तिनंही हात जोडून म्हणायला प्रारंभ केला होता, 'आमचं हे प्रेम चिरंतन होवो ! कुणाची दृष्ट लागून आमचं हे प्रेम नष्ट न होवो ! आमचा पावता शंकर आमच प्रेम पावन करू दे!''

त्या दोघांनी याप्रमाणे प्रेमाची शपथ घेतल्यानंतर आताप्रमाणे धरित्री अंधारात लपेटली होती. फरक एवढाच होता की, फर्ग्युसन टेकडी विद्युतदीपांमुळे उजळून निघाली होती. आंबेगावच्या या टेकडीवर चांदण्यांचा अधूक प्रकाश पडला होता. पर्जन्यवृष्टी थांबल्यानतर काही वेळातच त्या ठिकाणी सामसूम झाली होती. त्या प्रेमी युगुलाला अचानक एकान्त मिळाला होता. त्यांचं प्रेमाचं हितगुज रंगलं होतं.

टेकडीच्या उतारावर घसरडं झालं होतं. टेकडी उतरताना जान्हवी त्याला म्हणाली, ''जगा, असा दुरून चालू नकोस. माझा हात धर... मी घसरले तर मला सावर...''

''कुणीतरी बघेल ना!''

''बघू दे... अगदी खुशाल बघू दे... खरं प्रेम निर्भय असतं.''

परस्परांचा हात धरून ते टेकडी उतरायला लागले. उतरताना ती एका ठिकाणी खरोखरच घसरली, तेव्हा त्यानं तिला अक्षरशः उचलून घेतलं. तेव्हा ती त्याला अभावितपणानं म्हणाली, ''आमच्या जातीत नवरदेव नवरीला असाच उचलून कडेवर घेतो.''

तोही हसून म्हणाला, "तुला जर मी कडेवर घेतलं तर या चिखलात मला खरंच लोळायची पाळी येईल!"

"नाही येणार तशी पाळी! कारण मी आता तुझ्या जातीत प्रवेश करणार आहे! तुमच्याकडे आमच्यासारखी नवरीला कडेवर घेण्याची पद्धत थोडीच आहे? ...तुमच्याकडली विडा तोडण्याची पद्धत मात्र मला फार आवडते हं! विशेषत लवंगेची विडा तोडण्याची पद्धत! काय रे जगा, ही तुमची पद्धत ओठांनी ओठांना हितगुज सांगण्यासारखीच नाही का रे?"

जगन्नाथ तत्परतेनं म्हणाला, "अगं, ती लवंगा तोडण्याची पद्धत जुनी झाली. पूर्वी प्रेमविवाह कुठे होत असत! तेव्हा त्या जुन्या पद्धती गेल्या. आता प्रेमविवाहाची नवी पद्धत आणि ओठांनी ओठांना हितगुज सांगण्याचीही नवी पद्धत"

टेकडीचा उतार संपत आला, तेव्हा ते दुरून चालायला लागले. जणू आपण त्या गावाचे नव्हेत, असा आविर्भाव त्यानी आणला होता खरा; परंतु लगट करून चालण्याची त्यांची दृश्यं गावातल्या लोकांनी केव्हाच टिपली होती.

खाली उतरल्यानंतर दूरदर्शनच्या कॅमेऱ्यानं आपली दृश्यं केव्हाच टिपलेली आहेत या गोष्टीची स्पष्ट जाणीव त्यांना झाली. पण आता काहीच इलाज नव्हता.

खाली उतरल्यानंतर जान्हवी डावीकडे घरी जायला निघाली. जगन्नाथानं उजवीकडचा रस्ता धरला.

जान्हवीच्या घराच्या दिंडी दरवाजासमोरच्या मारुतीच्या पारावर एक टोळकं बसलं होतं. त्या टोळक्यानं जान्हवीकडे बघून न बघितल्यासारखं केलं; पण त्यांच्या नजरेतला तो भाव जान्हवीला समजला. जगन्नाथाच्या घराशेजारचे गोविंदकाका त्याला बघून त्याच्याशी न बोलताच घरात निघून गेले.

जान्हवीची आई पुतळाराणी तिला काहीच बोलली नाही; कारण तिला काहीच माहीत नव्हतं. जगन्नाथाची सरस्वतीकाकू त्यालाही काही बोलली नाही; कारण तिला माहीत असूनही बोलायचं नव्हतं. जगन्नाथाचे त्र्यंबककाका कुणाकडे तरी सत्यनारायणाची पूजा सांगायला गेले होते. ते उशिरानं घरी आले आणि जेवण करून झोपले. त्यामुळे त्यांच्याही बोलण्याचा प्रश्न आला नाही.

जेवताना सरस्वतीकाकू हळूच म्हणाल्या, "कळलं का?"

त्र्यंबकाकानी खालच्या स्वरात उत्तर दिलं, "कळलं, पण कुठाय तो?"

"जगू ना ! खोलीत जायची तयारी करीत बसला आहे."

"कुठे जायची तयारी?"

"पुण्याला..."

"कॉलेज सुरू व्हायला अजून आठवड्याचा अवधी आहे आणि आताच पुण्याला चाललाय!"

“होय.”

एवढ्यात जगन्नाथ तिथे आला. “का रे, एवढ्यात पुण्याला जायला निघालास! अजून आठवडाभर सुट्टी आहे ना?”

काकांच्या या प्रश्नावर जगन्नाथ सहजपणानं म्हणाला, “अजून सुट्टी आहे; परंतु बी. कॉम.चं हे शेवटचं वर्ष. लवकर गेलं म्हणजे वसतिगृहात मनासारखी खोली मिळेल. शेवटच्या वर्षी त्या खोलीत चांगला अभ्यास करता येईल. उशिरा गेलो तर मनासारखी खोली मिळणार नाही आणि मग मनासारखा अभ्यास होणार नाही!”

यावर काका काहीच बोलणं शक्य नव्हतं. एवढंच म्हणाले, “सकाळच्याच गाडीनं जाणार ना?”

जगन्नाथनं मान हलवली.

काकांनी सहज प्रश्न केला, “अरे, ती जान्हवी तुमच्या कॉलेजात आहे ना?”

त्यानं पुन्हा मान हलवली.

काकांनी विचारलं, “ती उद्याच पुण्याला जाणार आहे का तुझ्याबरोबर?”

“कुणास ठाऊक! ती वसतिगृहात राहत नाही, तेव्हा तिला चांगल्या खोलीचा प्रश्न नाही. ती राहते तिच्या आईच्या आईच्या बंगल्यात, म्हणजे आजीच्या बंगल्यात!”

“कुठे आहे तो बंगला?”

“कॉलेजजवळ असावा. मला नेमकं माहीत नाही!”

जगन्नाथ हे अगदी चक्क खोटं बोलला. प्रेम जर पहिलं काय करीत असेल, तर तरुणांना ते खोटं बोलायला शिकवतं. जगन्नाथचं तेच झालं होतं. जान्हवीच्या आजीचा शाही बंगला त्याला चांगलाच माहीत होता. त्यांचं प्रेम जमल्यावर त्याचं तिथे नेहमी जाणं-येणं असे. त्या बंगल्याच्या एकान्तात त्या दोघांचं प्रेम चांगलंच फुललं होतं. त्यांच्या प्रेमाला गरुडाचे पंख फुटले होते. जान्हवीची आजी त्या बंगल्यात एकटी असल्यामुळे त्या बंगल्याच्या विशाल आकाशात त्यांच्या प्रेमाची गरुडभरारी उंचावली होती. त्या बंगल्यात त्यांचा मुक्त संचार चालला होता; कारण जान्हवीच्या आजीचं त्यांच्या प्रेमाला भरघोस प्रोत्साहन लाभलं होतं. त्यामुळे त्यांच्या प्रेमरूपी पंखांना चांगलंच बळ लाभलं होतं.

ही वस्तुस्थिती असताना जगन्नाथ काकांच्या प्रश्नावर खुशाल खोटं बोलला, “तो बंगला कुठे आहे ते मला नेमकं माहीत नाही.”

झोपायला जाताना काका एवढंच म्हणाले, “गोरक्षमताप्रमाणे उद्याचा दिवस चांगला नाही. मी आताच पंचांग बघितलं. तेव्हा प्रस्थान ठेवायला हवं!”

ते ऐकून सरस्वतीकाकूंनी लगेच एक फडकं घेतलं. हळदीनं ते पिवळं केलं. त्या छोट्या फडक्यात थोडे तांदूळ, हळकुंड आणि एक पैसा बांधला आणि ती

प्रस्थानाची पुरचुंडी जगन्नाथाच्या हातात दिली.

काका त्याच्याकडे पाहून म्हणाले, ''हात-पाय धुऊन हे प्रस्थान देवासमोर ठेव. पुण्याला जाताना ते आठवणीनं बरोबर घे आणि पुण्याला गेल्यावर त्याचं विसर्जन कर... आणि हो, उद्या सकाळी मला सत्यनारायणाच्या पूजेला जायचंय. मी तुला पोचवायला स्टॅण्डवर येऊ शकणार नाही. जाशील ना एकटा?''

मान हलवून जगन्नाथ हसून म्हणाला, ''मी आता लहान आहे का काका? एकटा न जायला काय झालं?''

सारी मंडळी झोपायला निघून गेली.

काका अंथरुणावर अंग टाकणार तोच सरस्वतीकाकू हळूच म्हणाल्या, ''सारा प्रकार आपल्याला कळलाच आहे. आपण भाऊजींना पत्र टाकून बोलावून घ्यावं. एकट्याला हे सारं निपटता येणार नाही''

''मी सारा विचार केलाय. उद्या सकाळी शंकराची पूजाअर्चा केल्यानंतर मी बापूला पत्र लिहिणारच आहे. सत्यनारायणाच्या पूजेला बारा वाजता जायचं आहे. तोपर्यंत खूप वेळ आहे.''

भल्यापहाटे जगन्नाथ उठला आणि जायच्या तयारीला लागला. काकूंनी त्याला दशम्यांचा डबा तयार करून दिला.

अगदी निघायच्या काही वेळ आधी काका त्याला म्हणाले, ''मी आता पूजेला जातो. तुला निघायला अजून अवकाश आहे. जाताना प्रस्थान न्यायचं विसरू नकोस हं!''

जगन्नाथनं खाली वाकून काकांना नमस्कार केला. तेव्हा ते म्हणाले, ''आयुष्मान भव! कल्याणमस्तु!''

हे आशीर्वचन उच्चारल्यानंतर ते पुढे म्हणाले, ''हे पाहा, स्टॅण्डवर ना शामूला बरोबर घेऊन जा. बाकी तो अजून उठला नसलेच. तो पक्का सूर्यवंशी आहे. इतक्या लवकर कुठला उठणार!''

''माझं सामान काही फार नाही. जवळ तर जायचं आहे. जाईन एकटा!''

काका निघून गेले आणि जगन्नाथ एकटाच स्टॅण्डवर निघून गेला.

बसगाडी मारुतीच्या देवळासमोरच्या मैदानात येऊन थांबली, तेव्हा समोरच्या दिंडी दरवाजातून जान्हवी लगबगीनं बाहेर पडली. तिनं जगन्नाथकडे एक ओझरता दृष्टिक्षेप टाकला आणि ती बसमध्ये जाऊन बसली. जगन्नाथही बसमध्ये काही अंतरावर जाऊन बसला. कट्ट्यावर बसलेल्या लोकांचे तिरपे कटाक्ष त्यांच्यावर जाऊन पडले. कुणीच काही बोललं नाही, पण त्या लोकांचे कटाक्ष सर्वकाही बोलून गेले होते.

महाडपर्यंत गाडीत फारशी गर्दी नव्हती; परंतु महाडला बरेच प्रवासी गाडीत

शिरले, तेव्हा जगन्नाथ सहजपणानं जान्हवीजवळ जाऊन बसला. तेव्हा जान्हवी पुटपुटली, "आता आपला प्रवास सुखाचा होईल!"

जगन्नाथ हसून म्हणाला, "आता गावकऱ्यांचे कटाक्ष आपल्या प्रेमावर पडणार नाहीत. प्रेमावरचं ग्रहण सुटलं... दे दान सुटे गिराण."

असं म्हणून त्यानं तिच्याकडं काही एका अभिप्रायानं बघितलं. तेव्हा तिनं आपली तर्जनी वर करून त्याला दटावल्यासारखं केलं आणि म्हटलं, "शू... हे बघ.... ग्रहण सुटलं असलं तरी इथे काही मिळणार नाही बरं का! हा आपल्या आजीचा बंगला थोडाच आहे! तिथे आजी सर्वकाही खपवून घेते म्हणूनच आपलं चालतं. इथे आपल्या गावात काल केवढं मोहोळ उठलं आहे, माहीत आहे ना?"

"म्हणून तर आपण सुट्टी संपायच्या आधीच पुण्याला जायला निघालो आहोत!"

"झालं तर मग! आता गप्प बस आणि जरा पलीकडे सरक! मला थोडं मोकळं बसू दे!"

महाड सोडून त्यांची बस बरीच पुढे गेली, तेव्हा त्यांची ही कुजबुज थांबली. शरीरस्पर्शाची कुजबुज मात्र पुणे येईपर्यंत चाललीच होती.

त्या वेळी त्र्यंबकगुरुजींच्या लेखणीची कागदावर कुजबुज सुरू झाली होती. ते आपल्या धाकट्या भावाला फिर्यादपत्र लिहीत होते –

ती. बापूला अनेक उत्तम आशीर्वाद,

हे नेहमीप्रमाणे खुशालीचे पत्र नाही, तर बेचैनीचे पत्र आहे. हे पत्र वाचून तूही बेचैन होऊन जाशील. बेचैनी निर्माण करणारा असाच एक प्रसंग काल घडला. आपला जगन्नाथ आणि भोसल्यांची जान्हवी हे दोघे शंकर टेकडीवर फिरायला गेले होते. वळवाचा मोठा पाऊस अचानक कोसळला. फिरायला गेलेली सारी मंडळी भराभरा गावात परतली. जगन्नाथ-जान्हवी मात्र अंधार पडल्यानंतर हातात हात घालून टेकडीखाली उतरले. त्यामुळे उभ्या गावात एक बॉम्बगोळा पडला. त्यांचं चांगलंच सूत जमलेलं दिसतंय. पिढ्यान्‌पिढ्या शांतपणानं नांदणाऱ्या आपल्या गावाची झोप या प्रकारामुळे पार उडली आहे. आपल्या घराला तर भूकंपाचा प्रचंड धक्का बसला आहे. भोसल्यांच्या राजेशाही कुटुंबानं केव्हातरी आपल्या कुटुंबाला शंकराच्या पूजेअर्चेसाठी या गावात आणलं. त्यांच्या या अन्नावर आपल्या कित्येक पिढ्यांचा पिंड पोसला. एकप्रकारे भोसल्यांचे आपण आश्रित; शिवाय आपण भिन्न जातीचे! परस्परांचा सुयोग्य मान राखून आपण आजवर वागलो आणि काल या शांत डोहात खडा पडला. आणि गावात खळबळ माजली. आता या बिकट प्रसंगानं भलतंच वळण घेतलं, तर केवढा अनर्थ कोसळणार आहे ! मी तर हतबुद्ध होऊन

गेलो आहे. दिङ्मूढ झालो आहे. जगन्नाथ इथे राहिला असता तर मी त्याच्यासमोर थोडंफार तोंड उघडलं असतं; परंतु कालचा प्रसंग घडल्यानंतर तो आज सकाळीच पुण्याला निघून गेला. जान्हवीही त्याच्याबरोबरच पुण्याला निघून गेल्याचं समजलं. मी मात्र इथे बुचकळ्यात पडून राहिलो आहे- तुझ्या येण्याची वाट बघतो आहे. तू आलास म्हणजे काहीतरी करता येईल. लवकर ये.

तुझा चिंताग्रस्त भाऊ
त्र्यंबक

हे पत्र लिहून पोस्टात टाकल्यानंतर काकांना काहीसं हायसं वाटलं. ढवळलेला डोह थोडा शांत झाला होता.

भोसल्यांच्या राजप्रासादावरून परत येताना त्यांचं मन एकदम भूतकाळात जाऊन दाखल झालं. कितीतरी घटनाचा चित्रपट त्यांच्या अंतःचक्षूसमोरून सरकू लागला.

दुपारच्या जेवणानंतर ते वामकुक्षी घेत पहुडले, तेव्हा निद्रेऐवजी या भूतकाळातील जागृत झालेल्या घटनांनीच त्यांची सोबत केली.

२

टेकडीवरील शंकर मंदिराच्या सुवर्णकळसावर सूर्याची कोवळी किरणं प्रथम पडायची. त्या वेळी शंकराच्या संगमरवरी पिंडीवर दुधाचा अभिषेक झालेला असायचा. पूजाअर्चा पार पडलेली असायची. सकाळच्या प्रहरी भाविक गावकरी मंदिरात यायचे. त्यांच्यापैकी कुणीतरी घंटानाद सुरू करायचा. त्या वेळी धूपारती झाल्यानंतर प्रसादवाटप व्हायचं. हा सारा सोहळा पार पडल्यानंतर मंदिराचा सुवर्णकळस आकाशात वर आलेल्या सुवर्णकिरणांनी चांगला झळाळून जायचा. त्यानंतर आम्रवृक्षांच्या माथ्यावर सूर्यकिरणं चमकायला लागायची आणि मग आंबेगावच्या रस्त्यावरून सूर्यकिरणं रांगायला लागायची.

त्या वेळी अवघ्या आंबेगावातील दैनंदिन व्यवहार सुरू झालेले असायचे.

'नाव सोनूबाई आणि हाती कथलाचा वाळा' अशी आंबेगावची अवस्था नव्हती. किंबहुना आम्रवृक्षांच्या समृद्धीमुळेच या गावाला आंबेगाव हे नाव पडलं होतं. या गावात प्रवेश करायचा तो पूर्वेकडून पश्चिमेकडे! प्रवेशद्वारावरच दोन्ही बाजूंच्या आम्रवृक्षांची नैसर्गिक कमान झालेली! या प्रवेशद्वारापासून जिकडे दृष्टी जाईल तिकडे आम्रवृक्ष दिसायचे. जुनेपुराणे आम्रवृक्ष तोडायचे नाहीत, असा या गावाचा अलिखित संकेत होता. जुनी वृद्ध माणसं सांगत, "या आंब्याच्या झाडांना कुऱ्हाड लावली तर वंशावर कुऱ्हाड पडते, वंश खंडतो."

वंशखंडन कुणाला आवडेल! त्यामुळे या जुन्या आम्रवृक्षांचं या गावात कधीही सरपण झालं नाही. नवी झाडंझुडपं सरपणासाठी वापरली जायची. कुणीही जुन्या आम्रवृक्षांवर कुऱ्हाड चालविण्याची कल्पनाही कधी मनात आणली नाही.

शंकराच्या मंदिरावरचा कळस सोन्याचा होता, ही समजूत गावात पहिल्यापासून रूढ होती. हे मंदिर भोसल्यांच्या मालकीचं! त्या मंदिराचा कळस शंभरनंबरी सोन्याचा आहे, असं शिवाजीराव भोसले सांगत. शिवाजीच्या काळातलंच हे मंदिर

आहे, असंही ते सांगत.

मधूनच कुणीतरी शंकेखोरानं शंका विचारायची, "म्हणजे हा सोन्याचा कळस तीनशे वर्षांपूर्वीचा आहे, नाही का? मग आजवर हा कधी चोरीला गेला नाही हे आश्चर्य म्हणायचं!"

शिवाजीरावांनी सांगावं, "शंभर वर्षांपूर्वी एकदा चोरीला गेला होता."

"मग? परत कसा आला?"

"अहो, ती एक नवलकथाच आहे. सांगतो. त्या चोरानं हा सुवर्णकळस चोरून नेला. काही अंतरावर गेल्यानंतर त्या चोराचे डोळेच गेले. तो आंधळा झाला. त्याबरोबर त्याला केलेल्या पापाची जाणीव झाली. वाटेत भेटलेल्या एका माणसाला त्यानं हटकून उभं केलं. त्यानं त्याच्यासमोर चोरीची कबुली दिली आणि त्याला परत आंबेगावच्या देवळासमोर घेऊन जायला सांगितलं. मंदिरासमोर आल्यावर त्या चोरानं शंभूशंकरासमोर नाक घासलं आणि सुवर्णकळस मंदिरावर जिथल्या तिथे ठेवला."

"मग त्याची दृष्टी परत आली का?"

"दृष्टी तर आलीच; त्याचे डोळे पुरते उघडले. त्यानंतर तो चोराचा साव बनला. चोरीचा धंदा त्यानं सोडून दिला. त्याची पुढे भरभराट झाली."

त्या शंकेखोर माणसानं पुढे म्हणावं, "त्या चोराचे डोळे उघडले, पण तिथल्या उभ्या शंकराच्या मूर्तीचे डोळे मात्र अर्धोन्मिलित दिसतात."

त्या माणसाचं बोलणं पुरं व्हायच्या आतच शिवाजीरावांनी सांगायला सुरुवात करावी, "शंकराचे डोळे अर्धे उघडे, अर्धे मिटलेले म्हणजे अर्धोन्मिलित असे आहेत, त्याचं कारण माहीत आहे का?"

त्या माणसानं नकारार्थी मान डोलावल्यानंतर शिवाजीरावांनी काहीसं स्मित करून सांगावं, "अहो, त्यामुळे शंकराला इतःपर असं ज्ञान होऊ शकतं. त्याला ऐहिकातील आणि पारलौकिकातील साऱ्या गोष्टी कळल्यानंतर तो महादेव न्यायनिवाडा करू शकतो आणि तुम्ही शंकराच्या उभ्या मूर्तीसमोरची रांगारवरी पिंड बघितली आहे ना? महादेवाला अभिषेक करण्यासाठी ती पिंड खास प्रस्थापित केली आहे. त्या उभ्या मूर्तीवर अभिषेक कसा काय करणार? ती मूर्ती त्याच वेळी खास जयपूरहून तयार करून आणलेली आहे. आमच्या भोसले घराण्यातील पूर्वजांकडूनच!"

मग शिवाजीरावांकडून त्यांच्या भोसले घराण्याचा सारा इतिहास पेश व्हायचा.

त्यांच्या सांगण्याप्रमाणे त्यांचं हे घराणं शिवाजीकालीन होतं. एवढंच नव्हे, तर त्या घराण्याशी त्यांचा प्रत्यक्ष संबंध होता. शिवाजी महाराजांच्या कोणत्या शाखेशी त्यांचं नेमकं नातंगोतं होतं, हे त्यांना सांगता येत नसे. ते तसं सांगतही नसत. कुणाला ती माहिती ऐकण्याची फारशी इच्छाही नसे.

त्यानंतर त्यांचं शंकरपुराण पुढे चालू व्हायचं, "शंकराचं देऊळ तुम्ही बघितलं आहे का? बघितलं नसल्यास जरूर बघा. ते देऊळ अष्टकोनी आहे. का ते माहीत आहे?"

"नाही..."

"नाही ना माहीत; सांगता! अष्टदिशांना शंकराची जाग आहे. त्या त्या दिशांकडून आलेली भक्तांची संकटं शंभूमहादेव तात्काळ निवारण करतो."

भक्तांची संकटं निवारण करण्यासाठी महादेवाला अष्टदिशांकडे का बघावं लागतं? जागीच बसून तो देव सर्वसाक्षी का बनत नाही, अशी शंका ऐकणाराला आली नाही किंवा तो उद्भवलेली शंका मनातल्या मनात दाबून ठेवीत असे.

शिवाजीरावांचं कथन चालूच असायचं, "हे आमचं ग्रामदैवत भारीच साक्षात्कारी आहे हो! अतिशय जागृत! हा आमचा देव नवसाला पावतो. आमच्या कोकणात आंब्याचा सुकाळ तसा सापांचाही सुकाळ! कुणाला साप चावला, की शंकराच्या देवळात त्याला नेऊन टाकायचं. त्र्यंबकगुरुजींना वर्दी गेली की ते तिथं हजर होऊन मंत्र टाकायचे. तास-दोन तासांत सापाचे विष उतरून साप चावलेला माणूस खडखडीत बरा होऊन घरी जायचा. हे अगदी ठरलेलं असे. त्र्यंबकगुरुजींचा मंत्र म्हणजे अगदी रामबाण!"

"हे त्र्यंबकगुरुजी कोण?"

मग ते पुराण सुरू व्हायचं, "अहो, त्र्यंबकगुरुजी म्हणजे तसं पाहिलं तर आमचे आश्रित! आमच्याच पूर्वजांनी त्यांना कुठल्यातरी क्षेत्रातून इथं आणलं. आमच्या घराण्याला शेतजमिनीचा काय तोटा! आम्ही आमच्यातली दहा एकर जमीन त्याच्या निर्वाहासाठी त्यांना तोडून दिली. अहो, त्यांना आम्ही इथे आणलं.. आमच्या धार्मिक कृत्यांसाठी! मग त्यांच्या पालनपोषणाची जबाबदारी घ्यायला नको का? ते जरी आमचे आश्रित असले तरी आम्ही त्यांना आश्रित मानीत नाही. आमच्या साऱ्या गावाचेच ते गुरुजी झाले आहेत. त्यांना आम्ही सारेच गुरुजीचा मान देतो. तेही आम्हाला धन्याचा मान देतात. यापेक्षा दुसरं काय हवंय आम्हाला!"

शिवाजीराव भोसले यांचा तीनचौकी वाडा खरोखरच राजप्रासादासारखा होता. दर्शनी उंच दरवाजाच्या वरच्या बाजूला सनईचौघड्याची माडी, पण ती आता मोडकळीला आलेली. भव्य दर्शनी दरवाजाच्या दुतर्फा बुरुज, पण त्याही बुरुजांच्या विटा ढासळलेल्या. जणू घराण्याच्या खालावलेल्या परिस्थितीचं ते प्रतीक होतं. भोसले घराण्याची परिस्थिती जरी पूर्वीच्या मानानं खालावली होती, तरी उभा हत्ती पुरता बसायला खूपच अवधी लागणार होता. व्यसनापायी श्रीमंती ढासळते. तशी भोसले घराण्याची अवस्था नव्हती. कारण घरातली सारी माणसं निर्व्यसनी होती. परंपरागत आलेला जमीनजुमला कायम होता. शिवाजीरावांना एकच व्यसन होतं-

आपण आंबेगावचे पोशिंदे आहोत आणि विशेषतः रंजल्यागांजल्यांना मदतीचा हात आवर्जून पुढे केला पाहिजे, ही त्यांची धारणा होती. त्यामुळे त्यांच्या धनित्वाच्या भूखंडातून ते अगदी सहजपणानं अडल्यापडल्या गावकरीबंधूना एखादा खंड देऊन टाकत असत. त्यांच्या धनित्वाची जमीन नेमकी किती आहे हे त्यांनाही माहीत नव्हतं. स्थिरचर व्यापून दशांगुळे उरला, अशी त्यांच्या जमिनीची अवस्था होती. हे झालं त्याच्या जमिनीबाबत! जुमला जुनापुराणा झाला होता तरी तो तग धरून होता. त्यामुळे दान करताना त्यांना कसलीही चिंता वाटत नसे.

चिंतारहित निर्व्यसनी आयुष्य कंठत असताना त्यांच्या ठायी केवळ एकच अभिनिवेष असे- तो म्हणजे, आपल्या पुरातन घराण्याचा अपरंपार अभिमान! तो अभिमान गाताना थोडीफार अतिशयोक्ती हमखास व्हायची. घराण्याचा इतिहास कथन करताना त्या इतिहासाचा कमी-अधिक प्रमाणात अपलाप व्हायचा. त्यामुळे त्यांची छाती फुगून जायची; परंतु तो इतिहास ऐकणाऱ्याच्या छातीत मुळीच धडधड व्हायची नाही. त्याच्या मनावर ठसा उमटायचा तो त्यांच्या गोष्टीवेल्हाळ उमद्या स्वभावाचा! घराण्याची दातृत्वाची प्रतिमा कटाक्षानं राखण्याचा! माणूस जे काही मिळवितो किंवा वंशपरंपरागत त्याला जे प्राप्त झालेलं असतं, ते त्याच्या एकट्यासाठी नसतं, तर त्याच्या सभोवती असणाऱ्या गरजू माणसांसाठीही असतं, ही त्यांची मनोधारणा असे. शिवाजी महाराजांनी पराक्रमी माणसांना जहागिऱ्या वाटल्या, त्याप्रमाणे आपण दहा-पाच गरजू माणसांना मदतीच्या जहागिऱ्या वाटत आहोत, अशी त्यांची पक्की समजूत होती. शिवाजीराव हे दानी आहेत, ते कर्णाचे अवतार आहेत आणि ते आपल्या भोसले घराण्याची दातृत्वाची परंपरा सांभाळून आहेत, असा त्यांचा लौकिक कुणी गायला म्हणजे त्यांच्या अंगावर मूठभर मांस चढत असे. त्यात वावगं काहीच नसे. जो भरभरून लोकांना देतो, त्यानं त्या देण्याचं श्रेय घेतलं तर बिघडलं कुठे? परतु जे कुणाला काही देत नाहीत, त्यांना मात्र अशा उदारमनस्क माणसांचं वैषम्य वाटतं. अशी माणसं गुप्तदानाचं महत्त्व विशद करून सांगतात. एक गोष्ट मात्र खरी; शिवाजीरावांकडे येणारा याचक कधी विन्मुख परत जात नसे.

अलीकडे मात्र त्यांची वृत्ती फकिरी बनली होती. संसारातलं त्यांचं मन पार उडालं होतं. हा ऐहिक संसार असार आहे, असं त्यांना पक्कं वाटायला लागलं होतं. 'जग हे असार सारे...जे दिसते ते अखेर जायचे', या शाळेत वाचलेल्या काव्यपंक्तींची त्यांना हमखास आठवण व्हायची! माणसाचं सारं वैभव इथेच राहतं... माणूस मोकळ्या हातांनी जन्माला येतो आणि मोकळ्या हातांनीच या जगाचा निरोप घेतो, हे चिरंतन तत्त्व त्यांच्या अलीकडेच प्रत्ययाला येत होतं.

एके दिवशी शिवाजीराव अशाच प्रकारच्या उदासीन विचारांच्या भोवऱ्यात

फिरत असताना दिवाणजी त्यांच्यासमोर येऊन उभे राहिले.

त्यांनी प्रश्नार्थक मुद्रेनं त्यांच्याकडे बघितलं, तेव्हा दिवाणजी अदबीनं म्हणाले, "रामभाऊ शिंदे आलेत."

शिवाजीराव हर्षभरानं उद्गारले, "कोण? रामभाऊ शिंदे? मग त्यांना बाहेर काय उभं केलंत? घेऊन या आत."

रामभाऊ शिंदे हे त्यांचे शाळू सोबती. मॅट्रिकची परीक्षा उत्तीर्ण झाल्यानंतर त्यांनी आंबेगाव कायमचं सोडलं आणि ते मुंबईला नशीब काढायला गेले ते कायमचे! मुंबईला जाऊन ते चांगले शिकलेसवरले. कस्टम खात्यात भल्यामोठ्या पगाराची नोकरी पत्करली. मागे वळून त्यांनी पुन्हा आंबेगावाकडे कधी बघितलं नाही.

रामभाऊंना बघताच शिवाजीराव जागचे उठले आणि त्यांनी रामभाऊंना कडकडून मिठी मारली. दोघांचे नेत्र पाणावले.

कंठातला गहिवर दाटून दर्दभरल्या स्वरात शिवाजीराव म्हणाले, "अरे बालमित्रा, कुठे रे होतास तू? इतके दिवस या शाळूसोबत्याची तुला आठवण झाली नाही. अरे, शिंदे हे मराठ्यांचे सरदार होते हे विसरलास वाटतं?"

"तुला विसरीन कसा? आपण दिवसरात्री एकत्र घालवल्या. या तुझ्या वाड्यात मी रात्रंदिवस पडलेला असे. तुला विसरणं शक्य आहे का? पण खरं सांगू, माझ्या काका-काकीच्या वागण्याला मी विटलो आणि इथून पळ काढला."

"तुझंही घर होतं ना ते! मग? खुशाल त्यांच्या हाती हवाली करून तू गावातून निघून गेलास?"

रामभाऊ तात्काळ म्हणाले, "कुठे त्यांच्या नादी लागायचं आणि कोर्टकचेरी करीत आयुष्य घालवायचं?"

"मला वाटतं, आपण मॅट्रिक झाल्यानंतर तू निघून गेलास नाही का? त्यानंतर मला आठवत की, तू माझ्या लग्नात आला होतास."

होकारार्थी मान हलवून रामभाऊ म्हणाले, "पुतळावहिनींना मी लग्नातच बघितलं. त्यानतर मी आलो नाही. मुंबईला जाऊन फुटपाथवर दिवस काढले..."

त्यांचं बोलणं मध्येच अडवून शिवाजीराव म्हणाले, "माझी आठवण झाली नाही तुला? माझ्याकडे सुखानं राहिला नसतास का?"

"तुला कशासाठी त्रास द्यायचा? ऊस गोड लागला म्हणजे मुळापासून खायचा का? आपल्या कोकणी भाषेत सांगायचं तर आंबा गोड लागला म्हणजे बाठीसकट खायचा का?"

त्यांचं बोलणं चाललं असतानाच चांदभाई बागवान सरळ त्यांच्यासमोर येऊन उभे राहिले.

शिवाजीरावांनी विचारलं, ''काय चांदभाई काही विशेष!''

''चाचाजी, तसं काही विशेष नाही. खुदाच्या कृपेनं या वर्षी मोसम फारच छान झाला; पण गत वर्षी सीझन बेकार झाला, म्हणून आपण दोनशे रुपयांची सूट आम्हाला दिली होती; पण दिवाणजींनी या वर्षीच्या हिशेबात ती सूट वसूल घेतली आहे.''

''एवढंच ना? दिवाणजींना सांगतो बरं. काळजी करू नका.''

चांदभाई निघून गेल्यानंतर रामभाऊ म्हणाले, ''तुझा स्वभाव आहे तसा आहे... पैशाच्या बाबतीत तुझा हात पहिल्यापासूनच ढिला आहे.''

''अरे, पैशासाठी कुणाच्या गळ्याला तात का लावायची आहे. जो दुसऱ्याच्या गळ्याला आज तात लावतो, त्याचा उद्या गळा घोटला जातो, हे ईश्वरी सूत्र मी पाठ करून ठेवलं आहे. मग दुसऱ्याच्या गळ्याला पैशांसाठी कशाला तात लावायची?''

''तुझ्यापासून मी थोडाफार शिकलो आहे. मी माझी सारी इस्टेट काका-काकीच्या हवाली करून नंगा फकीर होऊन इथून निघून गेलो. त्यानंतर पुन्हा मागे वळून बघितलं नाही. वाटायचं की, इथे आलो तर आपल्याला त्या इस्टेटीचा पुन्हा मोह व्हायचा! त्यापेक्षा इथे येणंच नको!''

''अरे, पण आम्ही तुझ्या जिवाभावाचे होतो ना इथे. तुझी बोटभर चिठ्ठीही कधी आली नाही.''

''मुंबईला गेल्यानंतर मी मुंबईकर बनून गेलो. फुटपाथवर कसेबसे दिवस काढले. स्टेनो बनलो. एके दिवशी आपल्या महाडचे ग. वि. खरे वाटेत भेटले. त्यांनी आस्थेनं विचारपूस केली. माडाचं मूळ घट्ट असतं ना? ते पोर्टट्रस्ट खात्यात मोठे अधिकारी होते. कोकणी माडाच्या मुळाला विसरणारे नव्हते. त्यांनी मला स्टेनो म्हणून पोर्टट्रस्टमध्ये पोटाला लावलं. त्या खात्यात माझे हात इतके गुरफटून गेले की, त्या दोन हातांचे चार हात करण्याची फुरसदही मला मिळाली नाही. या जगात सडाफटिंग म्हणून आलो. तसाच या जगातून एक दिवस निघून जाणार! एका पोटाची जबाबदारी कमी का असते? आणि आपल्या देशात लोकसंख्या कमी का आहे? कशाला उगाच वीण वाढवायची?''

एवढ्यात पुतळाबाई बाहेरून घरात आल्या. त्यांच्याबरोबर बारा-तेरा वर्षांची एक तरतरीत मुलगीही आली. रामभाऊ शिंद्यांनी लग्नात बघितलेल्या पुतळावहिनींना ओळखलं. शिवाजीरावांच्या लग्नाला प्रदीर्घ काळ लोटला होता; परंतु त्या कालावधीत त्यांच्या मुद्रेवरील खानदानी रुबाब मुळीच लोप पावला नव्हता.

रामभाऊ जागचे उठले आणि त्यांनी पुतळावहिनींना दंडवत घातला. पुतळाबाईंनी मात्र त्यांना मुळीच ओळखलं नाही. लग्नसमारंभात ओझरत्या ओळखी होतात आणि प्रदीर्घ कालावधीनंतर त्या आणखी धूसर होत जातात.

शिवाजीराव म्हणाले, “आपण माझ्या या गावकरी मित्राला ओळखलं नाहीत?”

पुतळाबाई बुचकळ्यात पडल्या.

शिवाजीरावांनी मग त्यांना सविस्तर ओळख करून दिली. तेव्हा पुतळाबाई डोईवरचा पदर सावरीत म्हणाल्या, “एवढ्या दिवसांनी येणं झालं. आता मुक्काम ठेवणार ना?”

रामभाऊ काही बोलणार एवढ्यात शिवाजीराव म्हणाले, “त्याला आता मी थोडाच जाऊ देणार आहे? खूप दिवस चांगला ठाणबंद करून ठेवतो. विसरलास होय जुन्या मित्राला?”

जान्हवी एकदम पुढे येऊन म्हणाली, “काका, नमस्कार करते!”

तिच्याकडे बघून रामभाऊ एकदम उद्‌गारले, “ही तुझी मुलगी ना! मी हिला लगेच ओळखलं. अगदी आईवर गेलीय. भारी चुणचुणीत आहे हो! काय नाव हिचं?”

त्या चुणचुणीत मुलीनंच सांगितलं, “माझं नाव जान्हवी.”

“हे कुठलं नाव?”

शिवाजीराव म्हणाले, “आपलं ग्रामदैवत आहे ना शंकर! शंकरानं जटेवर धारण केली ती जान्हवी! हिच्या जन्माच्या वेळी साक्षात शंकर माझ्या स्वप्नात आले आणि हिचं नाव देऊन गेले. मी आपल्या त्र्यंबकगुरुजींना बोलावून घेतलं आणि त्यांना विचारलं. स्वप्नदृष्टान्त सांगितला.”

शिवाजीराव स्वप्नदृष्टान्तात गढून गेले. ते पाहून त्या दोघींनी तिथून पाय काढला. जाताना पुतळाबाई एवढंच पुटपुटल्या, “मी आता घरात जाऊन स्वयंपाकाचं बघते.”

रामभाऊंनी कुतूहलानं विचारलं, “अरे, तुला दोन मुलगे होते ना! कुणाकडून तरी मी ऐकलं होतं. कुठे बाहेर गेले आहेत वाटत ते!”

शिवाजीरावांचा नूर एकदम बदलला. त्यांचे नेत्र पाणावले. रामभाऊंच्या प्रश्नावर त्यांनी आपली तर्जनी वर करून वरच्या दिशेला बघितलं.

रामभाऊ गोंधळले. त्यांना काहीच समजेना.

काही काळ शिवाजीराव गप्प बसले. मग काही वेळानं गहिवरल्या आवाजात एवढंच म्हणाले, “माझं नशीब खोटं! अकाली अल्पवयीन मुलं.”

पुतळाबाई समोर येऊन उभ्या राहिल्या, तेव्हा शिवाजीरावांना काही बोलणं शक्य नव्हतं. काहीतरी बहाणा करण्याच्या हेतूनं खाली मान घालून ते गुणगुणायला लागले, “ज्या चरणापासून जान्हवी भूतालासि आली... हिमालयावर लहान पुढे ती सहस्रमुखी झाली... आपल्या जान्हवीचं गाणं गात होतो. तिच्या नावावरून या गाण्याची आठवण झाली.”

पुतळाबाई म्हणाल्या, "आता ते नेहमीचं गाणं पुरे करा! जेवायचं झालंय. भाऊजींना भूक लागली असेल."

रामभाऊंना भूक लागली होती, पण ती शिवाजीरावांच्या मुलांविषयीच्या अनामिक वृत्तान्ताची!

दोघेही न बोलता जेवायला उठले. दुपारचा एक वाजून गेला होता.

३

ऑक्टोबर महिना सरत आला होता, तरी उन्हाचा ताव फारसा कमी झाला नव्हता. शिवाजीराव आणि रामभाऊ शंकराच्या देवळाच्या आवारात बसले होते. तेव्हा सकाळच्या प्रहरी चांगलंच वारं सुटलं होतं, पण ते आल्हाददायक वाटलं होतं. पूर्वाभिमुखी देवालयाच्या कट्ट्यावरून लांबवरचा प्रदेश सकाळच्या उन्हात न्हाऊन निघालेला दिसत होता. हारीनं उभे असलेले ग्रामस्थ त्या कोवळ्या उन्हात खुबीत डोलताना दिसत होते. अगदी थोडी पानगळ सुरू झाली होती.

त्या पानगळीकडे बघताना शिवाजीराव एकदम म्हणाले, "काल तू माझ्या मुलांविषयी प्रश्न विचारलास. त्या पानगळीप्रमाणे माझी दोन्ही मुलं आमच्या कौटुंबिक वृक्षावरून गळून पडली. तुझ्या कालच्या प्रश्नानं ते दुःख पुन्हा ताजंतवानं होऊन समोर उभं ठाकलं. पण तुझी वहिनी एकदम समोर येऊन उभी राहिली, म्हणून माझ्या दुःखाची वाचा बसली. ऐन तारुण्यात देवाघरी गेलेल्या दोन्ही मुलांचं दुःख मनातल्या मनात दबून गेलं. कारण तुझ्या वहिनीचं अन्न तुटलं असतं. मुलं गेल्यानंतर तिनं कितीतरी दिवस अन्न वर्ज्य केलं होतं."

रामभाऊ त्यांच्याकडे अवाक् होऊन नुसते बघत राहिले होते. काय बोलावं हे त्यांना सुचत नव्हतं.

कसंतरी ते एवढंच म्हणाले, "मला मुळीच कल्पना नव्हती रे! गावापासून माझी नाळच पार तुटली होती रे! नाहीतर मी तुझ्या दुःखात धावून नसतो का आलो?"

शिवाजीराव म्हणाले, "तू नक्कीच धावून आला असतास; परंतु त्यामुळे माझं दुःख थोडंच उणावलं असतं? त्या दुःखावर थोडाफार शिडकावा उडाला असता एवढंच!"

प्रदीर्घ सुस्कारा टाकून रामभाऊ एवढंच म्हणाले, "परमेश्वराची इच्छा! दुसरं

काय?''

''मी शंकराचं सर्वकाही करतो. आल्यागेल्याचा परामर्ष घेतो. कुणाचं काही वाकड केलं नाही; मग देवानं माझ्याच माथी हे दुःख का लादावं? दोन मुलं देऊन ती परत नेण्यापेक्षा ती मुलं मला दिलीच नसती तरी चाललं असतं, पण...''

''तीही देवाचीच मर्जी!''

''असं मानून दुःख नाही रे दूर होत. माझा थोरला मुलगा संभाजी हा तर फार गुणी होता! दुसरा मुलगा राजाराम हासुद्धा दुर्गुणी नव्हता, पण नादी होता एवढच!''

मग शिवाजीरावांनी त्यांचा पहिला मुलगा संभाजी याची कहाणी कथन केली अगदी प्रारंभापासून!

संभाजी हा अत्यत सालस आणि विचारी मुलगा होता. त्याला कळायला लागल्यापासून आंबेगावात तो पुढारीपणानं वागायला लागला. प्रत्येक गोष्टीत गावकरी त्याचा सल्ला घेत. तरुणांचा तर तो पुढारी होताच, परंतु वडीलधाऱ्या माणसांचाही तो मार्गदर्शक होता.

आंबेगावात सारे सणोत्सव मोठ्या धूमधडाक्यानं साजरे होत असत. त्यातही गणेशोत्सव आणि दीपोत्सव हे प्रमुख उत्सव साजरे होत. गणेशोत्सव जवळ आला म्हणजे भोसल्यांच्या घरासमोर भलामोठा मांडव पडायचा. मांडवाचे वासे, पत्रे, छत, झालर इत्यादी सामानसुमान भोसल्यांच्या विस्तीर्ण अंगणातील खोलीत ठेवलं जायचं. या साऱ्या सामानसुमानाचा सारा खर्च भोसल्यांच्या घरातून जायचा; परंतु या बारदानाची मालकी गावकऱ्यांची असायची. हे सारं सामान एकदा खर्ची पडले म्हणजे भोसले त्या सामानाचे फक्त सांभाळकरी असत आणि हे सामान ठेवलेल्या खोलीची किल्ली संभाजीच्या ताब्यात असे.

गणेशोत्सव जवळ आला म्हणजे गावातल्या ठरलेल्या चार-पाच तरुणांनी संभाजीची गाठ घेऊन त्याला विचारायचं, ''अरे संभा, मेढ्या केव्हा ठोकायच्या, गणेशोत्सव जवळ आला.''

मग त्र्यंबकगुरुजींना विचारून चांगला दिवस बघायचा आणि मग समारंभपूर्वक श्रीफल फोडून मुहूर्तमेढ रोवली जायची. एकदा मुहूर्तमेढ रोवल्यानंतर बघता बघता मंडप उभा राहायचा. मंडपावर आडवे-उभे वासे टाकण्याच्या कामातही संभाजीचा पुढाकार असे. हाफपॅण्ट आणि बनियन घालून तो एकदा मंडपावर चढला, म्हणजे त्याच्या अंगात भलतंच स्फुरण चढायचं. मग कुणाच्याही मदतीची तो वाट बघत नसे. मंडपाला शोभिवंत झालर लावल्यानंतरच त्याला थोडीफार उसंत मिळत असे.

गणपतीचा मूर्तिकारही ठरलेला असे. श्रीगणेशाची भलीमोठी शोभिवंत मूर्ती गावातच तयार व्हायची. गुंडलीक परीट त्या कामात निष्णात होता. दर वर्षी तो

गणेशाची वेगवेगळी रूपं घडवायचा. त्याला एकदा समवयस्कांनी भरपूर शाडू आणून दिली, म्हणजे त्याचं मूर्ती घडविण्याचं काम वेगानं सुरू व्हायचं. त्या कालवधीत त्याचं परीटकाम मागे पडलं तरी त्याबद्दल त्याला कुणी बोल लावीत नसे आणि कुणी बोल लावला तरी त्याला त्याची फिकीर नसे. त्या काळात तो परीट नसून मूर्तिकार असायचा. कारण गणेशचतुर्थीच्या दिवशी श्रींच्या मूर्तीची मंडपात प्राणप्रतिष्ठा करण्यासाठी ती रंगीत मूर्ती त्र्यंबकगुरुजींच्या हवाली करण्याची सारी जबाबदारी त्याच्यावर असे. गुरुजींच्या ताब्यात एकदा मूर्ती दिली म्हणजे पुंडलीक आपल्या परीटकामाला मोकळा होत असे.

गणेशमूर्तीची मंडपात रीतसर प्रस्थापना झाली म्हणजे गणेशोत्सवातील सारे कार्यक्रम करण्याची जबाबदारी संभाजीवर येऊन पडे.

काहीतरी विचारायला हवं म्हणून रामभाऊंनी विचारलं, ''कसले कार्यक्रम व्हायचे?''

''बरेच कार्यक्रम व्हायचे, पण बाहेरचं कुणी आणायच नाही हे ठरलेलं असे. नाटकं व्हायची. ललितं व्हायची. गाणंबजावणं व्हायचं. कुणीतरी नकलाही करायच्या; शिवाय भजन, कीर्तन, प्रवचन हे कार्यक्रमही हटकून व्हायचे.''

''नाटकं कुणाची करायची?''

''नाटककार गावचेच! आणि त्या नाटकातून काम करणारे नटही गावचेच!''

''वा, वा! मी असायला हवा होतो. मला नाटकात काम करण्याची भारी हौस होती, पण माझ्या चुलत्यानं ती पार मारून टाकली. मला लुबाडलं आणि माझ्या अंगचे गुणही पार मारून टाकले!''

रामभाऊंनी प्रदीर्घ सुस्कारा सोडला.

काही काळ कुणीच काही बोललं नाही.

मग शिवाजीरावांनी दिवाळीतील धामधूम वर्णन करून सांगितली.

दसऱ्यापासून गावकऱ्यांना दिवाळीचे वेध लागत. दसऱ्याच्या दिवशी गावाबाहेरच्या मळ्यात सामुदायिक सीमोल्लंघन व्हायचं. सोन्याची देवाणघेवाण व्हायची. ही सोन्याची लुटालूट होऊन मंडळी घरोघर परतली, म्हणजे दिवाळीचे मनसुबे सुरू व्हायचे. दिवाळीच्या दिवसांतही भोसल्यांच्या घरासमोर भव्य मंडप पडायचा. गावात वीज नव्हती, तेव्हा करंजाच्या तेलाच्या पणत्यांची गावभर रांग लागायची. त्यातून आंबेगावाच एकीचं वैभव उजळून निघायचं. गावात कधी विसंवादी सूर निघायचा नाही. याचं द्योतक म्हणूनच की काय, बापुण्या गुरवाचा घडशी संबळसह सनईचा एकसुरी ताफा घराघरांसमोर धनत्रयोदशीपासून वाजायचा. पटांगणात दारूची सांघिक आतषबाजी व्हायची, तीही एकीचं वैभव मिरवून जायची.

दिवाळीचं खरं वैभव दिसायचं ते नरकचतुर्दशीच्या पहिल्या दिवशी! पहाटेपूर्वी

नरकासुराचं निर्दालन झाल्यानंतर घराघरातून अभ्यंगस्नान उरकलं जायचं. मग बहुतेक सारे गावकरी भोसल्यांच्या मंडपात एकत्र गोळा होत असत. तिथे सर्वांचा सांघिक दिवाळीचा पहिला फराळ व्हायचा ! त्या फराळाची पद्धतही वर्षानुवर्षं ठरून गेलेली होती.

दिवाळीच्या आधी चार दिवस भोसल्यांच्या परसदारी विस्तीर्ण प्रांगणात भलामोठा चुला पेटायचा. दोन दिवस त्या चुल्यावर बुंदी खटखटायच्या! तो आवाज उभ्या गल्लीत घुमायचा. त्या घरावरून जाणारे-येणारे लोक मनाशी पुटपुटत, "दिवाळीच्या फराळाची तयारी सुरू झाली हं!" हौदभर बुंदीचे लाडू तयार झाले म्हणजे मग तब्बल दोन दिवस पोत्यावारी चिवडा तयार व्हायचा! या साऱ्या कामात गावाचेच आचारी आणि गावाचेच मदतनीस अहोरात्र राबत असत.

या सांघिक फराळाचा नियमही ठरलेला असे. गावकऱ्यांनी मंडपात येताना आपापल्या घरचं थोडंफार फराळाचं आणायचं आणि त्याच्या जोडीला भोसल्यांच्या घरासमोर भरून ठेवलेल्या हौदातून फराळाचं भरभरून घ्यायचं! प्रत्येकानं घरून फराळाचं आणलंच पाहिजे असा मुळीच दंडक नव्हता. भोसल्यांचा हा फराळ उभ्या गावाला असायचा.

आपल्या सवंगड्यासह संभाजी हा सारा कार्यक्रम पुढाकारानं पार पाडीत असे.

ते ऐकून रामभाऊ म्हणाले, "अरे, साऱ्या गावाचा फराळ म्हणजे खूपच खर्च येत असेल नाही का?"

"हे बघ, मी खर्चाकडे कधीच बघितलं नाही. मला काय कमी आहे? मग लोकांना कमी कशासाठी करायचं? माझ्या मालकीची पूर्वापार चालत आलेली जमीन किती आहे, हे माझं मलाच माहीत नाही. गावातल्या एवढ्या जमिनीचा उपभोग आपण घ्यायचा आणि गावकऱ्यांना उपाशीपोटी ठेवायचं, हा कुठला धंदा? देव कोणत्याही माणसाला जे काही देतो ते त्याच्या एकट्यासाठी देत नाही. धान्याच्या प्रत्येक दाण्यावर त्या त्या खाणाऱ्याचं नाव लिहिलेलं असतं, हा देवानं घालून दिलेला दंडक मी कधी विसरलो नाही. एक गोष्ट तर मी कटाक्षानं पाळली आहे."

काही काळ स्तब्ध राहून शिवाजीराव पुढे म्हणाले, "पोटापाण्यासाठी मी कुणालाच कधी गावाबाहेर जाऊ दिलं नाही. कुणी बाहेर जायला निघाला, की मी त्याला घस सोसून गावात पोटापाण्याला लावत असे. गांधीजी म्हणत, 'खेड्यात चला !' त्यांचं म्हणणं खरोखर किती खरं होतं! खेडी ओस पडली तर शेती कोण करणार? शेती पिकली नाही तर शहरी लोक काय खाणार? म्हणून मी इथून कुणाला बाहेर पडू दिलं नाही. जमिनीतलं पाणी जिथल्या तिथे मुरवलं. आंबेगाव स्वयंपूर्ण केलं."

मग हसत शिवाजीराव म्हणाले, ‘‘याला फक्त तूच अपवाद ठरलास!’’

रामभाऊ चटकन म्हणाले, ‘‘मी काही पोटापाण्यासाठी बाहेर गेलो नाही. काका-काकीच्या त्रासाला भारी कंटाळलो आणि साऱ्यावर पाणी सोडून इथून काढता पाय घेतला.’’

ते ऐकून शिवाजीराव गंभीरपणानं म्हणाले, ‘‘खरंय ते! तुझा चुलता आंबेगावातल्या आढीतला सडका आंबा निघाला. तुझे काका-काकी दोघंही गेले. तुमचं घर देशोधडीला लागलं!’’

आता सूर्य वर यायला लागला होता. उन्हाचा ताव वाढत चालला होता. वाऱ्याचा जोरही कमी झाला होता. सारा परिसर उन्हात चांगलाच न्हाऊन निघत होता.

शिवाजीराव एकदम म्हणाले, ‘‘आता संभाजीच्या जीवनातला शेवटचा अंक सांगतो. त्याच्याच नव्हे, तर भोसले घराण्याची दारुण शोकांतिका! कधीही न विसरणारी! हे १९७५ साल आहे ना? दहा वर्षं झाली बघ! दैवाचा तो जीवघेणा प्रहार नाही रे कधी विसरता येणार! तेव्हापासून माझं उत्साही मनच नव्हे, तर मनाबरोबर शरीरही खंगलं! वाटतं की, आता या शरीराची खोळ सांडावी! कोणत्याही क्षणी! काय राहिलं आहे आता या जगात जगण्यासारखं!’’

बोलताना त्यांना हुंदका आला आणि त्याच अवस्थेत त्यांनी आपल्या थोरल्या जीवनअंकावर शेवटचा पडदा टाकला.

१९६५ मध्ये भारत-पाकिस्तान युद्ध झालं. ते वर्ष निम्मंअधिक सरलं आणि युद्धाचे ढग जमायला लागले. त्या सुमारास भारताच्या संरक्षणमंत्र्यांचा महाराष्ट्राचा दौरा सुरू झाला. महाडचा दौरा संपवून ते थेट आंबेगावला येणार होते. आंबेगावकऱ्यांची धावपळ सुरू झाली. त्यांच्या दौऱ्याची सारी सिद्धता करण्याचं काम अर्थात, संभाजीवर येऊन पडलं. संरक्षणमंत्र्यांचा दौरा अवघा चार-पाच तासांचा होता; परंतु संभाजीनं समारंभाची कडेकोट तयारी केली. त्यांच्या वाड्यासमोरच व्यासपीठ तयार केलं. त्यावर छोटा मंडप घातला. व्यासपीठावर शोभिवंत बिछायत घातली. संरक्षणमंत्री दुपारी तीन वाजता थेट भोसल्यांच्या घरी येणार होते. चहापानानंतर सभा सुरू होणार होती.

दोन वाजताच भोसल्यांच्या वाड्यासमोरचं सार आवार गर्दीनं गच्च भरून गेलं.

ठीक तीन वाजता संरक्षणमंत्र्यांचं आगमन झालं. ढोल-लेझीम यांचा आवाज आकाशात घुमला. नंतर तुतारीचा गगनभेदी आवाज झाला. नंतर शिवाजीरावांनी संरक्षणमंत्र्यांना हात धरून वाड्यात नेलं. वाड्याचा शिवकालीन दिमाख पाहून संरक्षणमंत्री उद्‌गारले, ‘‘वा! इथे तर शिवशाहीच अवतरली आहे!’’

संरक्षणमंत्र्यांनी थोडा चहा घेतला. आंब्याची थोडी बर्फी चाखली आणि ते

एकदम उठून चालू लागले. चालताना म्हणाले, ''एवढे लोक गोळा झालेत. त्यांना ताटकळत ठेवणं बरं नाही!''

व्यासपीठावर मंडळी येऊन पोचली, तेव्हा 'मराठा तितुका मेळवावा' या चित्रपटातील 'मराठी पाऊल पडते पुढे' हे स्फूर्तिगीत ऐन भरात आलं होतं. त्या गीतातील तोफांचे चौघडे झडत होते. 'जय भवानी... जय भवानी' हा मंत्रघोष सह्याद्रीच्या कडेकपारीतून घुमत होता.

संरक्षणमंत्र्यांनी त्याच पालुपदावर आपल्या भाषणाला प्रारंभ केला, 'जेव्हा जेव्हा या देशावर शत्रूचं संकट गुदरले आहे, तेव्हा तेव्हा शिवाजी महाराजांच्या याच भवानी मातेनं आम्हाला युद्धप्रवण बनवलं आहे आणि रणात आम्हाला विजय प्राप्त करून दिला आहे. जेव्हा आपल्या मायभूमीतील हिमालय धोक्यात आलेला आहे, तेव्हा आपला हा छोटा बंधू सह्याद्री त्या थोरल्या बंधूच्या मदतीला तत्परतेनं धावून गेला आहे.'

याप्रमाणे सुरू झालेलं संरक्षणमंत्र्यांचं भाषण क्षणोक्षणी चढतच गेलं. आपल्या भाषणात त्यांनी गतइतिहासातील अनेक दाखले देऊन मराठ्यांचा तो सारा ज्वलंत इतिहास जिवंत केला.

आपल्या भाषणात शेवटी त्यांनी हाक दिली, 'आजच्या संकटप्रसंगी तुम्ही मातृभूमीच्या हाकेला साद घालणार की नाही? शत्रू आपल्या अंगावर धावून येत आहे. अशा घातकप्रसंगी आपण शत्रूला रोखण्यासाठी पुढे येणार की नाही? आपली भवानीदेवी सतत तुमची पाठराखीण करीत उभी आहे. तिचा आश्वासक आशीर्वाद सह्याद्रीच्या कडेकपारीतून घुमतो आहे. शत्रूशी झडणाऱ्या या जीवघेण्या संगरात मराठी बाण्याप्रमाणे तळहातावर आपलं शिर घेऊन तुम्ही उडी घेणार का नाही, ते मला सांगा!'

संरक्षणमंत्र्यांचं हे स्फूर्तिदायक भाषण संपल्यानंतर संभाजीच्या पुढाकारानं चार-पाच तरुण एकदम व्यासपीठावर आले आणि त्यांनी 'जिंकू किंवा मरू' या गीताचा नारा लावला.

गीत संपल्यानंतर ते सारे तरुण सांघिक आवाजात एकदम उद्‌गारले, 'साहेब, हे गीत गाऊन आम्ही या संगरात उडी घेण्याचं अभिवचन आपल्याला दिलं आहे. जय भवानी.. शिवाजी महाराज की जय!'

सारं वातावरण स्फूर्तीत भारावून गेलं. चैतन्यानं चेतवलं.

ही हकिगत सांगून शिवाजीराव म्हणाले, ''भारत-पाकिस्तान युद्ध सुरू झालं. ठरल्याप्रमाणे संभाजी त्या युद्धावर गेला. अल्पावधीतच शत्रूचा पराभव झाला; पण माझा संभाजी पुन्हा परतला नाही. त्याचं काय झालं, तेही कधी कळलं नाही.''

काही वेळानं शिवाजीराव पुढे म्हणाले, 'पानिपतच्या युद्धात विश्वास पडल्यानंतर

सदाशिवराव भाऊ त्या गर्दीत गायब झाले. माझा संभाजीही युद्धात असाच गायब झाला. आमचं वेडं मन अजूनही त्याच्या येण्याची वाट बघत आहे. त्याची आई तर पुरती खंगून गेली आहे. माझीही तीच गत झाली आहे. केवळ श्वास चालतो आहे म्हणून मी जिवंत आहे असं मानायचं.... दुसरं काय? गेलेली माणसं कधी परत येतात का रे? तसा चमत्कार कुणी कधी बघितला आहे का?''

हे बोलताना शिवाजीरावांचं मन अतिशय शोकविव्हळ झालं. कोणत्या शब्दांत त्यांचं सांत्वन करणं शक्य होतं?

परंतु काहीतरी बोलायला हवं होतं म्हणून रामभाऊ म्हणाले, ''नाही रे! असे चमत्कार कधी घडत नाहीत आणि असं दुःख कधी मनावेगळं होत नाही! खूप प्रयत्न केला तरी!''

''मी थोडा का प्रयत्न केला! हातातोंडाशी आलेली दोन तरणीबांड पोरं देखतादेखत देवाघरी गेली... मला या वयात पोरकं करून! वडिलांनी का पोटच्या पोरांचे दिवस घालायचे असतात? संभाजीला मरणोत्तर परमवीरचक्र दिलं. त्याच्या पश्चात ते स्वीकारण्यासाठी मला दिल्लीला बोलावलं होतं. सांत्वनाचाच तो प्रकार होता, पण त्या वेळी माझ्या दुःखावरची खपली निघाली. संरक्षणमंत्री भाषणात सांगत होते, की मायभूमीच्या रक्षणासाठी धारातीर्थी पडलेले वीरपुरुष कधीच मृत्यू पावत नाहीत; ते अमर होतात. त्यांच्या म्हणण्याप्रमाणे ते कीर्तिरूपानं अमर होत असतीलही; पण हे सारे अदृश्य रूपात वावरणारे अमर जीव- न दिसता पृथ्वीवर वावरणारे! मी या जगातून गेल्यावर तरी ते मला दिसतील का रे?''

यावर रामभाऊ काही बोलले नाहीत. गप्प बसून होते.

एवढ्यात लांबून जान्हवी येताना दिसली. जवळ येऊन ती म्हणाली, ''पपा, यशवंता सरकती आला आहे. त्याच्याकडे असलेल्या शेतातल्या पाच आंब्यांच्या झाडांवर किडीरोग पडलेला दिसतो. औषधपाणी करून ती झाडं वाचवली पाहिजेत असं तो म्हणाला.''

तिथून उठताना शिवाजीराव म्हणाले, ''चला, मरणाऱ्या झाडांना वाचवलं पाहिजे!''

मेलेल्या मुलांना पुन्हा जिवंत करणं मात्र शक्य नव्हतं!

४

शिवाजीराव आणि रामभाऊ शिवमंदिराच्या त्याच कट्ट्यावर बसले होते. सरत्या सकाळची तीच वेळ होती. आठ दिवसांत निसर्गाच्या स्वरूपात तरी काय फरक पडणार होता. फक्त थंडी वाढली होती. देवळात भाविकांची ये-जा सुरूच होती. गेले आठ दिवस भुर्रकन् उडून गेले होते. रामभाऊंनी गावाला प्रदक्षिणा घातली होती. जुन्या मंडळींच्या भेटीगाठी घेतल्या होत्या. त्यांचं मोडकळीला आलेलं घर लांबून बघितलं होतं. ते घर आता त्यांचं राहिलं नव्हतं. ते त्यांच्यापासून लांब गेलं होतं. दुसऱ्या कुणाचंतरी झालं होतं. काका-काकी केव्हाच देवाघरी निघून गेले होते. आंबेगाव कितीतरी बदललं होतं. बदल हा जगाचा नियमच असतो. आज जे असतं ते उद्या नसतं! आज आपण आहोत, पण उद्या आपण असणार आहोत का?

अशाश्वत जगताचा असा काहीसा अनोखा विचार त्यांच्या मनात घोळत असतानाच शिवाजीराव एकदम म्हणाले, "माझा धाकटा मुलगा राजाराम हा वाह्यात नव्हता; पण वांड होता. इंग्रजी पाचवीत नापास झाला. मग शेतीकडे लक्ष देतो म्हणाला. त्याला माझी काहीच हरकत नव्हती. माझं एकच म्हणणं होत, बाबांनो गाव सोडून परागंदा होऊ नका. गावाला पोरकं करू नका!"

"तुझ्या म्हणण्याप्रमाणे नाही ना केलं पोरकं त्यानं?"

शिवाजीराव विषण्णपणानं म्हणाले, "गावाला नाही पोरकं केलं त्यानं, मला पोरकं करून तो या जगातूनच बघता बघता निघून गेला!"

प्रदीर्घ सुस्कारा टाकून ते काही काळ गप्प बसले. रामभाऊंनी त्यांच्याकडे बघितलं तेव्हा त्यांचे नेत्र डबडबले होते.

आत ओढलेल्या आवाजात शिवाजीराव म्हणाले, "कसं सांगू तुला? अरे, आपल आयुष्य उणं करून जर ते दुसऱ्याला देता आलं असतं, तर मी या पोटच्या दोन पोरांना नसतं का दिलं? पण देवानं ती देण माणसाला का दिली नाही?

बापाच्यादेखत पोरांनी मरावं आणि बापानं तडफडत जगावं, हा कुठला देवाघरचा न्याय!''

शिवाजीरावांनी संभाजीप्रमाणेच राजारामाची करुण कहाणी आपल्या मित्राला सांगितली.

इंग्रजी पाचवीत नापास झाल्यानंतर राजारामानं कबूल केल्याप्रमाणे खरोखरच शेतीकडे बघायला सुरुवात केली होती. त्यामुळे शिवाजीरावांना समाधान वाटलं होतं. शिकूनसवरून आपल्या मुलाला नोकरी थोडीच करायची आहे? त्यापेक्षा गावात राहून तो घरच्या शेतीकडे लक्ष द्यायला लागला आहे, हे पाहून शिवाजीरावांना खरोखरच आनंद झाला होता; परंतु माणसाच्या संकल्पांना परमेश्वर हमखास सिद्धी प्राप्त करून देतो, असं थोडंच आहे! हे परमेश्वरी अदृष्ट शिवाजीरावांना दृष्ट होणं त्या वेळी तरी शक्य नव्हतं.

राजाराम शेतीचा अंदाज घेत होता. आधुनिक तंत्रज्ञानात शेती करण्याचा बेत आखत होता. अधूनमधून महाडला जाऊन शेती खात्यातील तज्ज्ञांना भेटत होता. त्यांच्याकडून त्या बाबतीत मार्गदर्शन घेत होता.

हे सारं पाहून शिवाजीराव मनातून सुखावून गेले होते.

आणि एके दिवशी तो प्रसंग घडला.

त्या दिवशी राजारामाला घरी यायला रात्रीचे दहा वाजले. घरी यायला त्याला एवढा उशीर कधीच होत नसे. त्यामुळे घरचे लोक फार काळजीत पडले. सगळीकडे धावाधाव सुरू झाली. त्याच्या साऱ्या ओळखीच्या घरी माणसं जाऊन आली; परंतु तो कुठेच सापडला नाही. साऱ्या गावच्या तोंडचं पाणी पळालं.

पुतळाबाईंनी शंकराच्या देवळात त्र्यंबकगुरुजींना पाठवलं. शिवशंकराला कौल लावला; पण राजारामाचा पत्ता लागला नाही.

शिवाजीराव हवालदिल झाले. काय करावं, हे त्यांना सुचेना. दहा वाजता खाली मान घालून मंद मंद पावलं टाकीत राजाराम घराच्या दाराशी आला. बाहेर मंडळी उभीच होती.

शिवाजीरावांनी त्याचा हात पकडून विचारलं, ''कुठे होतास रे पोरा? आमचा जीव जायचाच बाकी उरला होता.''

राजारामानं त्यांना खुणेनंच गप्प केलं.

घरात जाऊन तो ओटीवर विसावला. पाणी घ्यायल्यानंतर तो हळूहळू बोलायला लागला, ''बाबा, मला हाकामारीनं चकवा घातला आणि खूप लांब नेलं. मी सरळ त्या मार्गानं गेलो. मसनवटीतील कबरी दिसायला लागल्या. पुढे गेल्यावर विजेचे दिवे झळकले, तेव्हा डोक्यात प्रकाश पडला. आपल्या गावात वीज कुठे आली आहे? मग हे दिवे कुठले! पावलं परतली आणि इथे आलो.''

त्र्यंबकगुरुजी लगेच आले आणि त्याचा चकवा काढला. पुतळाबाईंना त्याची

दृष्ट काढायला सांगितली.

शिवाजीराव म्हणाले, ''रात्रभर आमचं सारं घर जागं होतं. पुढील दिवसांतही आमची झोप उडून गेली.''

मध्येच रामभाऊंनी विचारलं, ''हाकामारी, चकवा या कल्पना तुला खऱ्या वाटतात?''

''तुला नाही खऱ्या वाटणार! तू कोकणातून मुंबईला गेलास. कोकणातील खरे अनुभव तुला खोटे वाटणारच! पुणे-मुंबईकरांची तर ही फॅशनच आहे. विज्ञानाची कास धरून अशा खऱ्या गोष्टींना खोटं ठरविण्याची!''

''बरं, आमची फॅशन राहू दे बाजूला, पण त्यानंतर तुमची झोप का उडाली ते सांग!''

''ते सांगण्यासारखंच आहे. त्या दिवसापासून सारा घात झाला! आमचं घर बसलं! मी फक्त बसायचा राहिलो आहे.''

अशी सुरुवात करून तो सारा घातप्रकार निवेदन केला.

त्या प्रकारापासून राजाराम पार बदलून गेला.

हाकामारी, चकवा, भुतंखेतं या अदभुत गोष्टींचं त्यानं संशोधन सुरू केलं. त्याचं शेतीतलं लक्ष कमी झालं केवळ देखाव्यासाठी शेतावर जाण्यासाठी तो बाहेर पडायचा. रात्री उशिरानं परत यायचा. आपली शेती सुधारण्यासाठी आपण आधुनिक तंत्रज्ञानाचे प्रयोग करतो आहोत. त्यासाठी एवढ्या उशिरानं आपण घरी येतो, असं तो घरी सांगायचा. घरच्या लोकांना ते खरं वाटायचं.

कोकणातील गावात भुताखेतांच्या परंपरागत समजुती प्रचलित असत. तशा त्या आंबेगाव या कोकण गावातही होत्या. अमावास्येला नारळ उतरून टाकण्याची प्रथा असे. भुताखेतांना भाताच्या मुदी कुंकू लावून पत्रावळीवर ठेवल्या जात. राजाराम हटकून त्या अमावास्येच्या रात्री रानात जात असे आणि तो नारळ फोडून स्वतः खात असे आणि सवंगड्याना प्रसाद म्हणून वाटत असे. भाताच्या मुदी गोठ्यातल्या गाईगुरांच्या तोंडी लावत असे. श्रीफळाचा तो प्रसाद खाल्यामुळे किंवा गाईगुरांनी तो भात खाल्ल्यामुळे कुणालाही कसलीही इजा पोचली नव्हती.

त्यामुळे त्याच्या अशा प्रकारच्या उद्योगात भरच पडत गेली.

कुणीतरी त्याला सांगितलं की, त्याच्या एका शेतातील झाडावर पौर्णिमेला भूत उलटं टांगलेले असतं. ते काहीतरी भोग मागतं.. पैसाअडका किंवा जमिनीचा तुकडा!

यावर राजाराम त्या सांगणाऱ्याला म्हणाला, ''अरे, भुताची रात्र अमावास्येची! ती रात्र सोडून हां पौर्णिमेची चंद्रप्रकाशाची रात्र त्या भुतानं कशी काय निवडली?''

''ते नाही मला सांगता येत, म्हणून तर तुला सांगितलं.''

राजारामानं शंका काढली, ''भूत पैसे किंवा जमीन घेऊन काय करणार? भूत भोग मागतं ते बकरी-कोंबडयाचं, पण तू हे नवल सांगतोस... बरं ठीक आहे.

पुढच्या पौर्णिमेला आपण त्या उलट्या टांगत्या भुताला भोग देऊ!''

पुढच्या पौर्णिमेला राजाराम आपल्या काही धीट सवंगड्यांसह त्या भुताला भोग देण्यासाठी त्या ठरलेल्या झाडाजवळ गेला. काही अंतरावरूनच त्या झाडाला उलटा टांगलेला माणूस दिसला. काही क्षण राजाराम गोंधळला. भ्यायला मात्र नाही.

जवळ गेल्यानंतर तो एकदम उद्‌गारला, ''अरे, हा तर रोंग्या लोहारा.''

मग दरडावून ओरडला, ''उतर खाली! सोंगंढोंगं करतोस! कशासाठी?''

त्याला शिवाजीरावांसमोर हजर केला, तेव्हा गयावया करून रोंग्या म्हणाला, ''बाप धड खायला घालत नाही, म्हणून हे ढोंग केलं!''

''त्यानं खायला मिळणार होतं वाटतं? आणि तुझा बाप तुला खायला का घालत नाही?''

''मी काही कामधंदा करत नाही म्हणून!''

''मग त्याचं काय चुकलं? एवढा मोठा झालास! चांगला तगडा आहेस. मग कामधंदा करायला नको का? उलटं टांगून घेतलं म्हणजे खायला मिळतं वाटतं?''

''काहीतरी आक्रित केलं म्हणजे बापसाचं मन पालटेल असं वाटलं म्हणून...''

त्याचं बोलणं पुरं व्हायच्या आत शिवाजीराव म्हणाले, ''जा घरी, बापाच्या पाया पड. त्यांची क्षमा माग आणि उद्यापासून माझ्याकडे ये. तुला कसलातरी कामधंदा देतो. तो कर आणि सुखानं पोटभर जेव. अरे, स्वतः कमावून खाण्यात केवढा आनंद असतो.''

या प्रसंगानंतर राजारामाची दृष्टी सापांकडे वळली. कोकणात सापांचा सुकाळ असतो. एके दिवशी खूप उशिरानं शेतातून परत येत असताना त्याच्या पायात साप आला. त्याच्या पायाला साप स्पर्शून गेला; चावला मात्र नाही.

घरी आल्यावर शिवाजीरावांना त्यानं सांगितलं तेव्हा ते घाबरून म्हणाले, ''चल.. .शंकराच्या देवळात चल. त्र्यंबकगुरुजी कौल लावतील. सापाचं विष उतरून पाय मोकळा होईल!''

''पपा, साप काही मला चावला नाही...फक्त पातं लागलं.''

''तरीही....''

''नको पपा.. समाचारपत्रातली ती बातमी वाचलीत का? महाडला फणीबाबा नावाचे एक मोठे मांत्रिक आले आहेत. एका देवळात त्याचा मुक्काम आहे. नाग-सापाचं जालीम विष ते उतरवतात. अंगातली भुतंखेतंही मंत्रानं काढतात. मी त्यांच्याकडे जातो आणि त्यांना विचारतो.''

यावर शिवाजीरावांनी मूकसंमती दर्शविली.

राजाराम महाडला गेला आणि चार दिवसांनी परत आला. नाग-साप यांचं विष उतरविण्याची आणि भुतंखेतं काढण्याची विद्या फणीबाबांनी त्याला शिकविली

होती. त्या विद्येचा तो आंबेगावातला दादा बनला होता. एक पावा आणि एक भलंमोठं हाडूक हे त्याचं भांडवल होतं.

ही विद्या हस्तगत केल्यानंतर त्याला गावात उसंत मिळायची नाही. कुणाला साप चावला म्हणजे पिशवीत पावा घालून राजाराम तत्परतेनं तिथे जायचा. पावा वाजवून मंत्र पुटपुटायचा! साप चावलेल्या माणसाचं विष उतरायचं. त्यामुळे शंकराच्या देवळात कुणी जायचं नाही. घरच्या घरी त्या माणसाचं काम व्हायचं.

भुताखेताची केस आली म्हणजे राजाराम ते लांबलचक हाडूक घेऊन जायचा. भुतानं पछाडलेल्या त्या माणसाच्या शरीरावर त्या हाडकानं प्रहार करायचा. त्या भुताला दरडावून प्रश्न विचारायचा, 'हे झाड सोडून जातोस की नाही? नाहीतर तुला एका बाटलीत डांबून ठेवीन! समजलास?'

त्यावर ते भूत राजारामाच्या मुखातून गयावया करून बोलायचं, 'मी हे झाड सोडून जातो महाराज! पण मला बारा अंडी आणि गोळाभर मांस खायला द्या, म्हणजे मी मुकाट्यानं जातो! स्मशानातल्या झाडाखाली हा माल ठेवा म्हणजे झालं!''

त्या भुताच्या सांगण्याप्रमाणे हे सारं केलं जायचं आणि मग ते झाड सोडून भूत स्वगृही निघून जायचं!

माणसाला चावलेला साप विषारी नसेल किंवा केवळ मनाच्या बळावर मंत्राविना अंगातलं भूत निघून गेलं असेल, असं कुणालाही वाटायचं. अंध विश्वास कोणती किमया करीत नाही! हे सारं समाजकार्य करताना राजाराम एका पैशालाही शिवत नाही, अशी त्याची कीर्ती सर्वदूर बघता बघता पसरली. तो एवढ्या लहान वयात राजारामबुवा बनला.

पदरी पडलेलं यश माणसाला गप्प बसू देत नाही. त्याला यशाचे आणखी टप्पे ओलांडावेसे वाटतात. राजारामानं त्यानंतर आणखी एक उपक्रम सुरू केला. त्याबाबतीत महाडचे फणीबाबाच त्याचे गुरू होते. तो उपक्रम म्हणजे नाग-साप पकडायचे आणि हाफकीन्स इन्स्टिट्यूटमध्ये पाठवून पैसे मिळवायचे! राजारामबुवा यांच्यासमोर पैशाचा प्रश्न नव्हता. नाग-साप पकडून ते पैसे न घेताच त्या संस्थेकडे पाठवून समाजकार्य करण्याचा त्याचा मनसुबा होता. शिवाजीरावांना यातलं काहीही माहीत नव्हतं.

परंतु 'प्रथमग्रासे मक्षिकापात' घडला. आपल्या एका सवंगड्याबरोबर तो त्या कार्यासाठी बाहेर पडला. सुदैवानं एका बिळाकडे जाणारा भलामोठा नाग त्याला दिसला. तो तिकडे धावला आणि बिळात प्रवेश करणाऱ्या त्या नागाला त्यानं शेपटीला धरून बाहेर ओढलं. नेत्राचं पातं लवतं न लवतं एवढ्या अल्पावधीत त्या नागानं राजारामाच्या हाताला दंश केला आणि तो नाग सळसळत निघून गेला.

मित्रानं त्याला कसंबसं घरी आणलं. शिवाजीराव सैरभैर झाले. गावात हाहाकार

उडाला. गावकरी वाड्यात गोळा झाले.

सर्वत्र गडबड- गोंधळ सुरू झाला. सूचनांचा भडिमार कानावर पडू लागला. कपाळाला हात लावून पुतळाबाई रडायला लागल्या. जान्हवी सुन्न होऊन नुसती बघत होती.

शिवाजीराव दबक्या आवाजात ओरडले, "शंकराच्या देवळात घेऊन चला याला!"

कुणीतरी सूचना केली, फणीबाबाला ताबडतोब घेऊन या. तो या नागाचं विष उतरवेल!

कुणाचं बोलणं कुणालाच ऐकू येत नव्हतं.

शेवटी सर्वांनी उचलून राजारामला शंकराच्या देवळात नेलं. शंकराच्या मूर्तीसमोर ठेवल्यानंतर त्र्यंबकगुरुजी लगबगीनं आले. त्यांनी लगेच शंकरासमोर कौल घेतला.

पण व्यर्थ! शंकरानं होकारार्थी कौल दिला नाही.

अल्पावधीतच राजारामाची जीवनज्योत मालवली.

ही सारी करुण कथा सांगताना शिवाजीरावांना धाप लागली होती. घशाला कोरड पडली होती.

तेवढ्यात कुणीतरी त्यांना तीर्थप्रसाद आणून दिला. त्यांना थोडं बरं वाटलं. हुषारी आली.

शिवाजीराव सांगत राहिले, "काळ हे अशा दुःखावर औषध आहे असं म्हणतात; पण ती केवळ समजूत आहे. अंतःकरणावर घाव घालणारं दुःख कधी कमी होत नाही, ते फक्त अंतःकरण फाडून आत लपून बसतं. अंतःकरणावरची खपली काही कारणानं निघाली, की ते दुःख पुन्हा वर येतं. दुसऱ्याचं बघून आपलं दुःखही कधीच कमी होत नाही."

रामभाऊ त्यांच्याकडे नुसते टक लावून बघत होते आणि शिवाजीराव मध्येच थांबून बोलत होते.

ते पुढे म्हणाले, "संभाजीचं अशोकचक्र स्वीकारण्यासाठी मी दिल्लीला गेलो होतो. तिथे साठी उलटलेली एक पंजाबी म्हातारी भेटली. तिची तीन मुलं धारातीर्थी पडली होती. पण हे दुःख दूर ठेवून ती जखमी जवानांची सेवाशुश्रूषा करीत होती. त्याना घास भरवत होती."

एवढं सांगून शिवाजीरावांनी म्हटलं, "अशी उदाहरणं बघून आपलं दुःख दूर थोडंच होतं? अशी परदुःखं बघून स्वतःचं दुःख दूर करावं हे तत्त्वज्ञान सांगायचं; परंतु आपलं दुःख आपण भोगायचं, दुसरं काय!"

हे बोलताना शिवाजीरावांच्या तोंडाला कोरड पडली होती. आवाज आतल्या आत ओढला जात होता. रामभाऊंनी त्यांच्या पाठीवरून हात फिरवला. तेव्हा ते खोल गेलेल्या आवाजात कसंबसं बोलले, "अरे, छातीत धडधड होतीय. खूप घाम

सुटलाय.''

हे बोलताना त्यांनी आपल्या ओठांवरून जीभ फिरवली आणि तात्काळ रामभाऊंच्या खांद्यावर मान टाकली.

सारं गाव हवालदिल झालं. 'शंकराच्या दारी मरणं आलं, पुण्यवान पुरुष!' असे उद्‌गार अनेक गावकऱ्यांनी काढले, परंतु त्यामुळे गावकऱ्यांचं दुःख कमी होणार नव्हतं.

पुतळाबाईंच्या दुःखाला तर पारावार उरला नाही. त्या रडरड रडल्या. रामभाऊंनी त्यांना मनसोक्त रडू दिलं. कारण रडून त्यांनी दुःखाला वाट करून दिली नसती, तर कदाचित त्या प्राणाला मुकल्या असत्या. माणसाचं दुःख दबलं की, त्याचा प्राण गुदमरतो.

जान्हवीच्या नेत्रांत अश्रूचं टिपूसही दिसलं नाही. ती भकास मुद्रेनं आपल्या मृत पित्याकडे नुसती बघत होती.

शिवाजीरावांनी तिच्याविषयी नुकतेच काढलेले उद्‌गार रामभाऊंना चांगले आठवत होते. ते म्हणाले होते,. ''ही माझी मुलगी जगावेगळी आहे. अतिशय परखड स्वभावाची आणि फटकळ वाणीची! ती कुणाचाही मुलाहिजा ठेवणार नाही. आपल्याच मार्गानं जाणार!''

आता जान्हवीकडे बघताना रामभाऊंना या उद्‌गाराची आठवण झाली. शिवाजीरावांनी म्हटल्याप्रमाणे ती खासच वेगळी आहे. जगावेगळी आहे.

शिवाजीरावांची भव्य अंत्ययात्रा निघाली. त्या यात्रेत जान्हवी सामील झाली. सारे गावकरी लोक तिच्याकडे सहानुभूतीनं, पण आश्चर्यानं बघत होते. खानदानी घराण्यातील स्त्रिया अंत्ययात्रेत सामील होण्याची प्रथा नव्हती. जान्हवीनं कोणतीच प्रथा कधी मानली नाही.

पुतळाबाईंनी कपाळीचं कुंकू पुसल्यानंतर ती त्यांना सरळ म्हणाली, ''ममा, तू कुंकू लाव. पपा गेले ते तुझं मंगळसूत्र घेऊन गेले. कुंकू नाही! कुंकवाशिवाय तुझं कपाळ शोभिवंत दिसत नाही. म्हणून कुंकू लाव पाहू!

दुःखाच्या त्याही अवस्थेत पुतळाबाई म्हणाल्या, ''आणि तुझं कपाळ कुंकवाशिवाय शोभिवंत दिसतं वाटतं?''

''मी पहिल्यापासूनच कुंकू लावत नाही. लग्न होईल तेव्हा बघेन! नवरा आला तरी मी माझ्या मनाप्रमाणेच वागणार!''

जान्हवीच्या निर्धारी मुखाकडे तिची ममा एकटक बघत होती. जान्हवीचं आपल्या ममाकडे लक्षही नव्हतं.

आपले पपा या जगातून आकस्मिक रीतीनं निघून गेले आहेत, या गोष्टीची तिला जाणीव होती की नाही कुणास ठाऊक!

५

वेद हे स्वतः प्रमाण आहेत का परतः प्रमाण आहेत, अशी चर्चा ज्यांच्या दारी शुकसारिकांमध्ये चाललेली ऐकू यायची ते मंडनमिश्रांचं घर म्हणून ओळखलं जायचं. त्याचप्रमाणे ज्या गावातून शांतीचा नाद ऐकू येतो, ते आंबेगाव म्हणून ओळखलं जायचं. वेगवेगळ्या ऋतूंत सूर्योदयाची वेगवेगळी वेळ असते; परंतु आंबेगावात प्रातःकाळी सहा वाजता गावकऱ्यांचा सूर्योदय व्हायचा आणि सारं गाव जागं व्हायचं. शंकराच्या देवळात टांगलेल्या घड्याळात सहाचे टोल पडायचे आणि आरतीचा घंटानाद सुरू व्हायचा. तो नाद गावातील घराघरातून घुमायचा. ही नारोशंकरी घंटा शंकराच्या देवळात कुणी बांधली, हे गावकऱ्यांनाही माहीत नव्हतं; कारण त्या घंटेवरची घंटादात्याच्या नावाची अक्षरं पुरती पुसून गेली होती. दात्याचं नाव जवळपास पुसलं होतं आणि त्या घंटादात्याचं गुप्तदान झालं होतं.

आरतीनंतर प्रसादवाटपाच्या वेळी काही मोजकीच मंडळी हजर असत. सारा गाव जरी त्या ठिकाणी जमलेला नसला, तरी घरोघरी जाग आलेली असे, गावातले व्यवहार सुरू व्हायचे.

गावात ब्राह्मणांची चार घरं, तर बाकीचा सारा गाव मराठ्यांचा आणि कुळवाड्यांचा! गावगाड्यात बारा बलुतेदार असत. गावात कुणी मोठा किंवा कुणी धाकटा नाही. सारे सारखेच! जो तो आपल्या पेशानुसार आपापली कामं उरकायचा. गावाला चातुर्वर्ण्याची किंवा जातपातीची बाधा झालेली नसायची. मुसलमानही ग्रामबंधूच! किंबहुना ज्या ज्या जातीचे किंवा पंथाचे लोक या गावात पूर्वापार येथे येऊन स्थायिक झाले ते सारे ग्रामबंधूच!

आंबेगावात दोन घरं पुढाऱ्याची! भोसले घराणं हे या गावातलं सर्वांत जुनंपुराणं घराणं! किती जुनं हे त्यांनाही नेमकं माहीत नाही. कुणी त्यांना विचारलं की ते हसून म्हणत, "अहो, शिवाजी महाराजांच्या पंगतीला आमचे पूर्वज जेवले आहेत.

आपल्या गावातलं शंकराचं मंदिर त्यांनीच आम्हाला आंदण दिलं आहे!''

आणि दुसऱ्या पुढारलेल्या घराण्यातील त्र्यंबकगुरुजी मात्र गंभीरपणानं सांगत, ''या आपल्या शंकराची पूजाअर्चा करण्यासाठी त्याच वेळी या भोसले घराण्यानं आमच्या पूर्वजांची इथे पुरोहित म्हणून नेमणूक केली.''

यापेक्षा कुणीच अधिक चौकशी करण्याच्या भानगडीत पडत नसे. साऱ्या गावाला शिवाजीरावांचा आधार असे आणि त्र्यंबकगुरुजींचा धार्मिक आशीर्वाद असे. यापेक्षा शांतिग्रामाला काहीही नको असे.

माणसाच्या जीवनात शांतता असली म्हणजे त्याचे पोटापाण्याचे उद्योग सरळपणानं पार पडतात. आरतीची घंटा कानी पडल्यानंतर आंबेगावात जो तो आपाल्याला कामाला लागे. बैलगाडीची धाव तुटली असेल तर ते काम लोहाराकडे जायचं. त्याचा भाता सुरू व्हायचा. मोटेच्या वढवणाचा खांब मोडला असेल तर सुताराकडे धाव जायची. लगेच सुताराची हत्यारं बाहेर निघायची. एवढ्यात ताई ढोरीण आपल्या रामू नावाच्या डोईवर मोट देऊन ती कुणाकडे तरी पोचवायला निघालेली दिसे. महेबूब शिपाई लगबगीनं आपल्या कचेरीत निघालेला दिसे. हातात तीन-चार अंगठ्या घातलेले चांदभाई बागवान जोफरवीच्या प्रत्येक माणसाला 'सलाम आलेकुम' म्हणत मंदगतीनं चाललेले दिसत.

अशी एक की दोन, सकाळ प्रहरीची नित्याची दृश्यं आंबेगावात दिसायची. माणसं आपापल्या कामात गुंतलेली असत. रिकामटेकडे उद्योग करायला कुणाला फुरसत नसे.

त्या दिवशी सोमवार होता. सोमवार म्हणजे बाजाराचा दिवस. मारुतीच्या पाराजवळच्या पटांगणात हा आठवडे बाजार भरत असे. आजूबाजूच्या खेड्यातली मंडळी या बाजारासाठी येत. काही लोक मळ्यातला भाजीपाला विक्रीसाठी घेऊन येत, तर काही लोक भात आणि वाल या बाजारासाठी आणत. काही फेरीवाले कापडचोपडही बाजारात मांडून ठेवत. या बाजारात माफक उलाढाल व्हायची. कुडाच्या झोपड्यातील माणसं देवाणघेवाण ती काय करणार? विजेचे दिवे या खेड्यापर्यंत पोचले नव्हते. आंबेगावातही विजेनं प्रवेश केलेला नव्हता. या साऱ्या मंडळींनी वीज बघितली होती ती आकाशातून कोसळलेली आणि तिच्याबरोबर गुरंमाणसं दगावलेली! कित्येक झोपड्यांतून दिवे लागायचे ते करंजाच्या कडू तेलाचे! बहुसंख्य झोपड्यांतून त्याही मिणमिणत्या दिव्यांचा प्रकाश पोचलेला नव्हता. मावळतीच्या प्रकाशात त्या गरिबांची रात्रीची जेवणं उरकून जायची आणि अंधाराच्या पांघरुणात रात्र सरायची. पौर्णिमेच्या आगल्यामागल्या दिवसांत त्यांच्या झोपड्यांच्या फटीतून चंद्राचा उजेड सांडायचा, तेव्हा तिथे प्रकाशाची दिवाळी साजरी व्हायची, पण त्या दिवाळीत त्यांचं दारुण दारिद्र्य उजळून निघायचं.

या अठराविश्वे दारिद्र्यात पिचणाऱ्या खेडुतांची या बाजारात हजेरी तेवढ्यापुरतीच लागायची. आठवड्याला पावशेर तेलात त्यांचं कालवण भागायचं जोडीला गोळाभर भात पोटात गेला म्हणजे त्यांची फक्त अर्धी भूक भागायची. या लोकांना पोटभर अन्न कधीच मिळायचं नाही. त्यासाठी भरपेट काबाडकष्ट मात्र करावे लागत. कित्येक वेळा अर्धं पोटही भरायचं नाही. तेव्हा ते विश्वासानं भोसल्यांच्या मोठ्या देवडीवर येत आणि पोटाला हक्कानं मागून घेत. तिथलं काही काम करण्याची तयारी दाखवत.

तेव्हा शिवाजीराव म्हणत, "अरे, काम कशाला करायला हवं? तुमचं पोट हे माझंच पोट नाही का?"

असा हा गावगाडा एकोप्यानं आणि समाधानानं चाललेला असे. कोणत्याही सुखदु:खात समाधान कधी खंडलं नाही. आनंद कधी विरला नाही. पोटापाण्याचा प्रश्न आला म्हणजे लोक भोसल्यांच्या घराकडे धाव घेत. दैवी संकट आलं म्हणजे त्र्यंबकगुरुजींकडे धाव घेत.

सोमवारी बाजाराच्या दिवशी त्र्यंबकगुरुजींचा एक ठराविक कार्यक्रम असे. दुपारचं जेवण आटोपून ते ओसरीवर ठाण मांडून बसत. त्यांच्यासमोर भलामोठा चौरंग मांडलेला असे. त्यावर एका बाजूला शंकराचा फोटो ठेवला जाई.

बाजाराला आलेली मंडळी त्यांच्याकडे येत. मग पाळीपाळीनं चौरंगासमोर येऊन बसत.

कुणी ध्रुपदाबाई सांगायची, "गुरुजी, गेले आठ दिवस झाले, मला गोड वाटत नाही. पोटात दुखतं!"

हे दुःख सांगून ध्रुपदाबाई चौरंगावर दोन पैसे ठेवायची.

त्यावर त्र्यंबकगुरुजी डोळे मिटून म्हणायचे, "शंकरदेवाला कौल लावला. ध्रुपदाबाईला आठ दिवसांत बरं वाटेल!"

डोळे उघडून त्र्यंबकगुरुजी त्या बाईकडे बघून ते दोन पैसे चौरंगाच्या आतल्या बाजूला ओढत असत.

त्यानंतर रांग लागायची. कुण्या सासूची सून चांगलं वागत नसे.. कुणाचा बैल मोडलेला असे... कुणाची मुलं आजारी असत... कुणाचं काही.. .कुणाचं काही! त्र्यंबकगुरुजींसमोर दोन पैसे चौरंगावर ठेवले जात. गुरुजी डोळे मिटून शंकरदेवाला कौल लावत असत. ज्याचं त्याचं भविष्य सांगून समोर ठेवलेले दोन पैसे आपल्या अंगाला ओढून घेत.

बाजार उठायच्या वेळी त्र्यंबकगुरुजींचा गल्ला बराच जमायचा. दोन-चार रुपये गल्ला खूप व्हायचा. महिन्याचे चार आठवडे भरले म्हणजे चांगले दहा-बारा रुपये जमायचे. तेवढाच संसाराला हातभार लागायचा.

त्र्यंबकगुरुजींना चार मुलं झाली. दोन मुलगे आणि दोन मुली. थोरल्याचं नाव श्याम. शिक्षणात त्याला गती नव्हती. भिक्षुकीचं शिक्षणही त्यानं जेमतेम घेतलं होतं. आडल्यापडल्याला तो फक्त सत्यनारायणाची पूजा सांगायला जायचा. शेतीत मात्र त्याला रस होता. घरच्या दहा एकर शेतीकडे तो आवर्जून लक्ष पुरवायचा.

त्र्यंबकगुरुजींच्या पाठीवर तब्बल सतरा वर्षांनी त्यांच्या धाकट्या भावाचा जन्म झाला. त्याचं मात्र शिक्षणात लक्ष होतं. त्याचा पुतण्या श्याम हा त्याच्यापेक्षा वयानं वडील होता. तो शेतीकडे लक्ष पुरवीत असल्यामुळे श्रीधरला शेतीकडे बघावं लागत नसे.

आंबेगावच्या मराठी शाळेतील शिक्षण पुरं झाल्यानंतर श्रीधरनं एकदा शिवाजीरावांसमोर हायस्कूलचा प्रश्न उपस्थित केला. तेव्हा शिवाजीराव म्हणाले, ''बाहेरचं वारं मला गावात आणायचं नाही आणि गावातलं वारं बाहेर न्यायचं नाही. हे साधून हायस्कूल काढता आलं तर काढा. मी पाठीशी उभा आहे.''

श्रीधर म्हणाला, ''हे कसं काय शक्य आहे? गावातल्या गावात शिक्षक कसे काय मिळतील! ते महाडमधूनच आणावे लागतील!''

शिवाजीराव तात्काळ म्हणाले होते, ''त्यापेक्षा महाडच्याच हायस्कूलमध्ये जाऊन शिका ना! शिकून गावात परत या म्हणजे झालं! गाव गावातच राहिला पाहिजे. इथे आपल्याला काहीएक कमी नाही.''

हायस्कूलचा प्रश्न मिटला होता. श्रीधर महाडच्या हायस्कूलमध्ये जायला लागला होता. त्याच्याबरोबर वसंत देशपांडे यानंही महाडच्या हायस्कूलमध्ये नाव दाखल केलं. दोघेही महाडला सायकलवरून जायचे.

श्रीधर पाठक आणि शेजारचा वसंत देशपांडे हे दोघंही अठराव्या वर्षी मॅट्रिक उत्तीर्ण झाले. पुढे कॉलेजच्या शिक्षणाचा प्रश्नच नव्हता; कारण ते शिक्षण घ्यायचं तर पुण्याला जायला हवं होतं. परिस्थितीनं ते दोघांनाही शक्य नव्हतं.

त्र्यंबकगुरुजी आपल्या भावाला म्हणाले, ''आता तू काय करतोस? तू इंग्रजी शिकलेला. तू थोडीच भिक्षुकी करणार! शेतीवर जाशील असं वाटत नाही. मग?''

''दादा, मी घरबसल्या शिकवण्या करीन!''

परंतु तेही त्याला जमलं नाही.

एके दिवशी श्रीधर म्हणाला, ''हे बैठं काम मला नाही रे जमत. मी बाहेर कुठे नोकरी शोधू का?''

''बाहेरगावी? शिवाजीराव काय म्हणतील?''

''त्यांना न कळवता पळून गेलो तर!''

''ते मला चालणार नाही!''

श्रीधरच्या शिकवण्या चालू राहिल्या.

श्रीधरला आंबेगावला ठाणबंद करायचं तर त्याच्या पायात लग्नाची बेडी घालायला हवी, असं त्र्यंबकगुरुजींच्या मनानं घेतलं.

आपल्या मनातली कल्पना त्यांनी लगेच अमलातही आणली. त्यांच्याच प्रमाणे पौरोहित्य करणारे महाडचे कुलकर्णी होते. त्यांची मुलगी सिंधू ही श्रीधरला सांगून आली. बोलणी झाली. देणंघेणं ठरलं आणि एका सुमुहूर्तावर श्रीधरचं सिंधूबरोबर लग्न झालं. नोकरीसाठी बाहेरगावी जाण्याची श्रीधरची भुणभुण थांबली. घरबसल्या त्याच्या शिकवण्या सुरू झाल्या. त्र्यंबकगुरुजींची अटकळ खरी ठरली.

त्या वेळी श्रीधरचं वय वीस वर्षांचं होतं. त्या वयात त्याचा संसार सुरू झाला. तीन वर्षं त्यांचा सुखानं संसार झाला. सिंधू पाठकांच्या घरात चांगली रुळली. थोरल्या जाऊबाई तिला आईसारख्या होत्या. सरस्वतीबाईंनीही आपल्या या धाकट्या जावेला मुलीसारखं वागवलं. मुलीप्रमाणे तिची देखभाल केली. तिच्यावर कन्येगत प्रेम केलं.

सिंधू थोडीफार शिकलेली होती. शिवलीलामृत तर तिला तोंडपाठ होतं. दर सोमवारी शंकराच्या देवळात ती शिवलीलामृताचा जाहीर पाठ करीत असे. दोन प्रहरी देवळात चार आयाबाया जमायच्या. सिंधूच्या समोर मूठभर तांदूळ ठेवून शिवलीलामृताचं भक्तिभावानं प्राशन करायच्या. त्यातून घरचा एका वेळेचा प्रसादभात शिजायचा.

या गोष्टीचं त्र्यंबकगुरुजींना कौतुक वाटायचं. सरस्वतीबाईही आपल्या धाकट्या जावेचं कौतुक करून म्हणायच्या, "सिंधुताई हुशार आहे, तशीच ती भाविकही आहे."

घरकामातही सिंधू तशीच तत्पर होती. पहाटे पाचला उठून ती अंग धुवायची. मग देवघरात बसून तिचे पूजापाठ व्हायचे. सर्वांचा सकाळचा चहा करण्याचं काम तिच्याकडे असे. दिवसभर वरकाम करून पुतण्यांचं बघत असे. रात्रीचा स्वयंपाक ती हौसेनं करायची. तिचा स्वयंपाक साऱ्यांना आवडत असे. कोकणी पक्वान्नं करण्यात तर तिचा हातखंडा होता. गणेशचतुर्थीच्या दिवशी तिनं केलेल्या उकडीच्या मोदकांची सारे जण आतुरतेनं वाट बघत असत. कुळथाचं पिठलं आणि कोकमचं सार करावं तर सिंधूताईनंच, असं त्र्यंबकगुरुजी वारंवार म्हणत असत आणि सरस्वतीबाई त्यांच्या म्हणण्याला मनमोकळेपणानं साथ देत असत. साऱ्या गावात त्या दोघांची संभावना मायलेकी अशी होत असे. साऱ्या गावाचं प्रेम आणि आपुलकी सिंधूनं संपादन केली होती.

श्रीधरनं तीन वर्षं सिंधूबरोबर सुखासमाधानानं संसार केला. त्यामुळे अगदी निर्वेधपणानं त्याला शिकवण्या करता येत होत्या. त्याला संसाराला मनाप्रमाणे हातभार लावता येत होता. अवतीभोवतीचे सारे लोक म्हणत, "सिंधू मोठी पायगुणी

आहे. तिनं पाठकांच्या घरी पाऊल टाकलं आणि घर भरलं. लक्ष्मीच्या सोनपावलांनीच तिनं उंबऱ्यावरचं माप सांडलं!''

दोन वर्षं या भरल्या सुखानं ओलांडली. त्यांच्या लग्नाचं तिसरं वर्ष सरत आलं ते आणखी एक आनंदाची वार्ता घेऊन! सिंधू लवकरच आई होणार होती. तिच्या त्या भरल्या रूपाकडे बघून श्रीधर हरखून जायचा. तिच्याकडे एकटक बघताना त्याच्या मनात उगाच शंका यायची की, हिला आपली दृष्ट तर लागणार नाही ना?

सिंधूचं डोहाळेजेवण थाटात झालं. फुलांचा मुकुट घालून ती जेव्हा झोपाळ्यावर बसली, तेव्हा काही लोकांनी तिचे मुकुटधारी फोटोही काढले. तिची ओटी भरली तेव्हा तिच्या मुखावर विलक्षण तेज विलसताना दिसत होतं.

पुतळाबाई भोसले या कार्यक्रमाला हजर होत्या. घरी परत जाताना त्या सिंधूच्या आईला म्हणाल्या, ''आई, लेकीची मीठमोहऱ्यांनी दृष्ट काढा बरं! प्रत्यक्ष पार्वतीदेवीच आज झोपाळ्यावर बसली होती बघा!''

त्या रात्री श्रीधरची आणि सिंधूची एकांतात भेट झाली तेव्हा श्रीधर तिला हळूच कुजबुजत म्हणाला, ''कशाला काढलास तो मुकुट ! मला अजून तुझ्याकडे खूप खूप बघायच होतं!''

सिंधू लाजून म्हणाली, ''आतापर्यंत कमी का बघितलं होतं? आणि झोपताना हा मुकुट घालून झोपायचं होतं वाटतं!''

तिच्या बोलण्यावर श्रीधर मनसोक्त हसला.

मग तिच्या कानाशी लागून त्यानं हळूच विचारलं, ''आपल्याला काय होणार असं वाटतं तुला?''

सिंधूनं बाजूला तोंड फिरवून लाजून म्हटलं, ''मुलगा!''

''बरोबर आहे. आपल्याला मुलगाच होणार! मग बाळाचं नाव काय ठेवायचं?''

इश्श! इतकी घाई कशाला?''

''मला घाईच आहे! सांग.. .सांग...''

त्याच्यापासून दूर सरून ती पुटपुटली, ''जगन्नाथ!''

''वा! फारच छान नाव सांगितलंस! पसंत!''

चांगल्या गोष्टींनाच नेहमी दृष्ट लागत असते! तसाच प्रकार घडला.

यथावकाश सिंधू प्रसूत झाली. मुलगा थेट तिच्यासारखाच झाला. सुरेख! त्याच्याकडे बघून सिंधू हरखून गेली. आनंदानं बेहोश होऊन गेली.

परंतु मुलाची दृष्ट मातेला लागली. तिसऱ्याच दिवशी तिला वात झाला. वातात ती दिवसभर बडबडत होती, 'जगन्नाथ आला ना माझ्या पोटी! आता मी आनंदानं जायला मोकळी!'

साऱ्या घराचा धरबंध सुटला. तोंडचं पाणी पळालं.

त्या दिवशी सोमवार होता. सिंधूच्या शिवलीलामृत पठणाचा दिवस! तिच्या वाताचा जोर बळावला. रात्री आठ वाजता डॉक्टरला बोलावणं धाडलं. वैद्य आले. हेमगर्भाची मात्रा तिला चाटवली, परंतु पोटात जायच्या आतच तिचं प्राणोत्क्रमण झालं.

साऱ्या घरावर कुऱ्हाड कोसळली. हा सारा प्रकार आकस्मित घडला, त्यामुळे रडण्याचंही भान कुणाला उरलं नाही. आकाश ढगांनी ओथंबलं होतं; परंतु ढगातून पाणी मात्र गळत नव्हतं.

सारी संबंधित माणसं भराभरा गोळा झाली. घरातील पुरुषमंडळी हातात एकेक फाटा घेऊन त्र्यंबकगुरुजींच्या अंगणात आले. कुणी गेलं की, गावातील प्रत्येकानं हातात लाकूडफाटा घेऊन येणं, ही त्या गावची पद्धत! अंत्यसंस्कारात सहभागी होण्याची ती रीत! समभाव दर्शविण्याचं जणू ते प्रतीक!

सिंधू आपल्या पोटच्या पोराला पोरकं करून गेली. तिच्या जाण्यानं सारं घरच पोरकं झालं. घरातला आनंद आटला.

सिंधूच्या अंतिम इच्छेप्रमाणे तिच्या बाळाचं नाव जगन्नाथ असं ठेवण्यात आलं.

जगन्नाथ दिसामासी वाढत होता. त्याला आईशिवाय काहीच कमी नव्हतं. सरस्वतीबाई त्याचं सारं करत होत्या. आईची जागा भरून काढत होत्या; परंतु मायमाउलीच्या दुधाला अंतरलेल्या जगन्नाथला परिस्थितीची कल्पना येत नसली तरी श्रीधरला मात्र ती पुरेपूर होती. त्या दुःखानं त्याचे नेत्र सारखे ओलावत होते. कालांतरानं त्याचं हे दुःख अंतःकरणात दडून बसलं तरी नाहीसं मात्र मुळीच झालं नव्हतं. त्याचं सांत्वन करण्यासाठी माणसं येत, ती त्याचं दुःख ताजं करून परत जात. जगन्नाथाकडे बघून तो आपलं दुःख दाबून ठेवत असे आणि त्याचं कोडकौतुक करत असे. ते करण्यात जणू तो त्याच्या दिवंगत आईचाही वाटा उचलीत असे.

जगन्नाथाची आई देवाघरी गेली, तरी त्याच्या देखभालीत कोणत्याही प्रकारची कमतरता होत नाही, या गोष्टीची पक्की खात्री पटल्यावर श्रीधरच्या मनात वेगळेच विचार येऊ लागले. आंबेगाव सोडून दुसरीकडे नोकरीसाठी जायचं असं त्याच्या मनान घेतलं.

एके दिवशी आपल्या थोरल्या बंधूंना तो म्हणाला, ''दादा, कुठेतरी बाहेर नोकरी धरावी असं मला वाटतं!''

त्र्यंबकगुरुजी त्याच्याकडे आश्चर्यानं बघत म्हणाले, ''जगन्नाथाला एकट्याला सोडून तू बाहेरगावी जाणार?''

''जगन्नाथ एकटा नाही दादा! तुम्ही सारे आहात. माझ्याहीपेक्षा त्याचं चांगलं करता! त्याच्या आईचं दुःख मनात बाळगून त्याच्यावर दुःखाची सावली टाकणं मला बरं वाटत नाही. माझं मनच आता इथे रमत नाही. म्हणून पालट म्हणून मी

काही दिवस इथून बाहेर जातो.''

''तुझ्या शिकवण्यांचं काय?''

काहीतरी उत्तर द्यायचं म्हणून तो म्हणाला, ''मी एकटा थोडाच पुरणार आहे त्यांना? होईल त्यांची काहीतरी व्यवस्था ! पण माझं मन आता इथे रमत नाही आणि नोकरीसाठी मी बाहेरगावी गेलो तरी अधूनमधून इथे येईनच की!''

निर्वाणीचं म्हणून त्र्यंबकगुरुजी म्हणाले, ''बघ बुवा, शिवाजीरावांना जाऊन हे सांग!''

गाव सोडताना शिवाजीरावांची भेट घ्यायलाच हवी होती.

शिवाजीरावांच्या भेटीतही जवळपास तीच प्रश्नोत्तरं झाली.

शिवाजीरावांनी श्रीधरला विचारलं, ''तुला इथे काय कमी आहे? कमी असेल तर मी देतो, पण बाळाला सोडून जाऊ नकोस. त्याची आई कायमची गेली. तू जाऊ नकोस. बाळाला तुझा आधार नको का?''

श्रीधर म्हणाला, ''गाव सोडून मी कायमचा जात नाही आणि बाळाला आधार आहेच की तुम्हा सर्वांचा!''

''पण बाळाला सोडून जाताना तुला बरं वाटेल?''

''मोकळ्या जगात माझं दुःख थोडंफार कमी होईल. ते कमी झालं, की मी परत आल्याशिवाय थोडाच राहणार आहे?''

त्याचा तो निर्धार पाहून शिवाजीराव पुढे काहीच बोलले नाहीत.

आंबेगावातील पहिला माणूस नोकरीच्या शोधार्थ बाहेर पडला होता.

६

माणसाच्या आयुष्यात सुदैव आणि दुर्दैव यांचा पाठशिवणीचा खेळ सदैव सुरू असतो. सुदैव वाट्याला आलं म्हणजे माणूस सुखावतो आणि दुर्दैव दारी आलं म्हणजे माणूस दुखावतो.

श्रीधरचं असंच झालं होतं. त्याच्या जीवनात सिंधूच्या आगमनानं सुखाची फुलं फुलली होती आणि त्याच्या जीवनातून कायमची निघून गेल्यामुळे त्या सुखाच्या फुलांचं निर्माल्य झालं होतं. त्याच्या जीवनातील सुख सरून दुःख निर्माण झालं होतं. ते दुःख विसरण्यासाठी त्यानं आंबेगाव सोडलं होतं आणि सुखाच्या शोधासाठी तो बाहेरगावी निघून गेला होता.... आपल्या नवजात तान्हुल्याला सोडून!

तो देवळे गावात आला आणि त्याची आणि सुखाची पुन्हा गाठभेट झाली. देवळे गावात पाय ठेवताच त्याची आणि देवकीनंदन देशक याची गाठ पडली. पोस्ट खात्यातल्या त्या वरिष्ठ अधिकाऱ्यानं त्याला तात्काळ ओळखलं. महाडला तो मॅट्रिकच्या वर्गात असताना त्या शाळेच्या स्नेहसंमेलनात देशक हे प्रमुख पाहुणे म्हणून आले होते. त्यांच्या हातून श्रीधरनं बरीच बक्षिसं घेतली होती. शाळेच्या अनेक स्पर्धांतून त्यानं बक्षिसं मिळवली होती; परंतु देवकीनंदन देशकांनी त्याचं विशेष कौतुक केलं होतं, ते त्याला अभ्यासाच्या हुशारीत प्राप्त झालेल्या बक्षिसासाठी! त्या संमेलनात त्यानं वक्तृत्व गाजवलं होतं, तेही देशकांच्या चांगलंच स्मरणात होतं.

त्यामुळे देवळे मुक्कामी त्याची गाठ पडताच त्यांनी त्याची सारी माहिती विचारून घेतली. त्याच्या परिस्थितीतबद्दल सहानुभूती दर्शविली.

मग म्हणाले, "तुला कसली नोकरी हवी आहे?"

श्रीधर हसत म्हणाला, "कसली भीक हवी आहे हे भिकारी सांगू शकत नाही. येईल ती भीक झोळीत टाकतो!"

देशक म्हणाले, ''मी इथल्या पोस्टाच्या तपासणीसाठी आलो आहे. इथल्या पोस्टात एक मदतनीस कारकून हवा आहे. करशील ती नोकरी?''

श्रीधर चटकन म्हणाला, ''पोस्टमनची नोकरीदेखील मला चालली असती.''

श्रीधर मदतनीस कारकून म्हणून देवळे गावाच्या पोस्टात दाखल झाला.

दुर्दैवानंतर सुदैव त्याच्या दारी आलं होतं.

त्याच्या पोटापाण्याच्या बाबतीतही त्याला सुदैवानं हात दिला होता. एका खेडेगावी घरात त्याला थारा मिळाला होता. ते घर पोस्टापासून अगदी जवळ होतं. पोस्टमास्तरही मदतीचा हात पुढे करणारे होते. चार दिवस तो त्यांच्याच घरी मुक्काम करून होता. तो एके दिवशी त्यांना म्हणाला, ''मास्तर, मला राहण्यासाठी इथे जागा मिळेल का?''

गोगटेमास्तर गंभीर मुद्रा करून म्हणाले, ''नाही मिळणार! इथे फक्त पोस्टमास्तरांनाच जागा मिळते. हेच घर फक्त त्याच्यासाठी मोकळं असतं!''

श्रीधरला त्यांच्या त्या बोलण्याचा नेमका अर्थ कळला नाही. तो त्यांच्याकडे नुसता बघत राहिला.

मग हसत पोस्टमास्तर म्हणाले, ''इथून जायची एवढी घाई कशासाठी? कंटाळा आला का आमचा?''

''नाही हो! कंटाळा कसा येईल? पण..''

''तुमचा पण बाजूला राहू दे. माझा पण सांगतो. पुढच्या वर्षी मी सेवानिवृत्त होत आहे. तोवर तुम्ही पोस्टाची परीक्षा द्या! तुम्ही सहज पास व्हाल! मग माझ्याच जागी तुमची नेमणूक होईल, असं मी बघतो!''

त्यांचं बोलणं ऐकून श्रीधरला अवर्णनीय आनंद झाला; परंतु तो त्यानं उघडरीतीनं दर्शवला नाही. तसा आनंद दर्शवणं त्याला प्रशस्त वाटलं नाही.

तो एवढंच म्हणाला, ''तुमच्यासारखी देवमाणसं मला भेटली हे मी माझं भाग्य समजतो. पण ऊस गोड लागला....''

त्याचं बोलणं पुरतं व्हायच्या आतच गोगटेमास्तर म्हणाले, ''हा ऊस आता गोड राहिलेला नाही. तो नीरस व्हायला आला आहे. तुम्हाला प्रथमच भेटला तो ऊस खरा गोड आहे. तो तुमचं काम नक्की करील. मी फक्त निमित्तमात्र! पुढल्या वर्षी तुम्हाला माझ्या खुर्चीवर बसलेलं बघेन आणि मगच मी सेवानिवृत्त होईन!''

''परंतु तोपर्यंत आपल्याला माझी एक हात जोडून विनंती आहे, माझ्यासाठी घर बघा.''

''आपल्या पोस्टाजवळच एक घर आहे. वाघांचं. वयस्कर नवरा-बायको आहेत. मूलबाळ नाही. म्हणजे एक मुलगा झाला होता; पण गेला. जवळ थोडी माया आहे. त्यावर दोघांची गुजराण चाललीय. ते घर मिळेल.''

घर लगेच बघितलं आणि श्रीधरच्या पसंतीस पडलं. श्रीधरनं आपलं सामानही तिथे नेऊन टाकलं.

त्यानं मालकांना विचारलं, "भाडं काय द्यायचं?"

सखारामपंत वाघ म्हणाले, "तुम्ही द्याल ते घेऊ!"

"असं कसं? भाडं किती ते सांगा ना!"

सखारामपंत वाघ पुन्हा म्हणाले, "खरं तर भाड्यासाठी हे घर नाहीच, पण गोगटेमास्तरांनी सांगितलं म्हणून द्यायचं. तुम्हीही चांगले दिसता!"

मग श्रीधरनं फारसा आग्रह केला नाही. त्याच्या राहण्याची सोय झाली होती.

मग त्यानं विचारलं, "इथे एखादी खानावळ आहे का?"

त्याच्या या प्रश्नाला भागीरथीबाईंनी उत्तर दिलं, "खानावळ आहे, पण त्या खानावळीत बोंबील शिजतं. चालत असेल तर तिथे जा. नाहीतर आमच्या घरचं पिठलं आणि भात तयार आहेच. वालाचं बिरंडही मिळेल. सणासुदीला उकडीचे मोदक आणि कोकणी पक्वान्नंही मिळतील ! परसदारचा भाजीपाला आहेच!"

"यापेक्षा मला दुसरं काय हवं? मीही कोकणी माणूसच आहे."

सखारामपंत म्हणाले, "आमची बायको पिठलं फारच सुरेख करते. नारळाचं सार तर बोलूच नका."

श्रीधरला एकदम सिंधूची आठवण झाली. त्यानं आवंढा गिळला.

मग विषय बदलून तो म्हणाला, "मला सारं पसंत आहे. मी इथेच जेवण करीन! पण आपण पैसे मात्र घेतले पाहिजेत."

"ते पाहता येईल."

आंधळ्याला देवानं एकाऐवजी दोन डोळे दिले होते. राहण्यासाठी घर आणि जेवणासाठी खानावळ!

थोडं स्थिरस्थावर झाल्यावर श्रीधरनं घरी आपल्या वडीलबंधूंना पत्र पाठवलं.

त्या पत्रात त्यानं लिहिलं होतं, 'आपली आणि शिवाजीरावांची इच्छा डावलून आणि आशा झुगारून मी इथे आलो, त्याबद्दल मला किती अपार दुःख झालं असेल याची आपल्याला कल्पना येणार नाही; परंतु मला सिंधूशिवाय तिथे घर खायला उठलं होतं. कशातच मन लागत नव्हतं. म्हणून आपलं गाव सोडून नाइलाजानं मी इथे आलो. जगन्नाथाची मला क्षणोक्षणी आठवण होते. मला बेचैन होतं; परंतु त्याची काळजी मात्र मला मुळीच नाही. आपण उभयता त्याची माझ्यापेक्षाही काळजी घ्यायला समर्थ आहात, याबद्दल मला खात्री आहे. मला खरी काळजी होती ती इथे नोकरी मिळण्याची ! शंकराच्या कृपेनं मला इथे आल्याबरोबर नोकरी मिळाली आणि त्याचबरोबर माझी राहण्याची-जेवणाची सोय झाली. पोस्टातील

माझी ही नोकरी वर्षापुरती आहे. पुढचं पुढे ! माणसानं पायापुरतं पाहावं हेच खरं! पाण्यात पडलो आणि मी पोहायला शिकलो. हे पोहणं किती काळ लांबेल हे श्रीशंकरच ठरविणार!

पत्राच्या शेवटी त्यानं लिहिलं होतं, 'गावाबाहेर किती दिवस माझं अन्नोदक राहील हेही शंकरदेवच ठरवील. मातृभूमीला मी कधीच विसरू शकणार नाही. शक्य होईल तेव्हा मी गावी येऊन जाईनच. गावाबरोबरच तुम्हाला विसरणं मला कधी शक्य होईल का?'

रविवारला जोडून सुट्टी आली म्हणजे श्रीधर हमखास आंबेगावला येऊन जायचा. शिवाजीरावांना आश्वासन द्यायचा, 'मी गाव सोडलेलं नाही. कधी सोडणार नाही!' परत जाताना चिमुकल्या जगन्नाथाची मूर्ती नेत्रांत साठवून तो नोकरीवर रुजू व्हायचा! आंबेगावचा गणेशोत्सव त्यानं कधी चुकवला नाही. दिवाळीच्या सार्वजनिक फराळालाही तो कधी अंतरला नाही. त्याचं पोस्टातलं काम अतिशय चोख असल्यामुळे गोगटेमास्तरांची त्याच्यावर मर्जी बसली होती. त्यामुळे त्याच्या हक्काच्या रजेबाबत त्यांनी कधी खळखळ केली नाही.

राजारामाला साप चावून तो गेल्याचं कळल्यावर तो धावत गावी गेला. शिवाजीरावांची समजूत काढणं त्याला शक्य होतं काय! लहानांनी मोठ्यांची समजूत कशी काय काढायची!

श्रीधर त्यांच्या घरी जाऊन तासन्तास बसायचा. त्यांच्या गळत्या नेत्रांकडे अनिमिष नेत्रांनी बघत राहायचा. सांत्वनाचं काहीतरी पुटपुटायचा. त्यांचं सारं घरच रडत होतं. त्यांच्या दुःखाला बांध घालणं कुणाला शक्य नव्हतं.

त्या खेपेस श्रीधर परत गेला, तो मनानं पुरता मोडावूनच! त्यानं शिवाजीरावांचा निरोप घेतला, त्या वेळी त्यांनी उच्चारलेले शब्द त्याला पुनःपुन्हा आठवत होते. ते म्हणाले होते, "माझी दोन्ही मुलं हे जग सोडून गेली. तुझ्यासारखी गुणी मुलं गाव सोडून चालली. इथून कुणी कधीच जाऊ नये असं मला वाटतं. सोन्यासारखं गाव कशाला सोडून जायचं, पण माझ्या या इच्छेला शंकरानं साथ द्यायला हवी ना?"

अंतःकरणाला डागण्या देणारे त्यांचे हे शब्द श्रीधरला नोकरी करताना चैन पडू देत नव्हते. पण नोकरी सोडून आंबेगावाला परत जाणंही तितकंच कष्टमय होतं. तिथेही त्याला चैन पडणार नव्हतं.

अशा या बेचैनीतच त्याची नोकरी चालली होती. पत्रांवर तेच तेच शिक्के पडत होते. फक्त तारखा बदलल्या जात होत्या.

गोगटेमास्तर सेवानिवृत्त झाले. त्यानंतर त्यांच्या जागेवर श्रीधरला बढती मिळून

दोन वर्षं कशी गेली, हे त्यालाही कळलं नाही. नोकरीच्या जोखडात माणूस एकदा अडकला म्हणजे त्याला काळाचं बंधन उरत नाही. त्या जागेवर श्रीधर केव्हा कायम झाला याचंही भान त्याला उरलं नाही.

आंबेगावला आता ही नोकरी संपेपर्यंत परत जायचा प्रश्नच उरला नव्हता. अधूनमधून सुट्टीच्या किंवा रजेच्या दिवसांत त्याच्या आंबेगावच्या हमखास वाऱ्या होत. गावाशी त्याची नाळ पुरती तुटली नव्हती, याच गोष्टीचं ते फक्त गमक होतं एवढंच!

जगन्नाथची आठवण मात्र बुजणं शक्य नव्हतं. तो आंबेगावला जाई तेव्हा सतत त्याच्या अवतीभोवतीच राहत असे. त्याच्या बाललीला पाहून आणि बोबडे बोल ऐकून हरखून जाई. आपल्या आईची गोजिरवाणी मुद्रा घेऊनच तो या जगात अवतरला होता. त्यामुळे त्याला सिंधूची मनस्वी आठवण व्हायची. आपल्याला सोडून तिनं एवढ्यातच जगाचा निरोप का घ्यावा, हे त्याला कळायचं नाही.

मग तो काकुळतीनं आपल्या थोरल्या भावाला विचारायचा, ‘‘दादा, एवढ्या लवकर या जगातून जाण्याचा तिच्या पत्रिकेत योग होता का रे? लग्नापूर्वी तू तिची पत्रिका बघितली होतीस ना!’’

मोठ्या विषादानं त्याचा दादा त्याला सांगायचा, ‘‘आमच्या ज्योतिषशास्त्राला देवानं तो शापच दिलेला आहे. माणसाच्या जन्ममृत्यूचं रहस्य देवानं आपल्याजवळच्या चोरकप्प्यात दडवून ठेवलेलं आहे. ते कधी कुणालाच कळत नाही! देव माणसाला एवढंच सांगतो की, जो प्राणी जन्मतो तो मरतो! जन्माबरोबरच प्रत्येक प्राणी आपलं मरण घेऊन येत असतो!’’

एवढ्या सांगण्यानं श्रीधरचं समाधान कधीच होत नसे. आपल्या नोकरीच्या देवळे या गावी तो परत यायचा तो जगन्नाथाला नेत्रांत साठवून आणि मनात मानवी जीवनाचं हे तत्त्वज्ञान सामावून!

परंतु अलीकडेच त्याला एक गोष्ट समजून चुकली होती. सखारामपंत आणि भागीरथीबाई वाघ हे दामत्य केवळ आपलं पोटभरण करणार नाही, तर त्या दामत्याची प्रत त्याहीपेक्षा वरच्या दर्जाची आहे. या गोष्टीचं आकलन झाल्यानंतर श्रीधर त्यांच्याशी घटकादोन घटका गप्पागोष्टी करण्यासाठी बसत असे. रात्रीचं जेवण लवकर व्हायचं. जेवण झाल्यानंतर अंगणातल्या बाजल्यावर ठाण मांडून गप्पागोष्टी सुरू व्हायच्या. सारं घरकाम आवरून भागीरथीबाईही अंगणात येऊन बसायच्या. अंधाऱ्या रात्री गूढरम्य नक्षत्रांची त्याला सोबत असायची. त्या लुकलुकत्या चांदण्या त्यांच्या गप्पागोष्टींत भाग घेत आहेत असं वाटायचं. चांदरात्रीत त्यांच्या गप्पागोष्टी रंगायच्या.

श्रीधर जेव्हा आंबेगावहून परत यायचा, तेव्हा घरगुती गोष्टींना उधाण यायचं.

विशेषतः जगन्नाथविषयी बोलणी व्हायची.

त्या गप्पागोष्टी चालल्या असताना एकदा भागीरथीबाई त्याला म्हणाल्या, "तुमच्या जगन्नाथाला केव्हा एकदा बघेन असं मला झालंय! तुमच्या तोंडून त्याचं वर्णन ऐकताना त्याची हुबेहूब मूर्ती समोर उभी राहते. त्याला एकदा घेऊन या ना इकडे! मी त्याचं सारं काही करेन!"

श्रीधर म्हणाला, "तो जेमतेम दोन वर्षांचा तर झाला आहे. अजून लहान आहे!"

भागीरथीबाई अनवधानानं एकदम बोलून गेल्या, "आमचा राजा तिकडे गेला तेव्हा असाच दोन वर्षांचा होता!"

त्यांचं बोलणं ऐकून श्रीधर एकदम चमकला आणि आपण जे बोललो ते बोलायला नको होतं, अस वाटून भागीरथीबाई चपापल्या.

रात्र अंधारी होती. त्यामुळे परस्परांच्या मुखावरचे भाव त्यांना दिसले नाहीत. पण भागीरथीबाईंच्या अंतःकरणातील कारुण्यभाव श्रीधरला पुरता जाणवला.

श्रीधर अभावितपणानं उद्गारला, "राजा?"

सखारामपंत गप्पच होते.

भागीरथीबाईंचा कंठ दाटून आला होता. मग आपलं मन आवरून त्या बोलायला लागल्या, "राजा हा आमचा एकुलता एक मुलगा. माझ्या माहेरची चांगली शेतीवाडी होती. आंबेजळगावचं ते चांगलं मालदार कुटुंब! मी त्यांची एकुलती एक मुलगी. त्यांना मुलगा हवा होता, पण झाला नाही. मग आमच्या दोन वर्षांच्या राजाला ते आंबेजळगावला घेऊन गेले. त्यानंतर राजा इकडे आलाच नाही."

"म्हणजे समजलं नाही!"

"त्याची मुंजही त्यांनी तिकडेच लावली. आम्ही दोघे तिकडेच गेलो होतो. त्या वेळी मातृभोजन झालं. तेवढ्यापुरताच तो माझ्याजवळ आला. त्यांचाच झाला होता. तिथे त्याचे सारे लाड पुरविले जायचे ना! मुलांना लाडाची चटकन चटक लागते. तसंच झालं त्याचं. तो इकडे यायला कधीच तयार झाला नाही. तेच जसे काही त्याचे आईबाप बनले."

श्रीधरन विचारलं, "त्यांनी दत्तक घेतला की काय त्याला?"

"घेतलाही असता, पण शास्त्रात ते बसत नव्हतं. शास्त्रशुद्ध दत्तकविधान होणं शक्य नव्हतं, पण प्रत्यक्षात तो त्यांचाच मुलगा बनला. त्यांच्या घरच्या कारभारात लक्ष घालू लागला."

"तुम्ही त्याला इकडे आणण्याचा काहीच प्रयत्न केला नाही का?"

या प्रश्नाचं उत्तर सखारामपंतांनी दिलं. म्हणाले, "प्रयत्न केला, पण त्या

प्रयत्नाचा काही उपयोग होणार नाही हे आम्हाला पक्कं माहीत होतं. दगडावर डोकं आपटल्यासारख होतं ते ! डोकं फुटेल, पण दगड फुटणार नाही, अशी अवस्था होती.''

''पुढे काय झालं?''

भागीरथीबाई प्रदीर्घ सुस्कारा टाकून म्हणाल्या, ''फुटकं नशीब वाट्याला आलं. राजा आम्हाला कायमचाच सोडून गेला.''

''कायमचाच सोडून गेला?''

''शेवट वाईट झाला त्याचा.''

श्रीधर त्यांच्याकडे नुसता बघत राहिला.

भागीरथीबाई सांगत होत्या, ''राजा चांगला मोठा झाला. शिक्षणात त्याचं कधीच लक्ष लागलं नाही. चार उनाड मुलांची वाईट संगत लागली त्याला! वाईट व्यसनं लागली. एका परजातीच्या मुलीच्या नादी लागला. त्या मुलीचा भाऊ गुंड होता. त्याला ते आवडलं नाही. त्याला घेऊन तो समुद्रकाठी ट्रिपला गेला. बरोबर चार उनाड मुलं होती. समुद्रात मुलं पोहायला गेली. सारी मुलं सुखरूप परत आली. आमचा राजा समुद्रात बुडाला, असं त्यांनी गावात सांगितलं. बुडला का बुडवला हे आम्हाला कधीच कळलं नाही. माझ्या आई-वडिलांचं एकच म्हणणं असे. ते म्हणत, राजाला वाईट संगत लागली. तुम्ही काय करीत होतात, असं त्यांना विचारण्याचं धैर्य आम्हाला कधीच झालं नाही. विचारून तरी काय होणार होतं? ही मायेची माणसं म्हणायची का! आई-वडील असले तरी मी त्यांना दावेदार म्हणते.. आपली मुलं आपणच सांभाळावीत हेच खरं!''

त्या रात्री श्रीधरच्या मनात भागीरथीबाईंचं ते एकच वाक्य घोळत होतं. आपली मुलं आपणच सांभाळावीत हेच खरं!

रात्रभर त्याच्या डोळ्याला डोळा लागला नाही. त्याला जगन्नाथाची एकसारखी उत्कट आठवण येत होती.

७

आपली मुलं आपणच सांभाळावीत हे भागीरथीबाईंचं म्हणणं श्रीधरच्या मनात रुतून बसलं होतं; परंतु त्याबाबतीत गेली चार-पाच वर्षं काहीच हालचाल केली नव्हती. त्या अवधीत त्याची आंबेजळगावला बदली झाली होती. तो आंबेजळगावला जायला निघाला तेव्हा भागीरथीबाई त्याला म्हणाल्या होत्या, "तिथेही आमचं घर आहे. तिथे आता आमचं कुणीच नाही. आई-वडील गेल्यानंतर घराला कुलूपच आहे. सारी शेतीवाडी सरकत्याला दिली आहे. वार्षिक वसूल फक्त आम्ही घेतो. तिथे राहण्यासाठी फक्त आपलं घर आहे."

"पण जेवणाखाण्याची व्यवस्था काय? याल तुम्ही?"

"आम्ही आलोही असतो, पण तिथे गेलो की, राजाची आठवण होते. तिथे मन रमणार नाही."

श्रीधर म्हणाला, "माझं तरी मन तुमच्याशिवाय तिथे रमेल का?"

"जगन्नाथाला घेऊन जा बरोबर! म्हणजे मग तुमचं मन तिथे रमेल!"

"आणि त्याच्याकडे बघणार कोण?"

"आम्ही तिथे आलो असतो, पण..."

"तोच तर प्रश्न आहे."

"जगन्नाथ भारी गोड आहे हो तुमचा! दोन-तीनदाच इथे आला होता, पण त्यानं आम्हाला केवढा लळा लावला!"

काही झालं तरी भागीरथीबाई आंबेजळगावला जाणं शक्य नव्हतं आणि जगन्नाथलाही एकट्याला तिकडे नेणं शक्य नव्हतं. त्याचं प्राथमिक शिक्षण आंबेगावलाच घरच्या घरी झालं. सुट्टीच्या दिवसांत तो आंबेजळगावला यायचा. वडिलांजवळ चार-आठ दिवस काढायचा. खानावळीतलं जेवण त्याला आवडायचं नाही. टावरनचा चहा चालायचा नाही.

त्यानं आपल्या वडिलांना एकदा विचारलं, "बापू टावरन म्हणजे काय हो?"

"रेस्टॉरंट! शहरात मोठी हॉटेलं म्हणजे रेस्टॉरंट असतात ना, तसं इथे हे टॉवरन!"

"शहरातल्या मोठ्या रेस्टॉरंटमध्ये असाच चहा असतो का हो?"

"हे बघ.. रेस्टॉरंट काय आणि टावरन काय.. घरच्यासारखं तिथे थोडंच मिळणार आहे?"

"आणि बापू खानावळीत तरी घरच्यासारखं जेवण मिळतं का हो? तुम्हाला आवडतं खानावळीतलं जेवण!"

"अरे, न आवडून करणार काय? पेन्शन घेईपर्यंत असंच चालायचं. पेन्शन घेतल्यानंतर तू असशील तिथे राहायला येईन, तेव्हा सारं ठीक होईल. हवं तसं खायलाप्यायला मिळेल!"

यावर जगन्नाथ म्हणायचा, "बापू तुम्हाला मी खरंच सुखात ठेवीन! बघाल तुम्ही!"

काही दिवस तिथे राहून तो परत आंबेगावला जायचा. जगन्नाथाचे ते लहानपणीचे बोल ऐकून श्रीधरला अस्मान ठेंगणं व्हायचं. त्याच्या माध्यमिक शिक्षणाबद्दल त्याला काळजी वाटायची. आंबेगावला हायस्कूल नव्हतं. अन्य साऱ्या सुखसोयी होत्या. तिथल्या हायस्कूलची तो आतुरतेनं प्रतीक्षा करीत होता.

लवकरच त्याच्या त्या प्रतीक्षेला फळ आलं. आंबेगावच्या परिसरात हायस्कूल निघालं.

हे हायस्कूल काढण्याचा हट्ट धरला जान्हवीनं! तिच्या आईनं तिला दुजोरा दिला.

पुतळाबाई शिवाजीरावांना म्हणाल्या, "ती किती हट्टी आहे हे आपल्याला माहीत आहेच! त्यासाठी ती उपोषण करायला कमी करणार नाही. त्यासाठी तिनं काय केलंय माहीत आहे?"

शिवाजीराव तिच्याकडे प्रश्नार्थक मुद्रेनं बघत राहिले.

पुतळाबाईंनी पुढे सांगितलं, "अहो, तिनं त्यासाठी शंकरदेवाला साकडं घातलं."

"त्यासाठी देवाला साकडं? कमालच केली तिनं! साध्या गोष्टीसाठी देवाला वेठीला धरणं बरं नव्हे!"

"ती किती हट्टी आहे हे आपल्याला माहीत का नाही! ब्रह्मदेवाला ती वेठीला धरायला कमी करणार नाही. तिनं त्यासाठी पाठकांच्या सरस्वतीकाकूंना सोळा सोमवारचं कडक व्रत करायला सांगितलं. त्यांनी ते केलं. सोळा मेहुणांचा प्रसाद करायला सांगितलं. आजच त्यांचा प्रसाद आला."

शिवाजीराव म्हणाले, "मग बोलणंच खुंटलं! शंकरदेवाला खोटं ठरवायचं का?"

पुतळाबाई समजावणीच्या स्वरात म्हणाल्या, "ते तर आहेच, पण मी म्हणते आपली दोन्ही मुलं देवाघरी निघून गेली. ही एकुलती एक मुलगी उरली. तिचे हट्ट पुरवायला नकोत का? बरं, तिचा हा हट्ट वाईट का आहे?"

हा रामबाण शिवाजीरावांच्या अंतःकरणात घुसला.

हायस्कूल काढायला जाहीररीत्या संमती देताना ते म्हणाले, "मी माझं तत्त्व सोडलेलं नाही बरं का! आपल्या गावातून कुणी बाहेर जाता कामा नये, हे माझं म्हणणं! इथे हायस्कूल काढायचं म्हणजे बाहेरचेच लोक उलट इथे येतील!"

काही का असेना, शंकरानं जान्हवीच्या बाजूनं कौल दिला होता. तिचा हट्ट शंकरदेवानं पुरविला होता.

आता बाहेरचं वारं घरात आलं होतं. या हायस्कूलसाठी बाहेरगावाहून इथे शिक्षक येणार होते आणि या गावाचे होणार होते.

मग झपाट्यानं हायस्कूल प्रस्थापनेची चक्रं फिरली.

'आंबेगाव एज्युकेशन सोसायटीची' प्रस्थापना झाली. 'शिवाजीराव भोसले हायस्कूल' हे नाव निश्चित झालं. त्या नावाला कुणाचा विरोध असणं शक्यच नव्हतं, कारण त्या गंगोत्रीपासूनच पुढे महागंगा निर्माण होणार होती.

आंबेगाव आणि आंबोडी या सीमारेषेवर हे नवं हायस्कूल उभं राहिलं.

शिवाजीरावांनी दिलेल्या विस्तीर्ण पठारावर या हायस्कूलची भव्य वास्तू उभी राहिली, तेव्हा त्यांच्याच शुभहस्ते वास्तुपूजन झालं. त्या वेळी मोठा समारंभ झाला.

त्या समारंभाला श्रीधर आवर्जून उपस्थित राहिला होता. सारं गाव त्या समारंभात सहभागी झालं होतं. जणू शंकर देवानंच या भगवती विद्यादेवीला गावात आणलं होतं.

यानिमित्त उभारलेल्या भव्य मंडपात जेव्हा जान्हवी स्वागतगीत म्हणायला उभी राहिली, तेव्हा गावकऱ्यांनी टाळ्यांचा कडकडाट केला.

जान्हवी गीत म्हणत होती, 'ज्या चरणापासून जान्हवी भूतलासि आली... हिमालगावर लहान गुढे ती राहस्त्रगुखी झाली.'

ते गीत म्हणून झाल्यावर ती उद्‌गारली, 'आपली ही विद्यागंगा भावी काळात अशीच सहस्त्रमुखी होणार आहे!'

टाळ्यांच्या गजरानं मंडप दुमदुमला.

शिवाजीरावांना धन्यता वाटली. पुतळाबाईंना लेकीचं कौतुक वाटलं. जगन्नाथ मनातून प्रभावित झाला.

मग शिवाजीरावांनी त्र्यंबकगुरुजींना आशीर्वादपर भाषण करायला सांगितलं. ते म्हणाले, "त्र्यंबकगुरुजी, तुमच्या मुखातून या आपल्या विद्यादेवीच्या संस्थेला शंकरदेवाचा आशीर्वाद द्या!"

व्यासपीठावर स्थानापन होऊन त्र्यंबकगुरुजी जेव्हा बोलायला लागले, तेव्हा ते खरोखरच एखाद्या ऋषिमुनीप्रमाणे आशीर्वाद देत आहेत असा भास झाला.

त्र्यंबकगुरुजी बोलू लागले, ''सावधपणानं आणि स्थितप्रज्ञ वृत्तीनं ही विद्या संस्था चालविली गेली तर ही संस्था चिरस्थायी आणि सहस्त्रमुखी व्हायला मुळीच कालावधी लागणार नाही. त्यासाठी आपल्या या शंकरदेवाची कथा सांगतो.''

अशी प्रस्तावना करत त्यांनी ती कथा सांगितली.

एकदा प्रातःकाळी शिवशंकर हिमालयावर ध्यान लावून बसले होते. त्या दिवशी त्यांचं ध्यान खूपच लांबलं. सूर्य माथ्यावर आला तरी त्यांची ध्यानावस्था भंगली नव्हती.

त्यांच्यासमोर पूजेचं तबक घेऊन भगवती पार्वतीदेवी उभ्या होत्या. शंकरदेवांची पूजा केल्याशिवाय त्या कधी अन्नग्रहण करीत नसत.

परंतु त्या दिवशी शंकरदेवांची ध्यानावस्था दीर्घ काळ न उतरल्यामुळे देवींना बराच वेळ ताटकळत उभं राहावं लागलं.

ध्यानाबरोबर शंकरदेव काहीतरी पुटपुटत होते. मधूनच हातवारे करीत होते.

आता मात्र पार्वतीदेवींच्या रागाचा पारा वर चढत चालला.

देवांचं ध्यान संपेना तसा त्यांचा पारा वर चढत गेला.

मधूनच शंकरदेव हसायला लागले, तेव्हा मात्र पार्वतीदेवींचा राग अनावर झाला. आपल्या प्रिय भक्ताकडे बघूनं ते हसत असावेत असं वाटून त्यांचं मन संशयग्रस्त झालं. एखाद्या स्त्रीकडे बघून तर ते हसत नसावेत याही कुशंकेनं त्यांचं मन ग्रासलं.

शेवटी दीर्घ कालावधीनंतर श्रीशंकराचं ध्यान उतरलं. तेव्हा क्रोधाविष्ट पार्वतीदेवी त्यांना दिसल्या.

त्यांच्याकडे बघून शंकरदेव हसून म्हणाले, 'वा! साक्षात पार्वतीदेवी हातात पूजा तबक घेऊन उभ्या! केवढा शुभशकुन!'

यावर पार्वतीदेवी कृतककोपानं म्हणाल्या, 'आपल्याला शुभशकुन झाला खरा, परंतु त्यासाठी मला मात्र इथे कितीतरी वेळ ताटकळत उभं राहावं लागलं! किती वेळ ध्यान चाललं होतं?'

'अहो भगवतीदेवी, तुमचा राग बरोबर आहे; परंतु आमच्या त्या मोठ्या देवाचं दुःख मला बघवत नव्हतं! त्यामुळे ध्यानही नीट लागत नव्हतं.'

पार्वतीदेवीनं आश्चर्यानं विचारलं, 'कोण आहे तो तुमच्यापेक्षा मोठा देव?'

'अहो तो श्रीराम!'

पार्वतीदेवी कुत्सितपणानं हसत म्हणाल्या, 'पत्नीच्या विरहानं व्याकूळ झालेला आणि पत्नी म्हणून दगडधोंड्यांना आणि वृक्षांना मिठी मारणारा तो श्रीराम. तो मोठा

देव!'

शंकरदेव म्हणाले, 'हो, हो....तोच तो मोठा देव! हवं तर तुम्ही त्याच्याकडे जा आणि त्याच्या मोठेपणाची परीक्षा घ्या!'

पार्वतीदेवीनं त्या मोठ्या देवाची परीक्षा घ्यायचं ठरवलं.

एके दिवशी पार्वतीदेवींनी सीतामाईचं रूप घेतलं आणि त्या वनात श्रीरामाकडे गेल्या. एका वृक्षाच्या छायेखाली श्रीराम, लक्ष्मण आणि हनुमंत उभे असलेले त्यांना दिसले.

त्या मायावी सीतेकडे त्या तिघांनीही बघितलं. राम आणि हनुमंत तिच्याकडे बघून तसेच निश्चल उभे राहिले. लक्ष्मण मात्र एकदम पुढे धावला आणि सीतामाईला वाकून वंदन केले.

त्या मायावी सीतामाईनं लक्ष्मणाला तोंडभरून आशीर्वाद दिला.

राम आणि हनुमान मात्र जिथल्या तिथेच उभे होते. सीतामाई त्यांच्याकडे आश्चर्यानं बघत होती.

शेवटी हनुमंत म्हणाला, 'हे मायावी देवी, लक्ष्मणानं तुम्हाला ओळखलं नाही, पण आम्ही तुम्हाला ओळखलं.'

लक्ष्मणानं हनुमंताकडे प्रश्नार्थक मुद्रेनं बघितलं तेव्हा हनुमंत म्हणाला, 'तुम्हाला वाटलं असेल की, विरहाकुल राम या सीतेकडे धावून जाईल! मीदेखील त्यांना वंदन करीन असंही तुम्हाला वाटलं असेल, पण ज्याअर्थी आम्ही जागचे हललो नाही त्याअर्थी आम्ही या देवींचं हे मायावी स्वरूप ओळखलं होतं, हे आपण ओळखायला हवं होतं! पण...'

तेवढ्यात पार्वतीदेवी तिथून अंतर्धान पावल्या आणि श्रीशंकराकडे परत आल्या.

शंकरदेवानं हसत विचारलं, 'काय! झाली का परीक्षा माझ्या देवाची?'

खजील होऊन पार्वतीदेवी त्यांच्याजवळ बसायला गेल्या, तेव्हा शंकरदेवानं त्यांना अडवून दूर उभं केलं आणि म्हटलं, 'तुमच्या हातून हा प्रमाद घडला. तुम्हाला शिक्षा व्हायलाच हवी!'

'मला शिक्षा! या तुमच्या सहचारिणी देवीला?'

शंकरदेव गंभीरपणानं म्हणाले, 'देवी असो वा देव असो, जो प्रमाद करतो त्याला शिक्षा व्हायलाच हवी!'

'मला कोणती शिक्षा देणार?'

'माझ्यापासून दूर राहण्याची!'

'मला ते सहन होणार नाही देवाधिदेव!'

'अपराध्याला ते सहन करावंच लागेल! यापुढे कुणाचा राग करू नका! कुणाचा संशय घेऊ नका! द्वेषही करू नका कुणाचा! सरळ वागणाऱ्या कुणालाही

कधी शिक्षा होत नसते.'

पार्वतीदेवींना एकाकी जीवन कंठावं लागलं.

त्र्यंबकगुरुजींनी ही हरदासी कथा थोडी फेरफार करून सांगितली.

मग काही काळ थांबून ते शेवटी ठासून म्हणाले, "आपली ही नवी शिक्षण संस्था आपल्याच शिवशंकरानं प्रस्थापित केलेली आहे, हे ध्यानात ठेवा आणि त्यांनी सांगितलेल्या चतुःसूत्रीप्रमाणे संस्थेचा कारभार करा! ही संस्था त्यांच्या हिमालयाप्रमाणेच उत्तुंग झाल्याशिवाय राहणार नाही, असा विश्वास बाळगा!"

ही कथा ऐकताना साऱ्या श्रोत्यांची एकतानता लागली होती.

त्र्यंबकगुरुजींचं प्रवचन संपलं तेव्हा टाळ्यांचा गजर झाला.

शेवटी शिवाजीराव एवढंच म्हणाले, "श्रीशंकराचाच आशीर्वाद आपल्याला लाभला आहे. आता उठा आणि कामाला लागा!"

आता सारे लोक खरोखरच उठले होते आणि कामाला लागणार होते.

बघता बघता संस्था उभी राहिली. जगन्नाथाच्या रथाला हजारोंचे हात लाभले होते.

याच मुक्कामात श्रीधर त्र्यंबकगुरुजींना म्हणाला, "आता माझा जीव भांड्यात पडला. जगन्नाथाच्या शिक्षणाची इथल्या इथे सोय झाली. माझ्याबरोबर राहायला तो तयार नाही. इथून हलायला तो राजी नाही. वहिनींनी त्याला पुरता आपलासा केला आहे."

सरस्वतीबाई हसून म्हणाल्या, "नको का करायला? आईविना पोर, शिवाय तुम्हाला नोकरीच्या गावी त्याची कशी काय काळजी घेता येणार? काम बघणार का याच्याकडे बघणार? त्यापेक्षा इथे घरी राहिलेला बरा!"

"वहिनी, माझी आता खरंच काळजी मिटली. तुम्ही दोघे त्याला आई-वडिलांची माया लावता. आता तर त्याच्या शिक्षणाची सोय लागली. मी खरंच निर्धास्त बनलो."

नोकरीच्या गावी परत जाताना श्रीधर शिवाजीरावांच्या घरी त्यांचा निरोप घ्यायला गेला.

प्रथम हायस्कूलबद्दल त्यांची बोलणी झाली.

श्रीधर त्यांना म्हणाला, "पपा, आपल्यामुळे हे हायस्कूल उभं राहिलं."

शिवाजीराव हसत म्हणाले, "तुमच्या जगन्नाथाची सोय झाली..."

श्रीधर मध्येच म्हणाला, "सर्वांचीच सोय झाली पपा! जान्हवीही आता इथल्याच शाळेत जाईल!"

शिवाजीराव म्हणाले, "दोघेही फार हुशार आहेत. तुमच्या दादांच्या मुलाचं मात्र शिक्षणात लक्ष नाही. तो तुमच्या शेतीवाडीकडे बघतो आहे. ते ठीकच आहे.

सर्वांनी तरी शिकून काय करायचं आहे! शेतीकडे जर कुणी लक्ष दिलं नाही तर शिकलेली माणसं खाणार काय?''

यावर श्रीधर चटकन बोलून गेला, ''आणि मुलं शिकली नाहीत तर नुसती खाती तोंडं करणार काय? म्हणून तुम्ही हायस्कूल काढलंत हे बरंच झालं नाही का पपा!''

''हे हायस्कूल काढण्यात मी का पुढाकार घेतला माहीत आहे का? त्यामुळे बाहेरचे लोक इथे येतील. इथले लोक बाहेर जाणार नाहीत.''

''ते चांगलं झालं!''

एवढं बोलून श्रीधरनं शिवाजीरावांचा निरोप घेतला.

निरोप घेताना समोरच त्याला जान्हवी दिसली. तिच्याकडे बघून तो म्हणाला, ''जानू तुझी आणि जगन्नाथाची चांगली सोय झाली ना शिक्षणाची? तुम्ही दोघे एकाच वर्गात आहात ना? आता चांगला अभ्यास करा म्हणजे झालं! आता तुम्हाला काही कमी नाही!''

जान्हवी हसऱ्या मुद्रेनं म्हणाली, ''तुमचीच कमतरता आहे, पण तुम्ही पडले लांब!''

''काय करणार? नोकरीची बेडी अशीच असते!''

''पण अधूनमधून आमची आठवण ठेवा! निदान जगन्नाथाची तरी!''

''आणि तुझी का नाही?''

''अहो, जगन्नाथ तुमचा आहे!''

''आणि तू नाहीस वाटतं आमची?''

''आम्ही खूप मानू! पण तुम्ही तसं मानणार का?''

मग शिवाजीरावांकडे बघून श्रीधर म्हणाला, ''भारी हुशार आहे बेटी! ऐकायची नाही!''

दोघेही मनसोक्त हसले.

आंबेजळगावला श्रीधर पोचला, तेव्हा त्याच्या हातात बदलीचा हुकूम पडला होता. त्याची पुन्हा देवळे गावात बदली झाली होती.

सखारामपंत आणि भागीरथीबाई यांचं अन्नोदक पुन्हा सुरू होणार होतं.

सर्वांनाच आनंद होणार होता.

८

देवळे गावाच्या पोस्टात श्रीधर पुन्हा रुजू झाला. त्या वेळी कालचक्राची गती उलटी फिरत असल्याचा भास त्याला झाला. सखारामपंतांचं ते घर, भागीरथीबाईंच्या हातचं जेवण... रात्रीच्या वेळेच्या बाजल्यावरच्या गप्पागोष्टी...त्याचप्रमाणे पोस्टाच्या भिंतींचा उडालेला रंग... या साऱ्या गोष्टी आहेत तशाच आहेत. मधला गेलेला काळ पुसून त्या भविष्यकाळाचा पुन्हा वर्तमानकाळ झालेला आहे, असं त्याला वाटू लागलं.

भागीरथीबाई त्याला म्हणाल्यादेखील, ''तुम्ही इथून आंबेजळगावला बदलून गेलात, हे खरंच वाटत नाही. इथेच आहात असं वाटतं!''

यावर सखारामपंत घाईघाईने म्हणाले, ''हे परत इथे आले म्हणून तू असं म्हणतेस; परंतु हे आंबेजळगावला बदलून गेले तेव्हा घर खायला उठतं असं म्हणत होतीस!''

भागीरथीबाई म्हणाल्या, ''खरंच! माणसाच्या सहवासाचं असंच असतं. माणसाचं सोडा, पण एखाद्या घरालाही माणसाचा सहवास झाला म्हणजे त्या घरालाही त्याचा विरह सहन होत नाही. घर घरालाच खायला उठतं.''

तिघंही हसायला लागले.

हसणं ओसरल्यावर श्रीधर म्हणाला, ''आता ठीक आहे ना! घराला घरपण आलं आहे ना आता! माणसंच निर्जीव घराला सजीव करतात. माणसानं नेहमी वर्तमानकाळात आनंदानं जगावं हे चांगलं! माणसानं रडत जगण्यापेक्षा हसत जगावं!''

भागीरथीबाई चटकन बोलून गेल्या, ''हसत जगण्यासारखं असेल तर!''

त्यांना सहजच त्यांच्या राजाची आठवण झाली.

त्यानंतरची स्तब्धता मोडली श्रीधरनं! त्यानं आंबेगावच्या नव्या हायस्कूलची वार्ता त्याच्या कानावर घातली. त्यामुळे तंग वातावरण थोड सैल झालं.

श्रीधर सांगत होता, ''आमच्या आंबेगावला हायस्कूल निघालं, त्यामुळे जगन्नाथाची सोय झाली.''

भागीरथीबाई तात्काळ म्हणाल्या, ''खरंच, त्याला एकदा इथे घेऊन या ना!''

''घेऊन येईन. आंबेजळगावलाही घेऊन गेलो होतो; पण आपल्या गावाशिवाय तो कुठेच रमत नाही. कुठेही नेलं तरी तिथून काढता पाय घेतो. आता तर काय, घरच्या घरीच शिक्षणाची सोय झालेली आहे. गावातच त्याचं मित्रमंडळ आहे. शिवाजीराव भोसले हे आमच्या गावाचं वैभव! त्यांची मुलगी जान्हवी ही त्याची खास मैत्रीण! गावातच रमतात पोरं!''

बाजल्यावरच्या अशा तऱ्हेच्या आनंदी आठवणींनी भरलेले आणि भारलेले दिवस कसे भुर्रकन उडून गेले, ते कुणालाच कळलं नाही. कालांतरानं दुःखद आठवणीही सुखद होतात, याचा अनुभव सखारामपंत आणि भागीरथीबाई यांना येत होता. सर्वभक्षक काळ दुःखाचाही गाभा भक्षण करतो, हीच गोष्ट खरी!

अशा या सुखदुःखाच्या सावलीत १९७५ साल केव्हा उगवलं हे कुणालाच कळलं नाही. काळाच्या जलद गतीनं पडणाऱ्या पावलाकडे माणसाचं सहज लक्ष जात नाही; आणि लक्ष जातं तेव्हा एखादं सुख-दुःख दृष्टीसमोर उभं ठाकलेलं दिसतं.

एके दिवशी एक पत्र घेऊन श्रीधर घरी आला आणि चहा पिताना पार्वतीबाईंना म्हणाला, ''मला आंबेगावला गेलं पाहिजे!''

पार्वतीबाईंनी प्रश्नार्थक मुद्रा केली, तेव्हा तो म्हणाला, ''शिवाजीराव गेले. मला गावी गेलं पाहिजे!''

भागीरथीबाई घाबऱ्या घाबऱ्या उद्‌गारल्या, ''आं? केव्हा? काल तर होते...''

''कालचा माणूस आज असतोच असं थोडंच आहे? आणि मला ते थोडेच भेटणार आहेत? आमच्या गावाचा पोशिंदा गेला. मी उद्या जाऊन येतो.

''गेलंच पाहिजे तुम्हाला!''

श्रीधरनं आंबेगावात पाऊल टाकलं तेव्हा गावात सर्वत्र स्मशानकळा पसरलेली दिसली. शिवाजीरावांचे अंत्यविधी झाले होते, पण अंत्यविधीच्या खुणा जागोजागी दिसत होत्या. मार्गात कडव्याची ताटं पडलेली दिसत होती. लाकूडफाटाही पडलेला दिसत होता. गावात सगळाकडे सामसूम होतं. घरांची दारं बंद होती.

जणू प्रत्येक घरातलंच कुणीतरी हरपलं होतं.

घरी गेल्यावर त्र्यंबकगुरुजी म्हणाले, ''बापू तू आलारा, बरं झालं!''

''मला यायलाच हवं होतं, पण दादा काय हो झालं एकदम?''

''अरे एकदम नाही झालं! दोन कर्ती मुलं डोळ्यांदेखत गेली. दुःखानं जीव पोळून निघाला होता. अलीकडे तर ते दुःख गुरफटूनच वावरत होते. भेटेल

त्याच्याशी तोच विषय बोलत होते. त्यांना तो दुःखभार मुळीच सहन होत नव्हता.''

''पण हायस्कूलच्या उद्घाटनाच्या दिवशी किती आनंदी दिसत होते! तुमच्या प्रवचनाच्या वेळी तर नागासारखे डोलत होते आणि एकदम काय झालं?''

''अरे, एकदम नाही झालं. तेच तर सांगतोय. रामभाऊ शिंदे या नावाचा त्यांचा एक शाळूसोबती इथे अचानक आला. तो मूळचा इथलाच! पण काका-काकूच्या जाचानं इथलं सारं सोडून तो परागंदा झाला. सेवानिवृत्तीनंतर पुन्हा इथे उगवला. त्याला घेऊन नेहमी ते देवळात जायचे. या दुःखाच्या गोष्टी त्याच्याशी बोलायचे. जळलेलं अंतःकरण उघड करून दाखवायचे! पार करपून गेलं होतं त्यांचं अंतःकरण! एवढा भव्य पुरुष! अंगापिंडानं थोराड! पण भोगलेल्या दुःखानं पार चिपाड बनलं होतं आणि देवळातच त्यांनी राम म्हटला.''

ही शोककथा सांगताना त्यांना गहिवर दाटून आला. त्यांना बोलवेना. कसेबसे ते म्हणाले, ''बापू तू काही दिवस इथे राहणार आहेस ना?''

''होय. त्यांचे दिवस झाल्यानंतरच मी जाईन. तशी खास व्यवस्था करूनच आलो आहे.''

त्र्यंबकगुरुजी म्हणाले, ''मग एक गोष्ट कर, तू वाड्यात जाशील तेव्हा तुला तेथे रामभाऊ शिंदे भेटतील. ते सेवानिवृत्त झाले आहेत. तेव्हा त्यांना आता गावीच राहायला सांग. तेवढाच त्या घराला आधार होईल.''

श्रीधर तिथे गेला तेव्हा भोसलेवाडा उदासवाणा दिसला. शिवाजीरावांच्या बरोबर त्या वाड्यातील आनंदही बाहेर पडला होता. सदैव हसणारा वाडा सुनसान बनला होता.

आतल्या बाजूला पुतळाबाई उदास होऊन बसल्या होत्या. शेजारी जान्हवी बसली होती.

श्रीधरला बघताच जान्हवी रडलेल्या सुरात म्हणाली, ''पपा, गेले हो आमचे! आता पुन्हा दिसणार नाहीत!''

श्रीधरनं तिला थोपटलं! सांत्वनार्थ काही बोलणं शक्यच नव्हतं. श्रीधरबरोबर जगन्नाथही गेला होता. तो जान्हवीकडे उदास मुद्रेनं बघत होता. गुलाबाचं फूल सुकलं होतं. फुलाच्या पाकळ्यांनी मान टाकली होती. जान्हवीच्या पपांचं मरण त्या फुलातील सुगंध आपल्याबरोबर घेऊन गेलं होतं.

जगन्नाथ मनाशी म्हणाला, 'हिच्या रडण्याबरोबर जर झालेलं दुःख वाहून जात असेल, तर हिला रडू दे. तिच्या दुःखाला समजुतीचा बांध घालणं इष्ट ठरणार नाही!'

श्रीधर पुतळाबाईंच्या विशाल भालप्रदेशाकडे नुसता बघत होता. पुतळाबाई भलंमोठं कुंकू लावीत असत. त्यांच्या भालप्रदेशावरील कुंकवाचा तो पौर्णिमेचा चांद

आता मावळून गेला होता. त्या ठिकाणी अमावास्येचा अंधकार पसरलेला दिसत होता. आजवर पौर्णिमेच्या त्या चंद्रप्रकाशात त्यांनी आपल्या जीवनसाथीबरोबर संसाराचा मार्ग आनंदानं आक्रमिला होता. आता तो मार्ग अंधारात बुडून गेला होता. खळखळत्या आनंदाचा निर्झर आटला होता. तिथे दुःखाचा डोह निर्माण झाला होता.

त्यांच्या या दारुण दुःखावर सांत्वनाची फुंकर घालायलाच हवी होती, म्हणून श्रीधर एवढंच म्हणाला, ''पपांनी बहरलेल्या संसारातून उठून जायला नको होतं!''

तो नेमकं काय बोलला होता हे त्याचंही त्याला कळत नव्हतं.

पुतळाबाई पुटपुटल्या, ''संभाजी-राजाराम गेले. त्याची त्यांनी हाय खाल्ली. मुलांना पाणी द्यायचा प्रसंग त्यांच्यावर आला, त्याबद्दल त्यांना नेहमी दुःख व्हायचं! त्या दुःखाचा भार त्याना सहन झाला नाही!''

जान्हवीकडे बघून जगन्नाथ म्हणाला, ''आता आईला सावरण्याचं काम तुझ्याकडे आहे. तू दुःख आवरायला हवं!''

''अरे, दुःख आवरायचं म्हटलं तरी आवरता येतं का? दुःखाला बांध घालणं सोपं नसतं.''

''आईसाठी तरी प्रयत्न करायला हवा!''

सांत्वनाची अशी निरर्थक बोलणी बराच वेळ चालली होती.

त्यांच्या घरातून बाहेर पडताना श्रीधर म्हणाला, ''पपांचे दिवस होईपर्यंत मी इथे थांबणार आहे. पुन्हा येईन.''

बाहेरच्याच बाजूला त्यांना रामभाऊ शिंदे भेटले. श्रीधर त्यांना म्हणाला, ''तुमच्याशी मला खूप बोलायचं आहे. नंतर बोलेन. मी आठ-पंधरा दिवस इथे आहे.''

रामभाऊंनी नुसती मान डोलावली.

ते दोघे वाड्याबाहेर पडले.

शिवाजीरावांचा दिवस धामधुमीत घातला गेला. प्रसादाचं गावजेवण झालं. दारुण दुःखाचं ते जेवण अपार आनंदात पार पडलं. पुतळाबाई जेवणावळीत आल्या नाहीत; परंतु त्यांनी साऱ्यांना बजावलं होतं, 'त्यांच्या प्रसादात कुठे कमताई करू नका. त्यांनी साऱ्या गावाला भरभरून दिलं आहे. त्यांचा दिवस असाच भरभरून झाला पाहिजे!' जान्हवीनं साऱ्यांचा भरभरून समाचार घेतला.

त्र्यंबकगुरुजींनी सारे धार्मिक संस्कार पार पाडले. रामभाऊ शिंदे यांना त्यावेळी क्षणाचीही उसंत मिळाली नाही.

सारी आवराआवर झाल्यावर श्रीधर मोठ्या जड अंतःकरणानं परत जायला निघाला. आदल्या दिवशी तो पुतळाबाईंना जाऊन भेटला. त्यांच्याशी बोलताना

म्हणाला, ''आई, आता पपांच्या जागी आपण आहात. साऱ्यांचा सांभाळ करणं आपलंच काम आहे.''

त्या सद्‌गदित होऊन म्हणाल्या, ''त्यांच्यासारखं का मला जमणार आहे? आता आपला शंकरदेवच साऱ्यांचा सांभाळ करील.''

तेवढ्यात जान्हवी तिथे आली.

तिच्याकडे बघून श्रीधर म्हणाला, ''आईला सांभाळ! तिच्याकडे नीट लक्ष ठेव. जगन्नाथाला केव्हाही हाक मार!''

तिनं मान डोलावली. तिचे नेत्र पाणावले होते.

बाहेरच्या बाजूला रामभाऊ शिंदे बसले होते. श्रीधर तिथे काही वेळ टेकला.

काही क्षण गेल्यानंतर तो त्यांना म्हणाला, ''रामभाऊ, आता सारा भार आपल्यावर आहे. आता तुम्ही गाव सोडून जाऊ नका. गाव पोरकं झालं आहे हो!''

''काही दिवसांनी मला इथून गेलं पाहिजे. मुंबईचं सारं आवरायचं आहे.''

''त्यासाठी काही दिवसांनी काही दिवस जा. तोवर गावाचं दुःख थोडंफार हलकं होईल! पण नंतर इथे येऊन राहा!''

''इथे राहून काय करू?''

''मला आमच्या दादांनी सगळं काही सांगितलं आहे...''

''काय सांगितलंय?''

''इथे या हायस्कूलसमोर वसतिगृह उभं राहतं आहे. त्या वसतिगृहाची सारी व्यवस्था आपल्याला बघायची आहे.''

''आणि राहू कुठे?''

''तिथेच आपली राहण्याची सोय होणार आहे, शिवाय हायस्कूलच्या व्यवस्थापनावर आपण एक विश्वस्त म्हणून राहणार आहात!''

रामभाऊंनी विचारलं, ''एवढी माझी पात्रता आहे?''

''आमचे दादा सांगत होते की, आजकाल फार मोठी पात्रता असलेले लोक प्रामाणिक असत नाहीत. प्रामाणिकपणा हीच तुमची मोठी पात्रता आहे. आज सारा समाज भ्रष्टाचारानं पोखरत चाललेला आहे. म्हणून तर शिवाजीरावांचा कटाक्ष होता, की आपल्या आंबेगावाला बाहेरचं वारं लागू द्यायचं नाही म्हणून! आपण त्यांचे शाळासोबती! त्यांच्याच ठिकाणी आता आपण आहात! आपण मूळ या गावचे! आता गाव सोडून कुठे जायचं नाही!''

रामभाऊ एकदम उद्‌गारले, ''आपण मला सांगता! पण आपण मात्र गाव सोडून गेलात!''

श्रीधर उदासवाण्या स्वरात म्हणाला, ''माझी गोष्ट वेगळी होती. माझं सर्वस्वच या जगातून निघून गेलं. म्हणून मोठ्या जड अंतःकरणानं मी इथून बाहेर पडलो.

नाहीतर एवढं चांगलं गाव मी सोडलं नसतं! आमच्या अनेक पिढ्या या गावात राहिल्या आहेत. जगन्नाथाची आई त्याला जन्म देऊन देवाघरी गेली नसती तर हे परंपरागत सोडून मी कशाला देशोधडीला लागलो असतो!''

हे सारं बोलताना श्रीधरचा आवाज घोगरा झाला. विषयाला असं काही वळण लागेल या गोष्टीची रामभाऊंना कल्पनाही नव्हती.

रामभाऊ गप्प बसून राहिले.

श्रीधरच म्हणाला, ''रामभाऊ, तुम्ही मात्र आता इथेच राहिलं पाहिजे!''

एवढ्यात जान्हवी तिथे आली. तिनं हे बोलणं ऐकलं होतं.

ती तत्परतेनं म्हणाली, ''काका, आम्ही यांना हेच सांगतो आहोत. ममा तर यांना हेच सारखं सांगते आहे. आता तुम्हीच बघा! पपाही यांना असंच म्हणाले होते. पपांची शेवटची इच्छा तरी यांनी मानली पाहिजे! तसं यांना सांगण्याचा आमचा अधिकार थोडाच आहे?''

रामभाऊ बोलून गेले, ''जान्हवी, तुझ्या पपांवर तुझा जितका अधिकार होता तितकाच तो माझ्यावरही आहे. अगं, हा तुझा प्रेमाचा अधिकार मी मानणार का नाही? मला दुसरीकडे असा प्रेमाचा पाश आहे का? मी तुमच्या इच्छेबाहेर नाही. मी इथेच राहीन बरं! अगदी अखेरच्या श्वासापर्यंत!''

जान्हवी कळवळून म्हणाली, ''असं बोलू नका रामभाऊकाका! माझे पपा आम्हाला लवकर सोडून गेले. तुम्हाला एवढ्या लवकर मी शेवटचा श्वास घेऊ देणार नाही ! मी आपल्या शंकरदेवाशी त्याबद्दल भांडेन!''

तिघेही गहिवरले आणि गप्प बसले.

काही वेळानं जान्हवी श्रीधरला उद्देशून म्हणाली, ''श्रीधरकाका, या काकांनी माझं म्हणणं मानलं. खरं तर लहानांचं मोठ्या लोकांनी मान्य करणं यातच मोठ्यांचा खरा मोठेपणा असतो. काका, आता तुम्हीही माझं ऐका. लवकर इथे या.''

''जान्हवी, मी या काकांसारखा मोकळा थोडाच आहे? मी सरकारी नोकरीच्या बंधनात अडकलो आहे. पण प्रसंग पडेल तेव्हा मी इथे आल्याशिवाय थोडाच राहणार आहे.''

जान्हवी हसून म्हणाली, ''काका, नोकरीच्या बंधनापेक्षा प्रेमाची बंधनं बळकट असतात.''

तिच्या पाठीवर एक धपका देत श्रीधर हसत म्हणाला, ''अश्शी आहेस तू हट्टी! आपलं म्हणणं कधी सोडणार नाहीस!''

जान्हवी निर्धारक स्वरात म्हणाली, ''काका हट्टी माणसंच आयुष्यात काहीतरी करू शकतात!''

असं म्हणून जान्हवीनं श्रीधरकडे रोखून बघितलं. तिच्या बोलण्यातला जिद्दी भाव श्रीधरला आवडला. तिची करारी मूर्ती श्रीधरला किती लोभसवाणी वाटली!

परतीच्या प्रवासात तो एस.टी.च्या बसमध्ये क्रमांक ४ च्या आसनावर बसला होता. त्याला जान्हवीची तीच करारी लोभसवाणी मूर्ती दिसत होती! तो मनाशी म्हणत होता, 'या जातीपातीच्या अभेद्य भिंती मध्ये उभ्या नसत्या, तर जान्हवीला सून करून घ्यायला काय हरकत होती? किती गोड पोर आहे!'

एवढ्यात क्रमांक ३ च्या आसनावर बसलेला प्रवासी त्याला म्हणाला, ''कृपा करून थोडं पलीकडे सरकता का? फार दाटी झाली आहे!''

श्रीधर पलीकडे सरकला.

आणि त्याच्याबरोबरच त्यांच्या मनात आलेला तो विचारही त्याच्या मनातून बाजूला सरकला. परंपरागत सोवळे संस्कार मनात असेच स्थिरपद होऊन बसतात, हेच खरं!

८

सनईच्या सुरेल सुरांमुळे सारं वातावरण मंगलमय बनलं होतं. अगरबत्तीचा सुगंध सर्वत्र दरवळत होता. त्यातच आम्रफलांचा अमृतमय सुवास सामावला होता.

एवढ्यात सनईचे सूर थांबले. सनईवरून दत्तोबा गुरव सांगत होता, "मुलतानी राग मी सनईवरून पेश करीत आहे. सांगण्याची पद्धत आहे म्हणून सांगतो."

दत्तोबाई सनई पुन्हा मुखर झाली.

सर्वसाधारण श्रोत्यांना रागाशी कर्तव्य नव्हतं. त्यांच्या श्रवणी सारे राग सारखेच होते.

परंतु व्यासपीठावर बसलेल्या जान्हवीनं शेजारी बसलेल्या भास्करबुवा या आपल्या संगीत गुरुजींना हळूच विचारलं,

"गुरुजी, दत्तोबा फुंकतो आहे तो मधुवंती राग आहे ना? त्यानं तर तो राग मुलतानी सांगितला."

भास्करबुवा हसत म्हणाले, "सांगू दे... रागाचं नाव बदललं म्हणून रागाचं स्वरूप बदलत नाही. तो बिचारा रागही रागावत नाही. त्याचं नाव राग असलं तरी!"

सनईवादन एकदम थांबलं.

शालाप्रमुख अच्युतराव भाटे उभे राहून बोलू लागले, "आपल्या शाळेतील एक हुशार विद्यार्थी जगन्नाथ पाठक यांचा शालान्त परीक्षेत बोर्डात पाचवा क्रमांक आणि या विभागात पहिला क्रमांक आला आहे. त्याच्या सत्कारासाठी हा समारंभ आयोजित केला आहे. तेव्हा स्वागतगीतानं या समारंभाला प्रारंभ होईल."

भाटे सर खाली बसले. त्यांनी जान्हवीला खुणावलं.

जान्हवी माइकसमोर जाऊन उभी राहिली. भास्करबुवांनी हार्मोनिअम हातात घेतला.

जान्हवी स्वागतगीत म्हणू लागली, "आज आनंदीआनंद झाला... मंगल क्षण

आला भाग्याचा...''

सार वातावरण मांगल्यमय बनलं. जगन्नाथाच्या मुद्रेवरून आनंद ओसंडत होता.

श्रीधरचं मन भूतकाळात शिरून सिंधूला शोधत होतं. आक्रंदून म्हणत होतं, 'जगन्नाथाची आई आज जर असती, तर ती आनंदानं बहोश झाली असती!'

'योजितो नर एक दैव योजी दुसरे' या गोष्टीचा अनुभव श्रीधरला येत होता. शेवटी दैव हेच बलवत्तर असतं! आणि ते दैव देवानं कुलूपबंद करून ठेवलेलं असतं!

सत्काराची भाषणं जेव्हा एकामागून एक सुरू झाली, तेव्हा श्रीधरचं मन सत्कारसभेत येऊन दाखल झालं.

भाटे सरांनी जगन्नाथाचं गुणवर्णन करताना सांगितलं- ''हुशार विद्यार्थी मी खूप बघितले आहेत; पण सुस्वभावी, आज्ञाधारक आणि मनमिळाऊ विद्यार्थी क्वचितच भेटले. जगन्नाथ हा अशा तऱ्हेचा विद्यार्थी आहे. सुवर्णाला कधी सुगंध येतो का? पण हा आपला जगन्नाथ म्हणजे सुगंधी सुवर्ण आहे. या विद्यार्थ्याची सदैव भरभराटच होत जाईल, अशी सदिच्छा या प्रसंगी व्यक्त करतो.''

टाळ्यांचा कडकडाट झाला. 'बक् अप'च्या आरोळ्या उठल्या.

मग आणखी काही गुणवर्णनपर भाषणं झाली.

नंतर शाळेचे एक विश्वस्त रामभाऊ शिंदे बोलायला उठले. म्हणाले, ''मी फक्त दोनच शब्द बोलणार आहे. कारण जगन्नाथाच्या गुणवर्णनपर कितीही बोललं तरी ते कमीच होणार आहे. हा हुशार विद्यार्थी केवळ आपल्या शाळेचंच नव्हे, तर आपल्या आंबेगावाचं भूषण आहे. आज आपले शिवाजीराव असते तर जगन्नाथाच्या या नेत्रदीपक यशाबद्दल त्यांनी हत्तीवरून पेढे वाटले असते.''

सगळीकडे हशा पिकला. टाळ्यांच्या गजरातच रामभाऊ खाली बसले.

मग दातेसरांनी श्रीफळ आणि पुष्पगुच्छ देऊन जगन्नाथाचा सत्कार केला. त्यानंतर त्याच्या हातात एक पाकीट देत ते म्हणाले, ''आपल्या शाळेनं दर वर्षी बोर्डात वरच्या क्रमांकावर येणाऱ्या विद्यार्थ्यांसाठी हे पाचशेएक रुपयांचं बक्षीस ठेवलेलं आहे. ते मी त्याला देतो.'

टाळ्यांचा गजर सुरू असतानाच जगन्नाथ खाली वाकला आणि त्यानं दाते सरांना नमस्कार केला.

मग त्यानं आभारप्रदर्शनाचं छोटंसं भाषण केलं. तो म्हणाला, ''मी अक्षरशः भारावून गेलो आहे. कित्येक वेळा पराक्रमापेक्षाही पारितोषिक मोठं असतं. असा हा आजचा प्रकार झालेला आहे. म्हणून तर मी गुदमरून गेलो आहे. चांगला अभ्यास करून वरचा क्रमांक मिळवणं हे प्रत्येक विद्यार्थ्याचं आद्य कर्तव्य असतं. ते कर्तव्य

मी प्रांजळपणानं पार पाडलं. यात मी विशेष काही केलं आहे, असं मला वाटत नाही. पण आपण सर्व आदरणीय मंडळींनी माझ्यासाठी काही करायचं बाकी ठेवलेलं नाही. आपलं ऋण मी कसं काय फेडू! मी सदैव आपल्या ऋणातच राहू इच्छितो.''

सभेचे सारे उपचार संपल्यानंतर सभा समाप्त झाली.

तेवढ्या गर्दीत जान्हवी त्याच्याजवळ येऊन कुजबुजली. ''किती रे छोटं, पण सुरेख भाषण केलंस! मी तरी विसरणार नाही!''

जगन्नाथ मनाशी म्हणाला,'मला का माझ्या भाषणाला विसरणार नाहीस?'

सहसंवेदनेनंच जणू ती मनाशी म्हणत होती, 'अरे, तुलाही आणि तुझ्या भाषणालाही मी कधी विसरणार नाही!'

दोन्ही मनांच्या सरोवरात एक खडा पडला होता आणि त्या सरोवरात तरंग उठले होते.

त्या रात्री पाठकांच्या घरीही आंनदाचं वातावरण निर्माण झालं होतं; परंतु त्या आनंदाची जात सर्वस्वी वेगळी होती. पाठकांच्या घराण्यातला पहिलाच मुलगा आता कॉलेजात जाणार होता. भूमीतलं पाणी त्याच जमिनीत मुरलं पाहिजे आणि आता त्या जमिनीत उगवलेलं पीक तिथेच खर्ची पडलं पाहिजे, असा शिवाजीरावांचा कटाक्ष होता. त्यामुळे शिक्षणासाठी किंवा नोकरीधंद्यांसाठी कुणी बाहेरगावी गेलेलं त्याना आवडत नसे. गावातल्या गावात ते सर्वांच्या अंगावर मायेचं पांघरुण घालीत असत; परंतु ते पांघरुण आता कायमचं दूर झाल्यामुळे गाव उघडा पडला होता. बाहेरचं वारं गावात शिरलं होतं आणि गावातलं वारं बाहेरगावी जायला लागलं होतं. वाऱ्याचा हा मुक्त विहार नव्या तरुणांना खासच आवडणारा होता. नवं ते हवं, अशीच त्यांची स्वाभाविक प्रवृत्ती होती; परंतु जुन्या मंडळींना जमिनीची ही धूप आवडण्यासारखी नव्हती.

त्र्यंबकगुरुजी श्रीधरला म्हणाले, ''आजचा समारंभ फारच छान झाला, पण शिवाजीरावांना आवडला असता का रे हा समारंभ! कुणी गावाबाहेर जायचं म्हटलं की, ते अस्वस्थ होत. प्रेमळपणाचं ते एक प्रतीक होतं. माझंही त्यांच्यासारखंच आहे. आपली सारी मंडळी सदैव आपल्याभोवती असावीत, असं मलाही वाटतं. गावाचं धन परक्याचं होऊ नये अशीच माझीही धारणा आहे. जगन्नाथ कॉलेज शिकायला पुण्याला जातो आहे हे पाहून, माझं मन गलबलू लागलं आहे.''

श्रीधर एकदम बोलून गेला, ''सिंधूला तुम्ही रोखून ठेवू शकलात का? दादा, कुणीच कुणाला रोखू शकत नाही. भरतीची लाट कुणाला अडवता येते का? महापुराला बांध घालता येतो का? बदल हा तर या विश्वाचा आत्मा आहे!''

''कळतं रे ते; पण वळत नाही!''

श्रीधर म्हणाला, ''जान्हवी एवढी मुलगी...तीही एकटी पुण्याला जाते आहे. जगन्नाथाचं काय घेऊन बसलात दादा?''

पुण्याला कसं आणि केव्हा जायचं हे ठरविण्यासाठी भोसलेवाड्यात बैठक झाली. जगन्नाथही तिथे गेला होता.

पुतळाबाई रामभाऊ शिंद्यांना म्हणाल्या, ''केव्हा जायचं ठरतंय? कॉलेज केव्हा सुरू होतंय? त्याप्रमाणे मुहूर्त काढा.''

जगन्नाथ म्हणाला, ''मुहूर्त काढलाय काकांनी!''

पुतळाबाईंनी विचारलं, ''तुझं काय ठरलंय? तू कुठे राहणार?''

मी वसतिगृहात राहणार आणि कॉमर्सला जाणार!''

रामभाऊंनी सांगितलं, ''जान्हवीही कॉमर्सलाच जाणार! राहणार मात्र तिच्या आजीकडे.. वहिनींच्या आईकडे!''

पुतळाबाई जगन्नाथाला म्हणाल्या, ''तुला पाचशे रुपये बक्षिसी मिळालेली आहे, पण तेवढ्यात कसं काय भागणार?''

जगन्नाथ हसत गमतीनं म्हणाला, ''मी जान्हवीसारखा श्रीमंत थोडाच आहे ! मी कसंही भागवीन!''

पुतळाबाई गंभीरपणानं म्हणाल्या, ''हे पहा जगन्नाथ, गावातल्या गावात कसंही भागतं, पण पुण्यासारख्या शहरात कसंही भागणं चालत नाही. तिथे प्रत्येक क्षणी पिशवीची गाठ सोडावी लागते.''

मग रामभाऊंकडे बघत त्या म्हणाल्या, ''हे पहा भाऊजी, मी दिवाणजींना सांगून ठेवलं आहे- शहरात जगन्नाथाची आबाळ होता कामा नये. आपल्या गावच्या हुशार मुलाला काही कमी पडता कामा नये!''

तितक्यात जान्हवी थट्टेच्या स्वरात म्हणाली, ''वा ग वा! लेक हुशार नसली तरी तिला काही कमी पडलं तर चालेल का?''

पुतळाबाई हसत म्हणाल्या, ''पुण्याला तुझी श्रीमंत आजी आहे ना! ती तुला थोडंच कमी पडू देणार आहे? तिचा मोठाथोरला बंगला, गडीमाणसं तुझ्या दिमतीला! जगन्नाथासारखं तुझं थोडंच आहे! कॉलेजमध्ये जाणारी लाडकी नात! मग काय तुझ्या लाडात काही कमी पडेल होय!''

मग काहीशा घोगऱ्या स्वरात पुतळाबाई म्हणाल्या, ''आज हे असते तर या दोघांचं केवढं कौतुक केलं असतं!''

''पण यांना पुण्याला जाऊ दिलं असतं का? म्हणाले असते की, आपलं गाव सोडून कुणी कुठे जायचं नाही! मी इथे आहे ना; मग तुम्हाला काही कमी पडून देईन का?''

रामभाऊंच्या या बोलण्यावर पुतळाबाई म्हणाल्या, ''इथलं हायस्कूल निघाल्यापासून

ते थोडे बदलले होते. आज असते तर त्यांनी या मुलांना बाहेर जायला परवानगी दिलीही असती. दोन मुलं गेली ना, तेव्हापासून त्यांचं मन फार हळवं झाल होतं. सारी माणसं आपल्या पोटाशी असावीत असं त्याना वाटायचं! नऊ महिने उलटल्यावर आईला आपल मूल पोटात थोडंच ठेवता येतं!''

रामभाऊ म्हणाले, ''कालमानाप्रमाणे माणसाला बदल करावाच लागतो. प्रत्येक गोष्ट व्यक्तीच्या हातात राहत नाही. सर्वसाधारण समाजाच्या हातात ती जाते.''

त्र्यंबक गुरुजींनाही जगन्नाथाच्या यशाबद्दल आनंद झाला होता. पाठक घराण्यातला पहिलाच मुलगा कॉलेज शिक्षणासाठी पुण्याला जायला निघाला होता.

ते श्रीधरला म्हणाले, ''तू याच्या शिक्षणाची काळजी करू नकोस. मी सारं काही बघेन, पण त्याच्या शिक्षणात खंड पडू देणार नाही. आपला श्याम शेतीकडे लागला आहे. जगन्नाथ शिक्षणाकडे वळला आहे. ही विभागणी झाली. बरं झालं म्हणायचं! तूही आता निर्धास्तपणानं आपल्या नोकरीकडे बघ!''

जगन्नाथ पुण्याला येऊन दाखल झाला, तेव्हा तिथलं वातावरण बघून तो भारावला; पण भांबावला मात्र नाही. विद्यानगरी म्हणून पुण्याचा लौकिक! त्या वर्षी शालान्त परीक्षेत पुण्याचा विद्यार्थी बोर्डात पहिला आला होता. आपणही बोर्डात वरच्या क्रमांकावर आलो आहोत, हा आत्मविश्वास त्याच्या ठायी असल्यामुळे तो मुळीच भांबावला नाही. जान्हवीच्या आजीचा बंगला पाहून मात्र तो दडपला होता. केवढा शानदार बंगला होता तो! सर्व आधुनिक सुखसोयींनी समृद्ध असलेला तो बंगला बघून मनातून तो हरखून गेला होता.

जान्हवीनं आजीशी त्याची ओळख करून देताना सांगितलं, ''हा जगन्नाथ पाठक. आमच्या आंबेगावचाच आहे बोर्डात पाचवा आला.''

मोतीबाई मोरे एकदम उद्‌गारल्या, ''ओ! वंडरफुल!''

संध्याकाळची वेळ होती. त्या क्लबात जायला निघाल्या होत्या. एवढ्यात आंबेगावची ही मंडळी तिथे येऊन दाखल झाली होती. त्यांनी नोकराला हाक मारून सांगितलं होतं, ''यशवंता, पाहुण्यांचं सामान आत नेऊन ठेव आणि पार्वतीबाईंना सांग, की तिघे जण मुक्कामाला आहेत. गोडधोड जेवण करा!''

मग जान्हवीकडे पाहून म्हणाल्या, ''मी नाहीच जात आता क्लबात! शिष्टागमने अनध्याया...''

जान्हवी म्हणाली, ''आजी आम्ही काही कुणी प्रतिष्ठित नाही. घरचेच आहोत आम्ही! तू हवं तर जा क्लबात!''

''छे गं! तिथे जाऊन काय दोन डाव ब्रिजचे टाकायचे आणि सॉफ्ट ड्रिंक घ्यायचं, एवढंच! आज सुट्टी! त्यात काय!''

जान्हवी म्हणाली, ''उगाच तुझ्या नेहमीच्या कार्यक्रमात खंड नको.''

''आताचं सोड, पण तुझे आजोबा होते ना, तोपर्यंत या कार्यक्रमात कधी खंड चालायचाच नाही त्यांना! दिवस मावळण्याच्या बेताला मला घेऊन क्लबात जाण्यासाठी ड्रायव्हरनं गाडी बाहेर काढलीच पाहिजे; नाहीतर आरडाओरडा सुरू व्हायचा! मग क्लबात पैसे लावून ब्रिज खेळण्याची धमाल उडायची. एखादे वेळी खूप मायनस व्हायचे. चिडायचे. पैशाचा प्रश्न नसायचा, पण हार त्यांना कधीच मान्य व्हायची नाही. म्हणायचे, की मी हरण्यासाठी जन्मलो नाही. ब्रिज झालं म्हणून काय! मला तिथेही हार नको. जीत हवी! ओ! वंडरफुल!''

जान्हवी म्हणाली, ''बरोबरच आहे आजी! कर्नलसाहेब ना ते! शिपाईबाणा! सैनिकाला नेहमीच जिंकायला हवं असतं.''

मोतीबाई मोठ्यांदा हसल्या आणि म्हणाल्या, ''नो, नो! अगं जान्हवी, सैनिकी पेशा असून त्यांना कधीच युद्धावर जावं लागल नाही. वरिष्ठांनी त्यांना युद्धावर पाठवायचं ठरवलं, की चालू असलेलं युद्ध संपायचं! त्यांचे वरिष्ठ अधिकारी विनोदानं म्हणत, की युद्ध कुठे रेंगाळतं आहे का; मग या आपल्या कर्नल मोरेला युद्धावर पाठवा, लगेच युद्ध थांबेल! आणि खरंच तसं व्हायचं! कर्नल मोरे कधीही युद्धावर गेले नाहीत. त्यांची हारजीत फक्त ब्रिजपुरतीच राहिली.''

कर्नल आनंदराव मोरे हे मूळचे वऱ्हाडातील खानदानी धनाढ्य घराण्यातले! मुखात सोन्याचा चमचा घेऊन जन्मले! त्यांना कधीच काही कमी पडलं नाही. युद्धावरही त्यांना कधी जावं लागलं नाही. त्यांची पत्नी वऱ्हाडातील अशाच खानदानी घराण्यातली! त्यांच्या माहेरचं देशमुख घराणं हेही मोऱ्यांच्या तोलामोलाचं! श्रीमंतीत श्रीमंती मिसळून ती द्विगुणित झाली. या धनवान दाम्पत्याची मुलगी पुतळाबाईही तशाच भोसले घराण्यात गेली. श्रीमंतीचा चौकोन झाला. हा श्रीमंतीचा सागर जान्हवीपर्यंत येऊन पोचला; परंतु जान्हवीनं मात्र या श्रीमंतीचा डौल कधीच मिरवला नाही आणि मोतीबाई मात्र तो डौल मिरविल्याशिवाय कधी राहिल्या नाहीत.

कर्नल आनंदराव गेले तरी मोतीबाई त्याच थाटात वागत असत. त्या शाही बंगल्यात त्या एकट्याच असल्या तरी तो बंगला नोकराचाकरांनी गजबजलेला असे. पाहुण्यारावळ्यांनी आणि मित्रमंडळींनी भरलेला असे. त्यांची कन्या पुतळाबाई भोसल्यांच्या घरी गेली, तरी मोतीबाईंना कधी एकाकी वाटलं नाही. कधी सुनंसुनं झालं नाही. बंगल्यातली वर्दळ कायमच होती. बंगल्यात माणसं येण्यात कधी खंड पडत नसे. त्याप्रमाणे त्यांच्या बोलण्यालाही कधी खळ पडत नसे. त्यांच्या घरी माणसं यायला जसं निमित्त लागत नसे, त्याप्रमाणे त्यांच्या बोलण्याला विषय लागत नसे. कित्येकवेळा बोलणं विषय घेऊन यायचं आणि पुन्हा त्या विषयातून बोलणं निघायचं. बोलताना त्यांना काळवेळेचंही भान राहायचं नाही.

आताही असंच झालं.

रामभाऊ, जान्हवी आणि जगन्नाथ येऊन बराच वेळ झाला होता; परंतु त्यांच्या पोटापाण्याची विचारपूस करण्यापेक्षा त्या सारख्या बोलतच राहिल्या. हे तिघे फक्त श्रवणभक्ती करीत होते.

जगन्नाथ मनाशी म्हणत होता, 'ओ! वंडरफुल!'

मग एकदम त्या म्हणाल्या, "अरे, माझी पुतळी कशी आहे?... शिवाजीराव गेले. तिच्या पोटचे दोन मुलगे गेले. भारी दुःखात पडली असेल हो माझी पुतळी! तिला म्हटलं, 'इकडे ये'; पण ती गाव सोडायला तयार नाही. उलट मलाच तिकडे बोलावते आहे! आहे किनई?"

थोडं धावून त्या एकदम म्हणाल्या, "ओ, वंडरफुल! अरे, तुमच्या चहापाण्याचं काय, विसरलेच की मी!"

मग त्यांनी हाका मारायचा सपाटा सुरू केला, "ए बनुताई, ए शकुताई, अगं तुम्हाला काही आहे की नाही; खुशाल तिकडे बसलात? यांची विचारपूस कुणी करायची? एवढ्या लांबचा प्रवास करून आलेत; घरचे असले म्हणून काय झालं? त्यांना पोट आहे ना! कमालच झाली तुमची!"

बनुताई आणि शकुताई कुणीही आल्या नाहीत. दोन भलीमोठी कुत्री मात्र त्यांच्यावळ येऊन उभी राहिली.

मग मोतीबाई त्या श्वानयुगुलाकडे बघून माहिती द्यायला लागल्या, "हा डावीकडचा आहे ना, तो डॉबरमॅन जातीचा कुत्रा आहे. उजवीकडचा आहे अल्सेशियन! ही कुत्री आहे. या जोडीपासून एक कुत्री झाली आहे. तिला आम्ही सिल्की म्हणतो. तिचं सार अंग खरोखरच रेशमासारखं आहे. या तिघांसाठी एक भलीमोठी खोली आहे. त्या खोलीत या तिन्ही मंडळींचा असा धुमाकूळ चालतो; की काही विचारू नका! ओ! वंडरफुल!"

मोतीबाई पुढे म्हणाल्या, "यांची वीण सारखी वाढतेच आहे."

जान्हवीनं विचारलं, "मग काय करता गं आजी?"

"दुसरं काय करायचं? आमच्या लष्करी पेशातील मित्रमंडळींना देऊन टाकायची पिल्लं! पण हा डॉबरमॅन आता म्हातारा झाला आहे. ही अल्सेशियन कुत्रीही तेवढीच म्हातारी! मीही आता म्हातारी झालेली असल्यामुळे यांचा व्याप वाढवत नाही. सिल्कीही कुणालातरी देऊन टाकणार आहे, म्हणजे प्रश्न मिटला! म्हणजे आमच्या या श्वानकुलाचं कुटुंबनियोजन झालेलं आहे, असं म्हणायला हरकत नाही!"

असं म्हणून त्या बराच वेळ हसत सुटल्या.

एवढ्यात चहाची किटली आणि दुसऱ्या ट्रेमध्ये कपबशा हा सरंजाम आला. दुसऱ्या एका मोठ्या डिशमध्ये विविध प्रकारची बिस्किटंही आली.

मोतीबाईंनी जान्हवीला विचारलं, "मी करू चहा, का तू करतेस?"

उत्तर द्यायच्या आधीच जान्हवी त्या कामाला लागलीदेखील!

मोतीबाईंनी रामभाऊंकडे पाहून विचारलं, "रामभाऊ, तुमची सारी हयात मुंबईला गेली. या किटलीतला चहा तुम्ही घेतलाच पाहिजे असं नाही हं! माझ्या फ्रिजमध्ये पुष्कळ प्रकारची ड्रिंक्स आहेत. बघा तुम्हाला हवं असेल तर!"

रामभाऊ हसत म्हणाले, "मी फौजी गावातला असलो तरी त्यातला नाही! चहा हेच आमचं ड्रिंक! मुंबईला समुद्राच्या सहवासात माझी सारी नोकरी झाली, पण मी या पेयपानापासून अलिप्त राहिलो! आमच्याकडे नेहमी ओल्या पार्ट्या व्हायच्या, पण मी कोरडाच राहिलो."

"वा! वंडरफुल! अशी उदाहरणं फार थोडी. आमचेही आनंदराव तसे पेयपानात पट्टीचे पोहणारे नव्हते. कडेकडेनं पोहायचे, पण आमचं सेलर सदैव भरलेलं असायचं! आमची फौजी मित्रमंडळी मजा करायची!"

हे एवढं सांगितल्यानंतर मोतीबाईंनी विचारलं, "आणखी चहा हवा का कुणाला?"

जगन्नाथ म्हणाला, "छे छे! हाच जास्त झाला. जान्हवीला हवा तर बघा!"

त्याच्याकडे बघून जान्हवी म्हणाली, "तुला जास्त झाला आणि मला कमी पडला होय? आपल्या गावी आपण एवढा तरी चहा पितो का?"

मोतीबाई लगेच म्हणाल्या, "ए मुली, गावचं गावाला! गाव बदललं म्हणजे वेष बदलायला हवा! हे तर पुणं...इथे काही उणं नाही. इथली सारी रीत वेगळी! घे हवा तर आणखी चहा!"

सारी मंडळी हसायला लागली.

एवढ्यात बनुताई तिथे आली. तिनं मोतीबाईना विचारलं, "रात्री काय करायचं?"

मोतीबाईंनी जगन्नाथला विचारलं, "तुम्ही नॉनव्हेज खाता का? म्हणजे तसं पकवायला!"

ते ऐकून जान्हवी हसत सुटली. हसणं ओसरल्यावर म्हणाली, "अगं आजी, ते घरचे पुरोहित आहेत."

"म्हणजे आम्ही त्यांना भट म्हणतो. तेच ना?"

"तुम्ही काही म्हणा, पण त्यांना तसलं काही विचारूसुद्धा नका!"

"म्हणजे नुसतं विचारलं तरी बाटतील होय ते!"

मग मोतीबाई बनुताईला म्हणाल्या, "हे बघ, मग भेंडीची भाजी कर! फ्लॉवर मटार रस्सा कर आणि चपात्याच कर! उद्या फार तर भरली वांगी आणि भाकरी करू, त्यांना चालत असेल तर! भात मात्र भरपूर कर हो! कोकणची माणसं आहेत. आमच्यासारखी वऱ्हाडी माणसं नाहीत. चपात्या चेपणारी!"

हा मेनू घेऊन बनुताई जायला निघाली, तेव्हा मोतीबाई तिला पुन्हा पुकारून म्हणाल्या, "किती ग वेंधळी मी! म्हातारी झाले ना! विसरायला होतं. अगं, या पाहुणे मंडळींना नुसत तिखटाचंच जेवण घालणार का? काही गोडधोड नको का? कुणाला तरी पाठव आणि चितळ्यांचं श्रीखंड घेऊन ये किंवा दुसरं काहीतरी गोडधोड!"

बनुताई निघून गेली तेव्हा मोतीबाई यशवंताला मोठ्यांदा हाक मारून म्हणाल्या, "अरे या डॉबरमॅनला त्याच्या खोलीत घेऊन जा पाहू! माझ्या पायाशी बसून राहिलाय मघापासून! दबला माझा पाय! तो अल्सेशियन सभ्यासारखा उठून गेला बघ! नाहीतर हा दांडगा!"

डॉबरमॅन तिथून उठल्यानंतर मोतीबाई रामभाऊंना उद्देशून म्हणाल्या, "या रानदांडग्याला घेऊनच आमचे कर्नलसाहेब शिकारीला जायचे. आमचे कर्नल मोरे प्रत्येक वेळी वाघाच्या शिकारीला जायचे आणि येताना ससा घेऊन यायचे. मग म्हणायचे, सशाचं कोवळं मांस किती लुसलुशीत आणि चवदार लागतं! नाही म्हणायला विदर्भाच्या एका जंगलात त्यांना वाघाची शिकार मिळाली. तुम्ही बघालच, आमच्या दुसऱ्या दिवाणखान्यात त्या वाघाचं कमावलेलं कातडं टांगून ठेवलेलं आहे."

मग मोतीबाई त्या तिघांना त्या मोठ्या हॉलमध्ये घेऊन गेल्या. ते कातडं दाखवून म्हणाल्या, "येणाऱ्याजाणाऱ्या प्रत्येकाला कर्नलसाहेब या वाघाच्या थ्रिलिंग शिकारीची कथा रंगवून सांगायचे. खूप दिवसांनंतर आम्हाला त्या शिकारीची खरी थ्रिलिंग हकिगत कळली. त्या शिकारीच्या वेळेला हाक्यांनी त्या वाघाला खूप सतावलं. खूप पळवलं. शेवटी या डॉबरमॅननं काय किमया केली कुणास ठाऊक! त्या वाघाला यांच्यासमोर आणलं आणि कर्नलसाहेबांनी फक्त गोळी उडवली आणि वाघ पडला. कर्नलसाहेबांनी गोळी मात्र अचूक उडवली हं!"

ही थ्रिलिंग हकिगत सांगून त्या बराच वेळ हसत सुटल्या.

मोतीबाईचं बोलणं आणि हसणं सारख्याच दमाचं होतं. त्या बोलून हसायच्या किंवा हसून बोलायच्या. त्यांच्या मित्रमंडळींच्या वर्तुळात त्यांची दोन नावं प्रसिद्ध होती. बोलक्या म्हणून काहीजण त्यांना 'चॅटरिंग बॉक्स' म्हणायचे, तर हसऱ्या म्हणून काही मंडळी त्यांना 'लाफिंग डॉल' म्हणायचे. बोलायला लागल्या म्हणजे बोलत सुटायच्या आणि हसायला लागल्या म्हणजे हसत सुटायच्या.

अशीच त्यांनी एका मद्यपान पार्टीची गमतीदार हकिगत सांगितली.

रंगपंचमीचा सण मोठ्या धूमधडाक्यानं साजरा व्हायचा. त्या दिवशी कर्नलसाहेब आंतर्बाह्य रंगायचे. सारी रंगेल मित्रमंडळी जमायची आणि रंगकाम सुरू व्हायचं! एकमेकांवर उडवायला विविध रंग तशीच प्यायला विविधरंगी मद्यं असायची. हे

रंगकाम सुरू करण्याचा मान आनंदरावांचा असे. ते हॉलच्या मधोमध उभं राहून ओरडायचे, 'नाऊ दि ग्राऊंड इज् रेडी; बिगिन दि मॅच!'

मग जो धुमाकूळ सुरू व्हायचा तो सूर्यदेव मावळेपर्यंत चालायचा. सारा आसमंत रंगून जायचा. त्यातून हॉलच्या भिंतीही सुटायच्या नाहीत. रंगपंचमी सरली म्हणजे त्या साऱ्या परिसराला पुन्हा रंग चढायचा.

एकदा मोठी गंमत झाली. रंगपंचमीच्या दिवशी मद्यप्राशनाची रंगपंचमी चालली असताना कुणालातरी ठसका लागला. त्याच्या मुखातून मद्याचा फवारा उडाला. तो दोघातिघांच्या तोंडावर उडला. मग वेगळीच रणधुमाळी सुरू झाली. प्रत्येकानंच मद्यप्राशन करावं आणि दुसऱ्याच्या तोंडावर चूळ टाकावी! हा प्रकार बराच वेळ चालला. सारा हॉल मद्यानं ओलाचिंब झाला. त्यानंतर मग खरी रंगपंचमी सुरू झाली.

ही रंगीत हकिगत रंगवून सांगितल्यानंतर मोतीबाई ज्या हसत सुटल्या, त्या बराच वेळ हसतच होत्या.

या हसऱ्या बाहुलीचं हसणं ओसरल्यानंतर ती बाहुली पुन्हा हसतच म्हणाली, ''किती सांगू आमच्या कर्नलसाहेबांच्या गमतीच्या कथा! रात्र सरेल, पण गोष्टी संपणार नाहीत!''

जेवतानासुद्धा मोतीबाईंच्या तोंडाची टकळी सारखी चालूच होती, ''आमची बनुताई मटणाचा स्वयंपाक इतका सुरेख करते, की काही विचारू नका! कर्नलसाहेब होते तेव्हा परदेशी पाहुणे नेहमी जेवायला असायचे. तेव्हा त्यांना बनुताई चिकन करून घालायची. ते खाताना त्या पाहुण्यांना भान राहायचं नाही. मग पुढे आम्हाला निस्तरायला लागायचं. कर्नलसाहेब खुशाल गंमत बघत बसायचे.''

बोलताना मध्येच त्यांनी यशवंताला पुकारलं. यशवंता समोर आल्यावर त्या म्हणाल्या, ''अरे, झोपायची काय व्यवस्था केली आहेस? पाहुणे प्रवासानं दमले आहेत. त्याना विश्रांती हवी!''

खरं तर पाहुणे त्यांच्या अविश्रांत बोलण्यानं दमले होते. कुणीच काही बोललं नाही. यशवंता त्यांच्याकडे नुसता बघत होता.

मोतीबाई त्याला सांगत होत्या, ''हे पहा यशवंता, या दोघांची एका खोलीत व्यवस्था कर. मच्छरदाणी मात्र हवी हं! फार डास झाले आहेत. आमच्या महापालिकेला त्याची काही फिकीर नाही.''

मग हे डासपुराण थांबल्यानंतर त्या यशवंताला म्हणाल्या, ''ही आमची नात माझ्या छपरी पलंगावर झोपेल! अरे, हिची आई पुतळीही वयात येईपर्यंत माझ्याजवळ झोपायचा. त्यानंतर मला प्रेमाची ऊब मिळालेली नाही. म्हणून जान्हवी माझ्याजवळच झोपेल. आता ती इथेच राहणार आहे. नंतर तिला स्वतंत्र खोली देता येईल!''

यशवंता निघून गेल्यानंतर हे निद्रापुराण संपलं.

दुसऱ्या दिवशी हे तिघे जण कॉलेजात जायला निघाले तेव्हा मोतीबाई रामभाऊंना म्हणाल्या, "खरं तर या जगन्नाथानं इथेच राहायला काय हरकत आहे? या बंगल्यात कमी का जागा आहे? या दोघांना एकत्र अभ्यास नाही का करता येणार?"

जगन्नाथ हसून म्हणाला, "मी येईनच की अधूनमधून!"

"अधूनमधून नाही! नेहमीच यायला हवं!"

यावर जगन्नाथ नुसता हसला.

कॉलेजच्या वसतिगृहात जगन्नाथाला नऊ नंबरची खोली मिळाली. कॉमर्ससाठी त्या दोघांचं कॉलेजमध्ये नाव घातलं.

त्या दोघांची सारी व्यवस्था केल्यानंतर रामभाऊ गावी जायला निघाले. तेव्हा मोतीबाई त्यांना म्हणाल्या, "आलात तसे दोन दिवस राहा की!"

रामभाऊ म्हणाले, "आंबेगावचं वसतिगृह माझी वाट बघत आहे. आमची मुलं चांगली आहेत, गडबड करणारी नाहीत; परंतु कुणी सांगावं, अधिकारी तिथे नसतील तर मोकाट सुटायची."

पुण्यातील कॉलेजच्या वसतिगृहात अधिकारी असूनही विद्यार्थी कसे मोकाट सुटतात याचा अनुभव जगन्नाथाला लवकरच येणार होता.

'रॅगिंग' हा शब्द त्यानं फक्त ऐकला होता. त्या शब्दाचा अनुभव त्याला आता येणार होता.

१०

कॉलेजचं वसतिगृह इंग्रजी 'एल' या आकाराचं होतं. या दुमजली वसतिगृहात एकूण छत्तीस खोल्या होत्या. दुसऱ्या मजल्यावर नवीन विद्यार्थ्यांसाठी खोल्या होत्या. खालच्या अठरा खोल्या जुन्या विद्यार्थ्यांसाठी राखून ठेवलेल्या असत.

जगन्नाथाला मिळालेली ९ नंबरची खोली दुसऱ्या मजल्यावर होती. त्याला एका बाजूची खोली अतिशय आवडली होती. पश्चिम बाजूच्या त्या खिडकीलगत वाहता कॅनॉल होता. त्यानंतर त्या कॅनॉललगत काही अंतरावर एक टेकडी होती. त्या टेकडीवर फक्त एकच मोठं झाड होतं. म्हणून त्या टेकडीला 'वन ट्री हिल' या नावानं संबोधलं जाई. वसतिगृहातील ही खोली शेवटची असल्यामुळे त्या खोलीला दोन बाजूंनी खिडक्या होत्या. खोलीच्या दर्शनी बाजूला दोन-अडीच फूट रुंदीची गॅलरी होती. त्या गॅलरीतून पुण्याचा भलामोठा शोभिवंत विस्तार दिसे. जगन्नाथ एकटाच कितीतरी वेळ त्या दिशेकडे बघत राहत असे. अजून त्याच्या फारशा ओळखीपाळखी झालेल्या नव्हत्या. त्यामुळे शहराच्या त्या भागाकडे बघून त्याची थोडीफार करमणूक व्हायची तेवढीच!

'रॅगिंग' हा शब्द त्यानं फक्त ऐकला होता; परंतु त्याला त्या प्रकाराची कसलीच कल्पना नव्हती.

परंतु वसतिगृहात वस्तीला आल्यानंतर अवघ्या पंधरा दिवसांतच त्याला रॅगिंग या प्रकाराचा अनुभव आला.

त्या दिवशी संध्याकाळी त्याला मोतीबाईंकडे जायचं होतं. आजी आपल्या नातीचा वाढदिवस साजरा करणार होत्या. वसतिगृहाच्या नियमाप्रमाणे जगन्नाथाला रात्री येणं शक्य नसल्यामुळे त्याच्यासाठी खास संध्याकाळचा कार्यक्रम ठेवलेला होता. केक कापायच्या वेळी त्याला हजर राहायला सांगितलं होतं.

दुपारी कॉलेजमधून आल्यानंतर त्यानं बराच वेळ झोप काढली. खोलीच्या

दाराशी कसलातरी आवाज झाला म्हणून त्याला थोडी जाग आली; परंतु तो भास असावा म्हणून त्याचा पुन्हा डोळा लागला.

दुपार टळून गेली होती. चहा घेतल्यानंतर त्यानं जान्हवीच्या वाढदिवसाला जायची तयारी सुरू केली. चांगले कपडे घालून तो खोलीच्या बाहेर पडणार होता.

तो खोली उघडायला लागला तेव्हा त्याला कळलं की, खोलीला बाहेरून कुणीतरी कडी घातलेली आहे. हा एक रॅगिंगचाच प्रकार असावा हे त्यानं तेव्हाच ताडलं. तो पुन्हा कॉटवर येऊन बसला. काय करावं ते त्याला समजेना. जान्हवीच्या वाढदिवसाला तर लवकर जायला हवं होतं.

आंबेगावच्या शंकरदेवाची त्यानं मनोमन प्रार्थना केली. त्याला एकदम एक कल्पना सुचली. त्याप्रमाणे त्यानं केलं.

खिडकीजवळ जाऊन तो एकदम ओरडायला लागला, ''आग, आग...''

खिडकीतून बाहेरच्या आवारातील लोकांना त्याचं ओरडणं सहज ऐकू जाण्यासारखं होतं; परंतु प्रथम त्याच्या ओरडण्याची कुणीच दखल घेतली नाही.

त्याचं ओरडणं सुरूच होतं, 'आग... आग.... धावा... धावा!'

एकदम दोन विद्यार्थी धावत धावत त्याच्या खोलीपाशी आले आणि बाहेरची कडी उघडून ओरडले, ''कुठे लागली आहे आग?''

त्या बंदिवासातून मुक्त झालेला जगन्नाथ शांतपणानं म्हणाला, ''तुम्ही कडी उघडली... आग आपोआप विझली.''

कुणी हे रॅगिंग केलं होतं हे जगन्नाथाला समजलं आणि हे रॅगिंग परतविण्यासाठी जगन्नाथानं ही आगीची हाकाटी केली होती, हे त्या दोन मुलांना समजलं.

तिथून परत जाताना एक विद्यार्थी दुसऱ्या विद्यार्थ्याला म्हणाला, ''ठीक आहे. आज त्यानं आपल्यावर कुरघोडी केली आहे. केव्हातरी तावडीत सापडेलच!''

ती मुलं निघून गेली. जगन्नाथही जान्हवीच्या वाढदिवसासाठी निघून गेला.

त्याला बघताच जान्हवी म्हणाली, ''किती रे उशीर केलास! केक कापण्यासाठी ही सारी मंडळी खोळंबली आहेत!''

जगन्नाथ हसून म्हणाला, ''आता क्षणभर थांबू नका! मला उशीर का झाला हे नंतर सांगतो.''

''अरे, तुझी या मंडळींशी ओळख करून द्यायला नको का?''

''तीही नंतर करून देता येईल! आधी तुमचं काम उरका!''

मग केक कापला गेला. मेणबत्त्या फुंकर घालून मालवल्या गेल्या. किती मेणबत्त्या किती फुंकरीत फुंकल्या गेल्या, त्याचा हिशोब झाला. हसणं-खिदळणं झालं, 'हॅपी बर्थ डे टू यू...' हे आंग्ल भाषेतील नाजूक गाणं कुणीतरी भसाड्या सुरात म्हटलं. ते पवित्र समारंभात विडंबनात्मक वाटलं. तरी मोतीबाई म्हणाल्या,

"जानू तुझ्या आण्टीनं किती ब्यूटिफुल गाणं म्हटलं गं! ओ! वंडरफुल!'

जगन्नाथाला मात्र ते वाढदिवसाचं गाणं वंडरफुल वाटण्याऐवजी हॉरिबल वाटलं.

सारी मंडळी खानपान झाल्यावर पसार झाल्यानंतर जगन्नाथ जान्हवीला म्हणालादेखील, "त्या गाण्याची तुझ्या आण्टीनं पार विल्हेवाट लावली. त्यापेक्षा मी चांगलं म्हटलं असतं!"

"मग का नाही म्हणालास?"

"मी म्हटलं असतं, 'जीवेत शरदः शतम...' चाललं असतं! त्या मेणबत्त्या फुंकून विझविण्याऐवजी मी म्हणालो असतो की, निरांजन लावा... तो पवित्र नंदादीप! चाललं असतं का हे, आणि हा केक हृदयाच्या आकाराचा, ते हृदय मी कापू दिलं नसतं!"

"अरे, आजीच्या आग्रहासाठी हे सारं करावं लागलं. हे बघ.. यद्यपि शुद्ध लोकविरुद्धं नाकरणीयं ना आचरणीयम... कळलं का? चांगल्या शुद्ध गोष्टी जर लोकांच्या विरुद्ध असतील, तर त्या करू नयेत असं व्यवहारवचन आहे!"

"जान्हवी, अशा गोष्टींत लोकांच्या विरुद्ध जायला तसंच नैतिक बळ अंगी असावं लागतं!"

"ते जाऊ दे रे! तुला यायला उशीर का झाला ते मला आधी सांग!"

जगन्नाथानं सारं काही सांगितलं आणि म्हटलं "मला सांग जान्हवी, अशा अनिष्ट गोष्टींना विरोध करायचा का नाही? का घाबरून अशा गोष्टी चालूच द्यायच्या? अंगी खरोखरच नैतिक बळ असेल तर अशा गोष्टी हाणून पाडल्या पाहिजेत! तुला काय वाटतं?"

"तुला वाटतं तेच मला वाटतं रे! पण तू म्हणतोस तसं नैतिक बळ माझ्या अंगी नसेलही!"

काही दिवसांनी अशा तऱ्हेचं नैतिक बळ दर्शविण्याचा जगन्नाथावर प्रसंग आलाच!

पहिल्या खेपेस ज्या मुलाची जगन्नाथानं जिरवली होती, त्याच मुलानं चिडून त्याच्यावर रॅगिंगचा दुसरा प्रयोग केला होता. त्या मुलाला जगन्नाथ चांगलं ओळखत होता.

एके दिवशी रात्री जगन्नाथ खोलीवर आला, तेव्हा खोलीच्या दारावर रंगीत खडूनं एक चित्र काढलेलं दिसलं. चित्र गाढवाचं होतं. त्या गाढवाचं तोंड जगन्नाथाच्या तोंडासारखं होतं. त्या चित्राखाली लिहिलं होतं 'या खोलीत गाढव राहतं.'

ते चित्र पाहून जगन्नाथ मुळीच अस्वस्थ झाला नाही. दुसऱ्या दिवशी काय करायचं हे त्यान मनाशी पक्कं केलं.

सकाळपासून मुलं त्याच्या खोलीवर येत होती. हसून परत जात होती; परंतु जगन्नाथ मुळीच चिडला नाही. खोलीवरचं ते चित्रही त्यानं पुसून टाकलं नाही. ते चित्र काढणाऱ्या मुलाच्या पाळतीवर मात्र तो राहिला.

दुपारी तो मुलगा कॉलेजात जायला निघाला, तेव्हा तो त्याच्या खोलीजवळ गेला. तो मुलगा खोलीला कुलूप लावत असताना जगन्नाथनं त्या मुलाच्या पार्श्वभागावर सणसणीत लाथ लगावली.

तो मुलगा ओरडला, "कोण आहे? कोण आहे?"

जगन्नाथ उद्गारला, "वरच्या खोलीत राहणारं गाढव! गाढव लाथ मारणार नाही, तर काय करणार?"

"बघून घेईन! बघून घेईन!"

"आता दाखवलं तसंच दाखवीन!"

कॉलेजभर त्या गोष्टीचा बोभाटा झाला. सर्वत्र चर्चा सुरू झाली. रस्टिकेट केलं पाहिजे, असे उद्गार उठले. 'कुणाला? कुणाला?' असे सवाल विचारले गेले. जो अपराधी असेल त्याला! असे जबाब दिले गेले.

रेक्टरच्या खोलीत ते दोघे गेले, तेव्हा त्यांना तसेच प्रश्न विचारले गेले. रेक्टर जरबेच्या स्वरात म्हणाला, "जो कोणी अपराधी असेल त्यानं माफी मागावी. एक वेळ त्याला क्षमा केली जाईल ! नंतर मात्र त्याला रस्टिकेट केलं जाईल! बोला!"

मग तिथे बोलाचाली झाली. त्या मुलाचा अपराध उघडकीस आला. त्या मुलाची माफी कॉलेजच्या बोर्डावर लागली. जगन्नाथापुरतं रॅगिंगचं समरांगण शांत झालं.

जगन्नाथाचं ते समरांगण शांत होऊन कॉलेजमधली त्याची प्रतिष्ठा वाढायला दुसरा एक प्रसंग कारणीभूत ठरला.

जगन्नाथ जरी कॉलेजमध्ये दाखल झाला होता, तरी तो नेमका कोण आहे, हे कुणालाच माहीत नव्हतं. त्या प्रसंगानं ते माहीत झालं.

बोर्डात तो परच्या क्रमांकानं झळकला त्याबद्दल कॉलेजमध्ये त्याचा सत्कार होणार होता. त्या अपराधी मुलाच्या माफीपत्राच्या शेजारीच जगन्नाथाच्या सत्काराची नोटीस लागली. तेव्हापासून कॉलेजच्या मुलामुलींच्या नजरा त्याच्याकडे लागल्या. त्या अपराधी मुलानं त्याच्या खोलीवर जाऊन जगन्नाथाचं अभिनंदन केलं. म्हणाला, "अरे, खरं तर मी गाढव ठरलो!"

जगन्नाथ त्या मुलाचा हात हातात धरून म्हणाला, "जोपर्यंत माणसाला सत्याचं दर्शन होत नाही, तोपर्यंत माणूस गाढवच असतो!"

कॉलेजचं सभागृह तुडूंब भरलं होतं. सारे विद्यार्थी जगन्नाथाच्या आगमनाची वाट बघत होते. जगन्नाथ पाठक याचा सत्कार होणार आहे, हे नोटीस बोर्डावरून

साऱ्यांना समजलं होतं. पण जगन्नाथाला कुणी ओळखलं नव्हतं. त्यामुळे सारे विद्यार्थी कुतूहलानं त्याची वाट बघत होते.

शेवटी उजव्या बाजूच्या विंगेमधून प्राचार्य आगाशे, उपप्राचार्य विंझे आणि त्यांच्या पाठोपाठ जगन्नाथ या मंडळींनी व्यासपीठावर प्रवेश केला.

सर्व विद्यार्थ्यांनी टाळ्यांच्या गजरात त्यांचं स्वागत केलं.

ज्या विद्यार्थ्यानं जगन्नाथावर रॅगिंगचा प्रयोग केला होता, त्यानं जगन्नाथाला ओळखलं आणि तो जागच्या जागी ओशाळला.

प्राचार्य आगाशे उभे राहिले आणि म्हणाले, ''बोर्डात शालान्त परीक्षेत वरच्या क्रमांकावर आलेला जगन्नाथ पाठक हा विद्यार्थी कोकणातील आंबेगावचा आहे. आंबेगावच्या जान्हवी भोसले या एका विद्यार्थिनीनंही आपल्या कॉलेजात त्याच वर्गात प्रवेश घेतलेला आहे. आता जान्हवी भोसलेही त्या गावची विद्यार्थिनी जगन्नाथाचा प्रथम परिचय करून देईल.''

प्राचार्य आगाशे खाली बसले.

मग डाव्या बाजूच्या विंगमधून जान्हवी व्यासपीठावर आली. तिनं बोलायला प्रारंभ केला, 'जगन्नाथ पाठक यांची ओळख करून देण्याचं काम माझ्यावर सोपवलं आहे. ते काम मी थोडक्यात करते. आम्ही दोघे आंबेगावच्या शाळेतून शालान्त परीक्षा उत्तीर्ण झालो. जगन्नाथांनी बोर्डात वरचा क्रमांक पटकवला. मला कोणता क्रमांक मिळाला असेल ते कदाचित बोर्डालाही माहीत नसेल. आमचा आपला जनता क्रमांक असावा.'

हशा पिकला. टाळ्या वाजल्या.

जान्हवीनं पुन्हा बोलायला प्रारंभ केला, 'माझा नंबर कोणता का असेना- इथे परिचय करून द्यायचा आहे जगन्नाथांचा! आमचे आंबेगावचे हे गुरुजी! यांच्या घराण्याकडे आमच्या गावाचं पौरोहित्य! माझे वडील शिवाजीराव भोसले हे गावचे प्रमुख! आज ते हयात नाहीत. त्यांची जमीन केवढी होती हे त्यांनाही कधी माहीत नव्हतं. याचं कारण असं की, ती जमीन त्यांची नसून साऱ्या गावकऱ्यांची आहे असं ते प्रांजळपणानं मानत असत. सारं गाव सरळ चालीचं. एकोप्यानं वागणारं! माझ्या वडिलांचा एकाच गोष्टीला विरोध होता, तो म्हणजे गावातून कुणीही बाहेर जाता कामा नये! अशा या एकीच्या गावात हे हुशार जगन्नाथ एकोप्यानं वाढले. आमच्या गावी काही वर्षांपूर्वी हायस्कूल निघालं आणि यांच्यासारख्या हुशार विद्यार्थ्यांना बाहेरगावची पावलं फुटली. यापेक्षा अधिक काय सांगू! याच कॉलेजात आता त्यांचे आणखी गुण तुम्हाला उत्तरोत्तर प्रतीत होत जातील!'

एका कोकणी गावातील मुलीनं एवढं सफाईदार भाषण केलेलं बघून सर्वांनीच टाळ्या वाजवून खुशीची पावती दिली.

मग प्राचार्य आगाशे बोलताना म्हणाले, "हुशारी हा कोकणच्या तांबड्या मातीचा गुण साऱ्यांनाच माहीत आहे. लोकमान्य टिळकांची हुशारी आम्हाला माहीत का नाही? पण एक गोष्ट सर्वांनी मान्यच केली पाहिजे, ती म्हणजे कोकणच्या जनगड हिऱ्यांना पैलू पाडले जातात ते आपल्या या पुण्यात!''

प्रचंड टाळ्या.

प्राचार्यांनी हात वर केला तेव्हा टाळ्या थांबल्या. प्राचार्य आगाशे पुढे बोलायला लागले, ''मी मोठं भाषण करणार नाही. पुण्याचा असा गौरव करताना मला असं सांगायचं आहे की, हुशार मुलं फक्त पुण्यातच निर्माण होतात असं नाही. कुठे कोकणातलं आंबेगाव या नावाचं खेडेगाव! शाळेत किती सोयीसवलती असतील कुणास ठाऊक! शिक्षक कसे असतील तेही माहीत नाही; परंतु अशाही आडगावातून बोर्डात वरच्या क्रमांकातून विद्यार्थी उत्तीर्ण होऊ शकतात, हे लक्षात घ्यायला हवं! सांगायचं तात्पर्य एवढंच, की शाळेवर किंवा शिक्षकांवर या गोष्टी अवलंबून नसतात. मुळात विद्यार्थी हुषार असेल तर तो कुठूनही चमकतो. एका संस्कृत वचनाप्रमाणे, सूर्याची किरणं काचेवर पडतात. मातीच्या ढेकळावरही पडतात. काचेवर पडलेली किरणं परावर्तित होतात. मातीच्या ढेकळावर पडलेली किरणं मातीच्या पोटात लुप्त होतात. म्हणून या हुशार विद्यार्थ्याचं आपण आपल्या कॉलेजात स्वागत केलं पाहिजे. हा विद्यार्थी आपल्या कॉलेजच्या कीर्तीत भरच टाकील, असा मला विश्वास वाटतो.''

मग उपप्राचार्य विंझे यांनी जगन्नाथाचा सत्कार केला.

जगन्नाथाला त्यांनी श्रीफल आणि शंकराची मूर्ती दिली. जगन्नाथानं प्राचार्यांना खाली वाकून नमस्कार केला. मग तो बोलायला उभा राहिला.

सर्व उपस्थितांचा अत्यंत आदरपूर्वक आणि नम्रतापूर्वक उल्लेख करून त्यानं भाषणाला प्रारभ केला, ''मी या आपल्या सत्कारानं भारावून गेलो आहे. गुदमरून गेलो आहे. त्यातल्या त्यात आमच्या ग्रामदैवताची- श्रीशंकराची- मूर्ती माझ्या हाती पडली, हा मी शुभशकुनच समजतो. ही आमच्या आंबेगावची पुण्याई आहे, असं मी मानतो. हाती हा देव असताना मनी नसते विचार कधी संभवतच नाहीत. आपली क्षमा मागून मी असं म्हणेन की, आज आमची छोट्यांची पिढी देवाला आणि देवरूपी माणसांना पारखी झालेली आहे; म्हणूनच सर्वत्र असंतोषाचं वातावरण पसरलेलं दिसतं. स्थिरचर व्यापून देव दशांगुळे उरलेला आहे. हा सर्वव्यापी देव ज्यांना दिसतो, त्या ठिकाणी शांती नांदते.''

टाळ्या थांबल्या तेव्हा जगन्नाथ पुढे बोलू लागला, ''मातृदेवो भव, पितृदेवो भव, आचार्य देवो भव, अतिथि देव भवो आणि भ्रातृदेवो भव हे पंचशील आचरणात आणलं तर विश्वशांती निश्चितच नांदेल. विद्यार्थिदशेतील हे दिवस म्हणजे शीलवर्धनाचे

दिवस. 'शीलं परं भूषणम्' याविषयी एक गोष्ट सांगून मी माझं लांबलेलं भाषण संपवणार आहे'

बसल्या जागेवरूनच प्राचार्य म्हणाले, "बोल, हवं तितकं बोल."

"ही जुनी पौराणिक बोधप्रद कथा आहे. शीलवान प्रल्हादानं इंद्राच सारं राज्य जिंकून घेतलं. आपलं गेलेलं राज्य परत कसं मिळवावं याची देवेन्द्राला विवंचना पडली. यावर बृहस्पतीनं प्रल्हादाचं शील मागून घे, असा उपाय देवेन्द्राला सुचवला.

"त्याप्रमाणे इंद्र ब्राह्मणवेषात प्रल्हादाकडे गेला आणि त्याची सेवा करू लागला. त्या सेवेनं प्रल्हाद प्रसन्न झाला. त्यानं त्या ब्राह्मणाला वर मागण्यास सांगितलं.

"तो ब्राह्मणरूपी इंद्र म्हणाला, 'मला दुसरं तिसरं काही नको. मला फक्त तुझं शील दे.'

"लगेच प्रल्हादानं आपल शील त्या ब्राह्मणाला अर्पण केलं. त्याबरोबर एक तेज प्रल्हादाच्या शरीरातून बाहेर पडलं. तेव्हा प्रल्हादानं त्या तेजाला विचारलं, 'तू कोण आहेस?"

त्या तेजानं उत्तर दिलं, "मी तेज आहे. तू वर दिल्यामुळे मी आता त्या ब्राह्मणाकडे जात आहे." असं सांगून त्या तेजानं त्या ब्राह्मणरूपी इंद्राच्या शरीरात प्रवेश केला.

"पाठोपाठ तेजरूपी धर्म प्रल्हादाचं शरीर सोडून निघून गेला; कारण जिथे शील, तिथे धर्म वास करून असतो. धर्मामागून सत्यानं प्रल्हादाच्या शरीराचा त्याग केला. सत्यामागे वृत्त आणि वृत्तामागून बलही निघून गेलं. त्यानंतर प्रल्हादाच्या शरीरातून एक तेजस्वी स्त्री बाहेर पडली. तिला प्रल्हादानं तू कोण असा प्रश्न करताच ती स्त्री म्हणाली, मी श्री आहे आणि बलाढ्यामागे मी जात आहे. प्रल्हादानं त्यावर भयचकित होऊन विचारलं, हे लक्ष्मी तू का जात आहेस? तो ब्राह्मण कोण होता?"

लक्ष्मी उत्तरली, "ज्यानं तुझी सेवा केली, तो इंद्र होता. शीलाच्या बळावर तू त्रैलोक्याच राज्य जिंकलंस हे त्याला कळलं. त्यामुळे त्यानं तुझं शील हरण केलं. धर्म, सत्य, वृत्त, बल आणि मी या सर्वांचं कारण शील असतं. शीलाच्या योगानं त्रैलोक्यही जिंकता येतं."

ही कथा सांगून जगन्नाथ शेवटी म्हणाला, "असं हे या शीलाचं महत्त्व आहे आणि विद्यार्थिदशेतच आपण ते जोपासलं पाहिजे. हा उपदेश करण्याचा वास्तविक माझा मुळीच अधिकार नाही, पण 'बालादपि सुभाषितं ग्राह्यम्' या न्यायानं जर माझ्या म्हणण्यात सुभाषिताचं अमृत असेल, तर ते आपण ग्रहण करा. नाहीतर माझी ही बालिश बडबड आहे, असं मानून ती सोडून द्या!"

टाळ्याचा प्रचंड कडकडाट झाला. जगन्नाथाच्या भाषणाची त्याला पावती मिळाली.

शेवटी प्राचार्य एवढचं म्हणाले, ''ही बालिश बडबड नसून थोरांच्या मुखातून बाहेर पडलेली अमृतवाणी आहे.''

मोतीबाई मोरे या समारंभाला मुद्दाम आल्या होत्या. त्या जगन्नाथाला घरी घेऊन गेल्या.

घरी गेल्यावर त्या जान्हवीला म्हणाल्या, ''आता या जगन्नाथाची दृष्टच काढायला हवी! पण कोण काढणार? आपण तर त्यांच्यापेक्षा लहानच आहोत.''

जान्हवी मनापासून हसायला लागली.

मोतीबाई म्हणतच राहिल्या,''ओ! वंडरफुल! इंडीड वंडरफुल!''

११

दिवसामागून दिवस चालले होते. कालक्रमणा सतत सुरूच होती. आनंदानं भारलेली कॉलेजची चार वर्षं कशी आणि केव्हा सरून गेली हे जगन्नाथाला कळलंही नाही. आनंदी दिवसांची सुवर्णपंखी पाखरं अशीच बघता बघता उडून जातात. जगन्नाथाला वाटत होतं, अरे, काल आपण कॉलेजात आलो आणि आज एवढी वर्षं उलटली? कालाय तस्मै नमः

केवढा फरक पडला होता त्याच्या कॉलेजजीवनात! त्याच्या सत्कारप्रसंगी त्यानं केलेलं भाषण ऐकल्यापासून रॅगिंगचा विषय संपला होता आणि कॉलेजात तो आदराचा आणि प्रेमाचा विषय झाला होता. कोणत्याही बाबतीत त्याला विचारल्याशिवाय पानही हलत नसे.

या वर्षी गॅदरिंगमध्ये कोणतं नाटक करायचं? जगन्नाथ सांगेल ते!

कोणत्या स्पर्धा घ्यायच्या? जगन्नाथाला विचारून ठरवा!

वादविवाद सभेत कोणता विषय घ्यायचा? जगन्नाथ सांगेल तो! गॅदरिंगमध्ये फिशपॉण्डचा कार्यक्रम ठेवायचा का? जगन्नाथनं सांगितलं तर ठेवायचा!

नाटकात विद्यार्थी-विद्यार्थिनींनी एकत्र भूमिका करायच्या का? ते जगन्नाथला विचारा!

गॅदरिंगमध्ये गेस्ट कोण? जगन्नाथ सांगेल तो!

सारांश, या चार वर्षांत कॉलेजमध्ये जगन्नाथ ठरवील ती पूर्वदिशा झाली होती. त्यानं प्रेमानं सारं कॉलेज जिंकलं होतं.

अलीकडे मोतीबाईकडे त्याचं नेहमीच जाणं-येणं असे. एकत्र अभ्यास करण्याचं निमित्त तर होतंच; परंतु जगन्नाथ आणि जान्हवी यांच्यातील परस्परांविषयीचं आकर्षण दिवसेंदिवस वाढत चाललं होतं. एखादी रासायनिक क्रिया हळूहळू पण निश्चितपणानं घडावी, असा प्रकार घडला होता. दोघांनाही हे कळत होतं आणि

वळतही होतं. मोतीबाईंच्या चाणाक्ष दृष्टीतून ही प्रेमसृष्टी सुटली नव्हती. त्यांची या प्रेमप्रकरणाला मूक संमती होती. प्रतिष्ठित समाजात त्यांचं उठणं-बसणं होतं. त्या समाजाची चालचलणूक सर्वस्वी वेगळी होती. तिथे जातीपेक्षा जहागिरीला मान असे. जमीनजुमल्याला शान असे. त्यामुळे जातीपातीसारख्या किरकोळ गोष्टींकडे त्यांचं कधीच लक्ष जात नसे. त्यामुळे जगन्नाथ-जान्हवी यांच्या एकत्र बसण्याकडे किंवा उठण्याकडे त्यांनी कधीही लक्ष दिलं नाही.

अभ्यासाच्या निमित्तानं त्यांच्या बंगल्यातील एका बाजूच्या खोलीत दार लावून ते दोघे बसत. यात मोतीबाईंना कधीच वावगं वाटलं नाही. त्या खोलीत बसून ते दोघे अभ्यासाचे धडे गिरवतात का प्रेमाचे पाठ करतात, या गोष्टीची नसती चौकशी त्यांनी कधीच केली नाही. धनवान लोक अशा चौकशीच्या भानगडीत कधीच पडत नसतात किंवा खोलीची दारं किलकिली करून आत कधीच डोकावत नसतात.

नित्यनेमानं ते टेकडीवर फिरायला जातात, एवढीच एक गोष्ट मोतीबाईंना माहीत होती. त्या ठिकाणी त्यांच्या प्रेमचेष्टा चालतात; एवढंच नव्हे, तर त्या दोघांनी तेथे प्रेमाच्या आणाभाका घेतल्या होत्या, हे त्यांना माहीत असण्याचं कारण नव्हतं. त्यांनी त्या गोष्टीची विचारपूसही केली नव्हती. त्यांच्या प्रेमाची मजल फार पुढे गेलेली आहे ही गोष्ट त्यांना जरी कळली असती, तरी त्याबद्दल त्यांना काही वाटलं नसतं. माणसं जसं सहज भोजनादी व्यवहार करतात, त्याप्रमाणे नैसर्गिकरीत्या प्रेम करतात, अशीच त्यांची मनोधारणा होती.

त्यांच्या कॉलेजचं स्नेहसंमेलन होतं. त्या स्नेहसंमेलनात 'मानापमान' हे नाटक करायचं ठरलं होतं. जगन्नाथ त्या नाटकात धैर्यधराची भूमिका करणार होता आणि जान्हवी भामिनीची भूमिका करणार होती. मोतीबाईंच्या बंगल्यात त्यांची तालीम चालायची. कॉलेजात रीतसर तालीम चालूच असे; परंतु बंगल्यातील त्या खोलीत त्या दोघांची खास तालीम व्हायची. त्या तालमीत वेगळाच गहिरा रंग भरायचा. तिथे जवळजवळ बसून तालीम चालायची. ती तालीम कधी संपूच नये, असं त्या दोघांनाही वाटायचं. पुष्कळ वेळा जगन्नाथचं जेवणखाण बंगल्यावरच व्हायचं.

एकदा खोलीतील एकातांत त्यांची तालीम चालू असताना जगन्नाथनं तिचा हात हातात धरला आणि म्हटलं, "जानू हा तुझा गोजिरवाणा हात कधीच सोडू नये असं वाटतं, पण...."

"पण काय रे जगा, आता हा पण नको रे काढूस!"

"मी कसा गं काढेन? पण जग..."

"जगा, अरे जगाला कशाला भितोस? तुझं प्रेम नाही ना फिरणार? मग आपण जगाला फिरवू! आपलं प्रेम खरे असेल तर आपण जगाला खोटं पाडू! आणि कोणत्या प्रेमाला जगात विरोध होत नाही? विरोधासाठीच प्रेम नेहमी जन्माला

येत असतं. आणि कशासाठी विरोध व्हायचा?''

जगन्नाथ तात्काळ म्हणाला, ''जातीसाठी आणि धनाच्या प्रतिष्ठेसाठी!''

जान्हवी हसून म्हणाली, ''अरे, तू धैर्यधराचं काम करणार आहेस ना! तुला 'मानापमान' नाटकातलं ते गाणं माहीत आहे का? ... मी अधना न शिवे भीती मना... तू धैर्यधर आहेस, लक्ष्मीधर नव्हेस!''

''पण जातीचं काय करणार? जात थोडीच बदलता येते?''

जान्हवी थट्टेच्या स्वरात म्हणाली, ''मला या जातीपातीचं मोठं नवल वाटतंय. मला नेहमी महाभारत आठवतं. पराशर हा ब्राह्मण आणि सत्यवती ही धीवरकन्या! या संमिश्र जातीतील जोडप्याचे पुत्र व्यास हे ब्राह्मण. त्यानंतर सत्यवती मातेच्या आज्ञेवरून या ब्राह्मण व्यासापासून कौरवांची प्रजा निर्माण झाली. कौरव हे क्षत्रिय! ब्राह्मणापासून क्षत्रिय निपजले. आहे की नाही गंमत! जातपात ही खरोखर थट्टा आहे. असत्य आहे. प्रेम हेच एकमेव सत्य आहे.''

जान्हवीनं आपला हात पुढे केला. जगन्नाथनं तो हातात घेतला. बराच वेळ एकमेकांचे हात परस्परांत गुंतले होते.

जान्हवी भावनाविवश होऊन म्हणाली, ''माझा हात तुझ्या हातात असाच जन्मोजन्मी राहावा, हीच परमेश्वराजवळ प्रार्थना करते.''

जगन्नाथ पुटपुटला, ''हे कितपत शक्य होईल हे त्या परमेश्वरालाच ठाऊक!''

त्याच्या खांद्यावर मान टाकून जान्हवी कुजबुजली, ''असं का रे म्हणतोस? आवडत नाही मी तुला!''

जगन्नाथ तत्परतेनं म्हणाला, ''आवडत नसतीस तर गोष्टी इतपत आल्या असत्या का?''

बराच वेळ त्यांच्या प्रेमाच्या अशा गुजगोष्टी चालल्या होत्या.

गॅदरिंगच्या 'मानापमान' या नाटकात प्रत्यक्ष काम करतानाही त्या दोघांना हे प्रेमालाप चांगले आठवत होते. 'दे हाता शरणागता' हे गाणं म्हणताच धैर्यधर जगन्नाथला जान्हवीच्या हाताची ऊब जाणवत होती. आणि तू साडी नेसताना चांगली दिसत होतीस, या स्वप्नशृंगारातील प्रसंग चालला असताना तिला खोलीतील तो शृंगार प्रसंग आठवत होता. 'नाही मी बोलत नाथा' हे गाणं म्हणताना तिनं जो मुरका मारला, त्या वेळी सारं प्रेक्षागृह अक्षरशः कोसळलं. टाळ्यांचा प्रचंड गजर झाला. धैर्यधर आणि भामिनी यांच्या जागी साऱ्यांना जगन्नाथ आणि जान्हवी दिसू लागले.

दुसऱ्या दिवशी स्नेहसंमेलनात 'फिशपॉण्ड' चा कार्यक्रम झाला; त्या वेळी एका विद्यार्थ्यानं जगन्नाथाला मंगळसूत्र दिलं आणि म्हटलं, ''अहो धैर्यधर आम्हाला आता लवकर भामिनीवहिनी आणा!''

तेव्हा हशा आणि टाळ्या यांनी प्रेक्षागृहाचं छप्पर अक्षरशः हादरलं.

त्या दिवशी रात्री मोतीबाईंनी त्या दोघांचं एकत्र जेवण केलं. आग्रहानं जेवण चालू असताना मोतीबाई त्यांना थट्टेनं म्हणाल्या, "घास देता का एकमेकांना? आणि फिशपॉण्डमधलं ते मंगळसूत्र कुठे आहे? आताच बांधून टाका गळ्यात!"

जगन्नाथ म्हणाला, "म्हणजे गहजबच होईल!"

मोतीबाई म्हणाल्या, "गहजब व्हायचं कारण?"

"ते मंगळसूत्र हिच्या गळ्यात बांधणं इतकं सोपं का आहे? मध्ये जातीची केवढी भिंत उभी आहे?"

मोतीबाई पटकन म्हणाल्या, "त्या भिंतीला प्रेमाचा सुरूंग लावला म्हणजे झालं!"

"त्यासाठी घर सोडावं लागेल आणि उपाशीपोटी नुसतं प्रेम करावं लागेल!"

"त्याची नको काळजी ! आम्ही आहोत तुमच्या पाठीशी! मात्र, या तुमच्या जन्माच्या प्रेमासाठी तुम्हाला कदाचित जन्मजात कुटुंबाची बंधन तोडावी लागतील, एवढंच!"

यावर जगन्नाथची मुद्रा काहीशी गंभीर झाली. या प्रेमबंधनासाठी कौटुंबिक बंधनं तोडणं ही गोष्ट एवढी सोपी खासच नव्हती!

बराच वेळ कुणीच काही बोललं नाही. या गंभीर शांततेचा भंग करण्याच्या हेतूनं मोतीबाई हसत म्हणाल्या, "नाटकाच्या वेळी स्टेजवर तुम्ही दोघे किती सुरेख दिसत होतात! घरी आल्यावर मी बनुताईला म्हटलंदेखील, की या दोघांची खरोखरच दृष्ट काढायला हवी! लक्ष्मीनारायणाची जोडी शोभत होती!"

हे ऐकताना दोघांना गुदगुल्या होत आहेत असा भास झाला.

प्रेमाची तऱ्हा ही खरोखरच और असते, यात शंका नाही.

प्रेम करणं हे एक वेळ सोपं असतं; परंतु जगापासून ते प्रेम लपवणं, ही गोष्ट फार अवघड असते.

कॉलेजचं चौथं वर्ष संपवून हे प्रेमी युगुल जेव्हा आंबेगावला जायला निघालं, तेव्हा जगन्नाथ म्हणाला, "जानू आतापासून माझ्या छातीत धडधड व्हायला लागली आहे."

"का रे?"

"का रे म्हणून काय विचारतेस? प्रेम केलं हे ठीकच झालं; परंतु ते निभवायचं कसं याची भीती वाटते!"

"अहा रे शेंदाड शिपाई! तू धैर्यधर कसला? अरे, तो लक्ष्मीधर तरी बरा म्हणायचा! धैर्यधर नसून तू धास्तीधर दिसतोस! अरे, हा विचार प्रेम करताना करायला हवा होतास!"

जगन्नाथनं म्हटलं, “मी प्रेम कुठे केलं, माझं प्रेम बसलं तुझ्यावर!”

“मग ते प्रेम आता उठवायचं कशासाठी? लोकांच्या सांगण्यामुळे तुझं प्रेम बसलं का माझ्यावर! मग लोकांच्या मर्जीवरून ते उठणार आहे थोडंच! या कामी तुला स्वतःलाच धैर्य धरायला हवं!”

“मी धैर्य धरलं असतं ग, पण..”

“पण काय? कुठे माशी शिंकली?”

“बापूंचं मोठं विचित्र पत्र आलं!”

“काय लिहिलं आहे त्या विचित्र पत्रात, सांग तरी!”

“आज ना उद्या सांगणारच होतो तुला!”

“उद्याची कशाला बात करतोस, आजच सांग! अगदी आत्ताच! आजच सोक्षमोक्ष लावून टाकू!”

“जानू सोक्षमोक्ष लावणार असशील तर सांगणार नाही हं! मला तू हवी आहेस. मग सोक्षमोक्षाची भाषा कशाला करतेस?”

“तू कशाला बापूंच्या पत्राची भाषा करतोस? त्यांचं आलं असेल नकाराचं पत्र! म्हणून काय झालं? पण ते पत्र पाहून तू भेकड शेंदाड शिपायाची भूमिका करणार आहेस का? पण आधी बापूंचं काय पत्र आलं आहे ते तरी सांग!”

जगन्नाथनं काही काळ डोळे मिटले. जणू त्या पत्राकडे त्याला डोळेझाक करायची होती.

मग डोळे उघडून तो सांगू लागला, “दुसरं काय असणार आहे त्यांच्या पत्रात! तुझी जात वेगळी आहे ना! आपल्या लग्नाच्या विरुद्ध जाण्यास त्यांना तेवढं कारण पुरेसं आहे. तेवढ्या एका कारणावरून ते मला घराबाहेर घालवणार आहेत. जन्मात माझं तोंडही बघणार नाहीत. म्हणून इकडे आड तिकडे विहीर अशी माझी अवस्था झाली आहे. काय करू सांग?”

जान्हवीनं विषादानं विचारलं, “कुणी रे निर्माण केल्या या जातीपाती?”

“याचं मूळ आहे चातुर्वर्ण्यात!”

“चातुर्वर्ण्य तरी कुणी निर्माण केले?”

जगन्नाथनं तात्काळ उत्तर दिलं, “आपल्या शंकरदेवानं!”

“आपल्या शंकरदेवानं! आपल्या ग्रामदैवतानं!”

“होय.. .होय.”

“श्रीकृष्णानं हे चातुर्वर्ण्य निर्माण केले असं गीतेतच सांगितलेलं आहे ना!”

“आपलं शंकरदैवत हे फार पुरातन आहे.” मग आठवल्यासारखं करून जगन्नाथ पुढे म्हणाला, “माझ्या काकांची महाभारतावरील प्रवचनं मी आपल्या शंकराच्या देवळात ऐकलेली आहेत. ती प्रवचनं मला चांगली आठवतात. महाभारताच्या

अनुशासन पर्वात उमा-महेश यांचा एक संवाद आलेला आहे.''

मग जगन्नाथानं उमा-महेश यांचा तो संवाद तिला सांगितला.

गुणकर्माला अनुसरून मी चार्तुवर्ण्य निर्माण केले आहेत, असं श्रीकृष्णानं भगवद्‌गीतेत सांगून ठेवलं आहे. श्रीकृष्णाच्या या कथनात फक्त वर्णाचा उल्लेख आहे. जातींचा दुरूनदेखील उल्लेख नाही; परंतु महाभारताच्या अनुशासन पर्वात उमा-महेश यांच्या संवादरूपानं चातुर्वर्णाचं सुस्पष्ट विवेचन केलेलं आढळतं. उमा महेशाला शंका विचारताना म्हणते, 'हे भगवान, पूर्वी ब्रह्मदेवानं चातुर्वर्ण्य उत्पन्न केले. तथापि क्षत्रिय, वैश्य आणि शूद्र या तिन्ही वर्णांना ब्राह्मण्य कसं प्राप्त होईल हे मला सांगा!' उमेच्या या प्रश्नावरून कोणत्याही वर्णाला वर्णपरिवर्तन करता येत होतं ही गोष्ट उघड होते. याचा अर्थ शूद्राला ब्राह्मण होता येत होतं ही गोष्ट उघड होते. हे वर्णपरिवर्तन कसं काय शक्य होतं, या प्रक्रियेचं उत्तर देताना महेश म्हणाले, स्वतः ब्रह्मदेवानंच सांगितलं आहे की, शुद्धकर्मांनी शुद्ध मनाचा झालेला जितेंद्रिय शूद्रही ब्राह्मणाप्रमाणेच सेवा करण्यास योग्य आहे. गोड स्वभाव आणि शुद्ध कर्म हे गुण जर शूद्रामध्ये असतील तर तो ब्राह्मणापेक्षाही श्रेष्ठ समजावा, असं माझं मत आहे. जन्म, संस्कार आणि विद्यासंपत्ती हीच काही ब्राह्मणत्वाला कारण नसून, सद्‌वर्तन हेच ब्राह्मणत्वाचं मुख्य कारण होय. सद्‌वर्तनामुळे ब्राह्मणत्व प्राप्त झालं असून, सद्‌वर्तननिष्ठ शूद्रही ब्राह्मणत्वाला जाऊन पोचतो. सर्वत्र समबुद्धी हाच ब्राह्मणाचा स्वभाव आहे. जन्मानं चार वर्ण केले आहेत, ते केवळ व्यवहारातील स्थानविभाग दर्शविण्यासाठीच आहेत, असं प्रत्यक्ष ब्रह्मदेवानं सृष्टी उत्पन्न करताना म्हटलं आहे. कनिष्ठ वर्णीयांना उच्च वर्णीयांत आपल्या वर्तनाच्या बळावर सहज प्रवेश करता येतो, ही गोष्ट शिवशंकराच्या या कथेवरून स्पष्ट होते. मग चातुर्वर्ण्य निर्माण केल्याबद्दल श्रीकृष्णाला बोल लावण्यात काय अर्थ आहे?

हे ऐकून जान्हवी हसत एकदम म्हणाली, ''अरे, मग आपल काम एकदम सोपं झालं!''

तो तिच्याकडे आश्चर्यानं बघत राहिला. तेव्हा जान्हवी म्हणाली, ''अहा रे वेड्या, एवढं कळलं नाही! आपल्या शंकरदेवानंच सांगितलं आहे ना, कुणालाही आपला आश्रम किंवा जात बदलता येते म्हणून! याचा अर्थ तुला क्षत्रिय होता येईल किंवा मला ब्राह्मण होता येईल! मग सांगू तू क्षत्रिय होतोस का मी ब्राह्मण होऊ? मग बापूंचा रोष जिरून जाईल!''

जगन्नाथ समजुतीच्या स्वरात म्हणाला, ''एवढं का सोपं आहे ते! या आपल्या जातीच्या भिंती सिमेंट काँक्रीटच्या आहेत! धरणीकंप झाला तरी खंबीरपणानं उभ्या ठाकणाऱ्या आहेत. साधा तडादेखील जाणार नाही त्यांना! त्यांच्यामुळे नातीगोती तुटतील. त्यांच्यात शत्रुत्व निर्माण होईल, पण जातीगोतींचा तो अभेद्य तट कधी

भंगणार नाही.''

जान्हवी उद्वेगानं म्हणाली, ''चला.. .खेळ खलास झाला!''

''कसला?''

''आपल्या प्रेमाचा!''

जान्हवीनं एक दीर्घ सुस्कारा सोडला.

त्याच वेळी त्याच्या खोलीत प्रवेश करणाऱ्या जान्हवीच्या आजीच्या कानावर त्याच बोलणं पडलं होतं. खोलीत प्रवेश केल्याबरोबरच त्या म्हणाल्या होत्या, ''प्रेमिकांचं बोलणं आडून ऐकू नये असा शिष्टाचार आहे; परंतु भंगलेलं प्रेम सांधलं पाहिजे असाही एक शिष्टाचाराचा दंडक आहे, म्हणून मी खोलीत आले. खेळ खलास झाल्याचे शब्द कानावर पडले, म्हणून मी इकडे वळले. हे पहा मुलांनो, खऱ्याखुऱ्या प्रेमाचा खेळ कधीच खलास होत नसतो. अंतःकरणात प्रेमाचा नंदादीप पेटला म्हणजे दिव्यावरची काजळी खलास होते आणि तो दिवा आणखी तेजभरला होतो. अधिक तेजानं तळपू लागतो. मग खलास होण्याची भाषा कशासाठी करायची?''

जान्हवी म्हणाली, ''आजी, या बाळाला नीट समजावून सांग!''

आजी हसत म्हणाली, ''खरं प्रेम असेल तर समजावणीची गरज नसते आणि खोटं प्रेम असेल तर समजावून सांगून उपयोग नसतो.''

त्या दोघी हसल्या; पण जगन्नाथ गंभीरच होता. त्याचं प्रेम खरं होतं, पण जन्मदात्या बापूंच्या विरोधामुळे त्या प्रेमाला साकाररूप देणं त्याला अवघड वाटत होतं. इकडे आड तिकडे विहीर, अशी त्याची द्विधा अवस्था झाली होती. धरलं तर चावतंय आणि सोडलं तर पळतंय, या गोष्टीचा त्याला अनुभव येत होता.

त्यानं आपली ही मनःस्थिती बोलून दाखविली तेव्हा आजी म्हणाली, ''हे पाहा जगन्नाथ, चाकोरी सोडून जायचं तर माणसाच्या अंगी धैर्य असावं लागतं धैर्य. ते अंगात नसेल तर माणसानं प्रेम करूच नये.''

जगन्नाथ हसत म्हणाला, ''माझ्या अंगी प्रेम करण्याचं धैर्य आहे; पण जन्मदात्या पित्याचं प्रेम झुगारून टाकण्याचं धैर्य मात्र नाही.''

''तसं धैर्य आणावंच लागतं! या जानूच्या आईच्या लग्नाच्या वेळी असं धैर्य आम्हाला आणावंच लागलं! भोसल्यांच्या राजघराण्याशी आम्हाला संबंध जोडायचा होता ना! त्या वेळी नाना खुसपटी निघाल्या. आमचं घराणं म्हणजे हडेलहप्पी करणारं लष्करी घराणं! राजघराणं आणि लष्करी घराणं याचा संबंध कसा काय जुळणार?''

जगन्नाथनं विचारलं, ''मग काय जादू केलीत?''

आजी हसली आणि जुन्या काळात जाऊन म्हणाली, ''हा संबंध जोडण्यासाठी

आम्ही अगदी हट्टालाच पेटलो होतो. मग एक युक्ती काढली.''

''कसली युक्ती?''

जगन्नाथच्या या प्रश्नावर आजी म्हणाली, ''युक्तीच नाहीतर काय? मी सरळ पत्रिकेचा प्रश्न काढला. त्यांनी मुलीची पत्रिका मागवून घेतली आणि त्या पत्रिकेवरून आमची मुलगी म्हणजे हिची आई पायगुणाची ठरली. लग्न लागलं आणि भोसले घराण्याची आणखी भरभराट झाली. तुमच्याही बाबतीत असंच काहीतरी चांगलं घडणार असेल तर! आज लपलेलं भाग्य केव्हाही प्रगट होऊ शकतं. मग आजची नाराजी केव्हाच पुसून जाते, ते कळतही नाही. तुमच्या पिताजींचा आजचा घुस्सा केव्हा नाहीसा होईल हे तुम्हाला कळणारही नाही. काही दिवस तुझं मन कष्टी राहील; पण उद्या सर्वत्र तुष्टी आणि पुष्टी होईल याविषयी मला तरी शंका वाटत नाही.''

जगन्नाथचं मन प्रफुल्लित व्हायला लागलं. अडचणींच्या भिंती भराभर कोसळून पडायला लागल्या आहेत, असं त्याला वाटायला लागलं. तो काहीसा प्रफुल्लित झाला.

आजीनं काही काळ विचार केल्यासारखं केलं. मग जान्हवीकडे बघून बोलायला लागल्या, ''तू आता लग्नाची झालीस. मग तुझ्या आईच्या लग्नाच्या वेळेच्या कथा सांगायला नकोत. ते रामायणच घडलं म्हणेनास! तुझ्या वडिलांचं स्थळ आम्हाला कळलं. फारच खानदानी माणूस, परंतु त्याचे वडील शहाजी नव्हे शहाजीराजे, त्यांना आपल्या घराण्याचा कोण अभिमान! राजघराण्याचा राजघराण्याशीच संबंध यायला हवा, असा त्यांचा हेका! मग आम्ही चक्क कुठल्या तरी नामधारी राज्याचे राजे बनलो.''

जान्हवीनं शंका काढली, ''त्यांना ही बतावणी कळली नाही?''

''तेवढी समज असायला इतिहासाची समज हवी ना? भोसले कुटुंब खानदानी होतं, सधन होतं ही गोष्ट खरी, पण त्यासाठी राजघराण्याशी संबंध जोडायला कशाला हवा होता?''

''वा! म्हणजे तुम्ही त्यांच्या अज्ञानाचा फायदा घेतलात!''

''चांगल्यासाठी खोट्याचा आश्रय घेतला एवढंच! कुणाचा घातपात तर केला नाही! चांगलं झालं ना तुझ्या आईचं!''

जान्हवी मनापासून हसली आणि म्हणाली, ''खोट्याच्या कपाळी कुऱ्हाडीचा घाव बसला नाही, हे नशीब म्हणायचं!''

आजी सहज बोलून गेली, ''कुऱ्हाडीचा घाव बसला, पण सोन्याच्या कुऱ्हाडीचा! कुणाचा घातपात न करणारं असत्य हे पापकारक नसतं, हेच खरं! एवढ्यावरच भागलं नाही.''

"म्हणजे आणखी काही खोटं..."

"खूपच! त्यांना तुझ्या आईची पत्रिका हवी होती. आमचा पत्रिकेवर मुळीच विश्वास नसल्यामुळे आम्ही तुझ्या आईची खोटीच पत्रिका बनवली. पत्रिकेत राजयोग घातले. त्यासाठी एका मोठ्या ज्योतिष्याचा हात चांगला ओला केला. मग काय, हवे तेवढे राजयोग त्या पत्रिकेत घालायला त्याचं काय जाणार होतं?"

जगन्नाथ मध्येच म्हणाला, "आंबेगावला आमच्या काकांकडेच ती पत्रिका बघायला आली असेल. पण माझी तशी खोटी पत्रिका करून चालणार नाही!"

"तुझी पत्रिका कशाला करायची? मियाँबिबी राजी तो क्या करे काझी? तुझा हा नववा ग्रह तुझ्या आधीच हाती लागलेला आहे. तेव्हा आता खोटं काहीच करायचं नाही. खरं हाती आलं असताना खोट्याची गरजच काय?"

जान्हवीनं विचारलं, "आमच्या आईच्या लग्नाचं पुराण संपलं का?"

"कसं संपेल? राजघराण्याशी संबंध होता ना! मोठ्यांचं सारंच मोठं!"

मग आजी काही वेळ बोलायची थांबली. शब्दांची नीट जुळवाजुळव करून तिनं आपल्या सुकन्येची ती लग्नकथा पुढे थोडक्यात सांगितली.

ते लग्न पुण्याला झालं. त्याबाबतीत प्रथम थोडा वाद झाला, पण काही अटींवर तो वाद निवळला. पुण्याला लग्न मोठ्या थाटामाटात झालं पाहिजे या एका अटीवर समझोता झाला.

हे ऐकून जान्हवीनं विचारलं, "मग ठरल्याप्रमाणे थाटामाटात लग्न झालं का?"

"जे लग्न झालं ते थाटामाटात झालं असं आम्ही म्हटलं. ठरल्याप्रमाणे लग्न थाटामाटात झालं नाही असं वरपक्षानं म्हटलं!"

"म्हणजे नेमकं काय झालं?"

"अगं, पहिल्यापासूनच वादंग सुरू झालं. त्यांनी सांगितलं की, सारं गाव लग्नाला येणार! आम्ही विचारलं की, आंबेगावची लोकवस्ती किती? तीन हजार हा आकडा कळला तेव्हा एवढ्या लोकांची सोय व्हायची नाही असं आम्ही स्पष्ट कळवलं!"

"मग प्रत्यक्षात किती लोक आले?"

"पाचशे! एक शाळा ताब्यात घेऊन आम्ही त्यांची सोय केली. मग वाद झाला जेवणावरून! त्यांना फणसाची भाजी हवी होती. रात्रीच्या जेवणाला उंडे आणि नारळाचं दूध गूळ घालून हवं होतं. पुण्यात उंडे करणारे आचारी मिळत नाहीत असं आम्ही साफ सांगितलं. आमचे वऱ्हाडी चंद्रपुरी वडे बघून तर त्यांचं पित्तच खवळलं. राजघराण्यातले ना ते! त्यांना घोड्यावरून वरात निघायला हवी होती. आता पुण्यात जर घोड्यावरून वरात काढली असती तर पुण्यातल्या लोकांनी आमची गाढवावरून

धिंड काढली नसती का? अशा एक की दोन! प्रत्येक बाबतीत वाद उभा राहिला!''

जान्हवी एक दम म्हणाली, '' म्हणजे तुम्ही आमच्या भोसले राजघराण्याचा नक्षाच उतरविला म्हणा, ना!''

''अगं जानू, या काळात कसली घराणेशाही घेऊन बसलात! आता तर जातीपातीचं बंडही मोडण्याचे दिवस आले आहेत. या जातीपातीपेक्षा माणसानं माणसाला ओळखायला हवं! असं झालं, तर जगातले कितीतरी वाद मिटतील आणि केवळ माणूस म्हणून त्याची केवढीतरी प्रगती होईल!''

मग जगन्नाथाकडे बघून आजी म्हणाली, ''नमनासाठी एवढं घडाभर तेल कशासाठी घातलं, हे समजलं ना? आता जातीपातीची ही जुनीजीर्ण खुळं उपटून टाकली पाहिजेत. माणसांची मनं जुळली पाहिजेत. केवळ दोन शरीर एकत्र येऊन भागणार नाही. जुळलेल्या मनीचे संसार सुखाचे होतील, हे लक्षात ठेवा. आलं ना माझ बोलणं लक्षात!''

जगन्नाथ म्हणाला, ''सारं लक्षात आले आहे माझ्या! पण जन्मदात्याची नाराजी आणि विरह सहन कसा करायचा, हे अजून लक्षात येत नाही. माझा जन्म झाला तेव्हा माझी आई मला एकट्याला सोडून या जगातून निघून गेली. त्या क्षणापासून बापूंनी माता-पिता ही दुहेरी जबाबदारी काटेकोरपणानं पार पाडली. स्वसुखासाठी त्यांच्याशी कृतघ्न होऊ, हा एकच प्रश्न माझ्यासमोर उभा आहे. सांगा... या परिस्थितीत मी काय करू त्यांच्याशी कृतघ्न होऊन; स्वतःचं सुख बघू? कोणत्या पापाचा धनी होईन मी?''

त्याला समजावणीच्या स्वरात आजी म्हणाली, ''हे बघ जगन्नाथ, या साऱ्या पापपुण्याच्या कल्पना माणसानंच निर्माण केलेल्या आहेत ना! जन्मदात्या पित्याला दुखवायचं नव्हतं, तर मग आमच्या जानूवर प्रेम तरी करायचं नव्हतं. इकडे प्रेम करायचं आणि तिकडे बापूंना दुखवायचं नाही, या दोन्ही गोष्टी कशा बरं साध्य होणार? जानूशी जर तू लग्न लावलं नाहीस तर ती जन्माची दुःखी होईल, या गोष्टीचा तू विचार केला आहेस का? या जगातून लवकर निघून जाणाऱ्या लोकांपेक्षा या जगात दीर्घ काळ राहणाऱ्या माणसांचाच आपण विचार करायला नको का ते सांग!''

आजीचं हे बोलणं ऐकून जगन्नाथ गहिवरला. त्याचे नेत्र पाणावले. जान्हवीवर त्यानं मनापासून प्रेम केलं होतं. त्या प्रेमाशी तो कृतज्ञ राहणार होता; परंतु बापूंचा विचार त्याला मनावेगळा करता येत नव्हता.

तो गदगदल्या स्वरात जणू स्वतःशीच म्हणाला, 'बापूंच्याशिवाय आमचं लग्न कोण लावणार? आणि आमच्या लग्नासाठी आंबेगावहून पाचशे लोक थोडेच येणार आहेत? पाच तरी लोक आमच्या लग्नाला हजर राहणार आहेत का नाही कुणास

ठाऊक!'

आजी लगेच म्हणाली, "लोकांसाठी का लग्न करायचं आहे? खरं तर लग्न ही खासगी बाब! शेकडो लोकांना लग्नाला बोलावून वायफळ खर्च करून कर्जबाजारी होण्यापेक्षा खासगतात लग्न लावून तो पैसा चांगल्या कारणी लावणं चांगलं नाही का! तुम्हाला हवं तर मी तुमचं लग्न थाटामाटात लावून देईन. झालं ना मग!"

ते ऐकून जगन्नाथला मनातून आनंदाच्या उकळ्या फुटत होत्या. पण त्या आनंदाला एक प्रकारच्या विषादाची किनार जोडली जात होती. बापूंच्या प्रेमाचं काय?

त्या रात्री जान्हवीच्या आजीच्या आग्रहावरून त्यानं त्यांच्या शानदार बंगल्यातच मुक्काम केला; परंतु छपरी पलंगावरील मऊमुलायम गाद्यागिरद्यांवर झोपताना मध्यरात्रीपर्यंत त्याचा डोळा लागला नाही. त्याला कळायला लागल्यापासून बापूंनी त्याच्यावर प्रेमाची पाखर घातली होती. ते सारे प्रसंग त्याला आठवले. बदलीच्या प्रत्येक गावी तर ते मातेच्या मायेनं त्याची काळजी करायचे. ते सारे प्रसंग त्याच्या डोळ्यांसमोरून सरकले. त्या त्या प्रसंगाशी त्याचं मन एकरूप होऊन गेलं. त्या काळात जाऊन दाखल झालं. निद्रेची जागा त्या प्रसंगांनी घेतली. बापूंना न आवडणारं हे लग्न करून आपण त्यांच्या प्रेमाशी कृतघ्न बनत आहोत, हा विचार त्याला काही केल्या दूर सारता येईना. मग अशा अवस्थेत त्याला झोप कशी काय लागणार?

पहाटे केव्हा डोळा लागला ते त्याचं त्यालाही कळलं नाही.

जान्हवी जगन्नाथला हाक मारीत होती, तेव्हा प्रथम त्याला तो भास वाटला. त्यानं कुशी बदलली तरी ती हाक त्याच्या कानावर येतच होती. मग मात्र त्यानं डोळे उघडून खिडकीतून बाहेर बघितलं. उन्हं कितीतरी वर आली होती! मग तो ताडकन उठला आणि पलंगावरून त्यानं उडीच घेतली.

जान्हवीच्या हाकेच्या दिशेनं तो ओरडून म्हणाला, "आलो आलो."

"अरे फोन आहे तुझा! लवकर ये."

जिना उतरून तो धावतच फोनजवळ गेला. कुणाचा फोन आहे ते जान्हवीनं सांगितलं, पण ते ऐकण्याच्या आतच त्यानं फोनचा रिसीव्हर हातात घेतला आणि म्हटल, "हॅलो!"

"मी प्राचार्य देशपांडे कॉलेजमधून बोलतो आहे. तुम्ही लगेच इकडे येऊ शकाल का?"

"हा निघालोच!"

एवढं सांगून तो काही बोलणार एवढ्यात प्राचार्यांनी फोन खाली ठेवला. जान्हवीकडे गोंधळून बघत तो म्हणाला, "काल रात्री होस्टेलमध्ये गेलो नाही ना,

आता आमची चांगली खरडपट्टी निघणार! तू लवकर उठवलंही नाहीस.''

ती हसत म्हणाली, ''मी काय तुझी बायको आहे का?''

तोही हसत म्हणाला, ''होणार आहेस ना पण!''

''नंतरचं नतर बघता येईल!''

''नंतर असंच वागणार आहेस का? मग...''

''आताच विचार कर. अजूनही वेळ गेलेली नाही.''

एवढ्यात आजी म्हणाली, ''आताच असे काय भांडता? अजून लग्न व्हायचं आहे म्हटलं! मग खुशाल भांडत बसा! खूप वेळ मिळेल.''

लटक्या रागात जगन्नाथ म्हणाला, ''आजी, आपल्या लाडक्या नातीला वेळीच आवरा! म्हटलं आहे ना, की नाठाळ घोड्याचा लगाम वेळीच खेचला पाहिजे!''

जान्हवी मध्येच ओरडली, ''ए, मी घोडा आहे वाटतं?''

आजी म्हणाली, ''ही भांडणाची वेळ नाही. आधी चहा घे पाहू! तिकडे प्राचार्य तुझी वाट बघताहेत!''

खरोखरच प्राचार्य त्याची वाट बघत होते. कानउघाडणीच्या तयारीत तो असतानाच प्राचार्य देशपांडे हसत म्हणाले, ''बसा. काही घाई नाही ना?''

जगन्नाथ भीत भीत बसला

प्राचार्य म्हणाले, ''तुमची चौकशी केली तेव्हा रेक्टरनं सांगितलं की, काल रात्री तुमच्या खोलीला कुलूप होतं..''

''सर...''

तो काहीतरी प्रतिवाद करणार एवढ्यात प्राचार्य हसत हसत म्हणाले, ''मी तेव्हाच कुलपाचा अर्थ समजलो. चुकला फकीर नेमका मशिदीत सापडणार! लगेच तुम्हाला फोन केला. अंदाज केल्याप्रमाणे फकीर सापडला!''

''सॉरी सर ! मी कळवून जायला हवं होतं, पण... काहीच कल्पना नसताना यायला फार उशीर झाला. सांगणं जमलं नाही.''

''ते जाऊ दे! त्याबद्दल नंतर बोलता येईल. मी तुम्हाला तातडीनं कशासाठी बोलावलं माहीत आहे?''

जगन्नाथन गोंधळून त्यांच्याकडे बघितलं.

''आपलं गॅदरिंग जवळ आलं आहे. यंदा मी एक नवीन प्रयोग करायचं ठरवलं आहे.''

जगन्नाथ ऐकत राहिला.

प्राचार्य पुढे सांगू लागले, ''खरं तर गॅदरिंग हे केवळ विद्यार्थ्यांचं असतं, आम्ही प्राध्यापक मंडळी त्यात निष्कारण लुडबुड करीत असतो. यंदापासून मी ठरवलंय, की प्राध्यापक मंडळींनी तुमच्या गॅदरिंगपासून अलिप्त राहायचं. तुमच्या गॅदरिंगचं

सारं काही तुम्हीच करायचं! स्नेहसंमेलनाचा पाहुणा तुम्हीच ठरवायचा. गॅदरिंगमध्ये करायचं नाटक तुम्हीच निवडायचं. इतके सारे कार्यक्रम तुम्हीच ठरवायचे. जेवण करायचं की नाही किंवा नुसता अल्पोपाहार करायचा, हे तुम्हीच ठरवायचं. उलट आम्ही सारे अध्यापक हे तुमच्या गॅदरिंगमध्ये फक्त पाहुणे म्हणून वावरणार! या प्रकारच्या गॅदरिंगला आमच्या सर्व स्टाफनं मोठ्या आनंदानं संमती दर्शवली आहे. तुम्हाला कशी काय वाटते ही कल्पना? तुम्ही यंदाच्या गॅदरिंगचे जनरल सेक्रेटरी आहात! तेव्हा तुमचं मत महत्त्वाचं!''

यावर जगन्नाथ मनापासून हसत म्हणाला,''सर, या सर्व प्रकारात आपलाच मोठेपणा दिसतो. आपलं म्हणणं मला मान्य आहे; परंतु आपला मार्गदर्शनाचा हात आमच्यामागे हवाच!''

प्राचार्य हसत म्हणाले, ''आमचा शाबासकीचा हात फक्त तुमच्या पाठीवर पडेल! तुम्ही वावगं काही करणार नाही याबद्दल आमची खात्री आहे. 'शील परं भूषणम्' हे तुमचं भाषण मी विसरलो नाही म्हटलं!''

त्या दिवसापासून जगन्नाथ गॅदरिंगच्या कामाला लागला. त्याच्यावर टाकलेली जबाबदारी त्याला साऱ्या विद्यार्थ्यांच्या वतीनं चांगल्या तऱ्हेनं पार पाडायची होती.

संध्याकाळी चुकलेला फकीर पुन्हा मशिदीत आला. आजीबाई बाहेरच्या दारात उभ्याच होत्या. त्याचं स्वागत करताना आजी म्हणाली, ''या जावईबुवा! जानू तुमची वाट बघून राहिली आहे.''

जगन्नाथ हसत म्हणाला, ''तुमच्या या बोलण्यावरून मला लगेच कळलं की, आपण विदर्भातल्या आहात म्हणून ! तेव्हाच माझी खात्री पटलेली!''

''हां हां! आम्ही वऱ्हाडी.. तुम्ही कोकणी!''

दोघेही मनापासून हसले. तेवढ्यात जान्हवी तिथे आली आणि म्हणाली, ''ये...ये...किती काळान् वाट बघते आहे!''

सगळेच हसायला लागले.

आजी म्हणाली, ''आत चला की! बाहेर उभं राहून पोट थोडंच भरणार आहे! चांगले फोडणीचे पोहे बनव; नाहीतर यांना हवे असतील तर दहीपोहे उसळी मिरची लावून- कोकणी पद्धतीचे!''

जगन्नाथ म्हणाला, ''नको.. .नको! खूप खाल्लंय. माझं पोट भरलंय...''

''रोज प्रेमाची मेजवानी चाललीय ना? पोट भरणारच!''

आजीच्या या बोलण्यावर जगन्नाथ हसला नाही. उलट गंभीर झाला.

जान्हवी खट्याळपणानं म्हणाली, ''प्रेमाचं अजीर्ण झालं का रे? एवढा गंभीर का झालास?''

''आंबेगाव आठवलं. बापूंची आठवण आली. बापू म्हणत असतील की, हा

शंकराचा नंदीबैल मोकाट सुटला आहे. त्याला वेसण कोण घालणार?''

आजी चटकन म्हणाली, ''आमची जानू!''

जगन्नाथ उद्गारला, ''म्हणूनच तर सारा घोटाळा झाला आहे.''

जान्हवी फणकाऱ्यानं म्हणाली, ''घोटाळा वाटत असेल तर अजून विचार कर. अजून वेळ गेली नाही.''

''तसं नाही गं! वेळ कधीच जाणार नाही. आपल्या प्रेमावरून नव्हे, तर मला नेहमीच वाटतं, की हे जातीपातीचं खूळ फक्त माणसात दिसतं. पशुपक्ष्यांत दिसत नाही! निसर्गात कुठे आढळत नाही!''

''म्हणूनच आपण पशुपक्ष्यांना नावं ठेवतो ना? कमी लेखतो ना?''

यावर जान्हवी एकदम म्हणाली, ''अरे, पशुपक्ष्यांना वाचा असती ना, तर त्यांनीही माणसाला अशीच नावं ठेवली असती!''

आजी त्या दोघांकडे बघून म्हणाली, ''जे घडून गेलं त्याबद्दल आता चर्चा हवी कशाला! वाहून गेलेलं पाणी कधी परत येतं का! बऱ्या-वाईट गोष्टी घेऊन नदी समुद्राला मिळते. त्या समुद्राच्या पाण्यात साऱ्या गोष्टी स्वच्छ होऊन जातात. त्या वेळी नदी कधी विचार करते का, कोणत्या बऱ्यावाईट गोष्टी आपल्या पोटातून समुद्राला जाऊन मिळाल्या! फार तर असं म्हणता येईल की, वाहून गेलं ते गटार, मागे उरली ती गंगा! तुमचं प्रेम आता या गंगेसारखं शुद्ध आहे, पवित्र आहे. उगाच आता शंकाकुशंका काढत बसू नका! प्रेमाच्या शांत जलाशयात पोहत राहा!''

जान्हवी म्हणाली, ''आजी, तू तर अगदी कवी बनलीस!''

''अगं प्रसंगानंच माणूस कवी बनतो...बरं ते जाऊ दे, पण तुझे प्राचार्य काय म्हणाले ते सांग!''

जगन्नाथ म्हणाला, ''प्राचार्यांनी सारं ओळखलं आहे, पण ते ओळखूनही प्राचार्य त्याबद्दल काही बोलले नाहीत.''

''यालाच सभ्यता म्हणतात.''

''पण बोलण्यातून आमच्या प्रेमाची पावती त्यांनी दिली.''

''अरे, मांजर डोळे मिटून दूध पितं, पण ते जगाला दिसत का नाही?''

जान्हवीनं मनात म्हटलं, 'म्हणजे टेकडीच्या आडोशाला बसून आम्ही जे काय केलं, ते साऱ्यांना दिसलं की काय?'

या विचारानं ती लाजली. गोरीमोरी झाली.

त्या वेळी आजी म्हणत होती, ''जानू आज रात्री काय पकवायचं ते सांग की! उगाच नुसत्या त्या गोष्टी बोलून काय उपयोग?''

जगन्नाथ म्हणाला, ''छे, छे! आज मी इथे राहणार नाही हं! मला रेक्टरचा मार बसेल!''

"राहू नकोस, पण जेवायला तर काही हरकत आहे का?"

यावर जगन्नाथ हसून म्हणाला, "अन्न अव्हेरत जाऊ नये. नाहीतर माणूस अन्नाला महाग होतो, अशी आपल्या कोकणात समजूत आहे ना?"

"ठीक आहे. जेवून जा म्हणजे झालं!"

जणू बोलण्याचा समारोप करण्यासाठी आजी म्हणाली, "शिवाय जावईबापूंना उपाशीपोटी कसं जाऊ द्यायचं?"

"हे जावईपण मला महाग पडणार असं दिसतंय."

"अजून विचार कर."

जगन्नाथ मानभावीपणानं म्हणाला, "एकदा प्रेमात पडण्याचा अविचार केल्यानंतर आता विचार कसला? पण खरं सांगू जानू, मला एकंदर या प्रकाराची भीती वाटते. वर्तमानकाळ आनंदी दिसतो खरा, पण भविष्यकाळाचं कुणी सांगितलंय?"

"एखाद्या ज्योतिष्याकडे जाऊन विचार! तो काय सांगतो ते बघ!"

आजी म्हणाली, "मी आहे ना ज्योतिषी! मी सांगते सारं!"

"मग सांगा पाहू...हे लग्न लावण्याचं धैर्य माझ्या अंगी कोण देणार? माझं लग्न कोण लावून देणार? त्यासाठी द्रव्याची तरतूद कशी काय होणार? संसार थाटण्यासाठी मला घर कोण करून देणार? त्यासाठी मला नोकरीधंदा कसा काय मिळणार?"

आजी म्हणाली, "या साऱ्या प्रश्नांची उत्तरं हा ज्योतिषी देणार! म्हणजे जानूची ही आजीबाई! ओळीनं उत्तरं देते. हे लग्न लावण्याचं धैर्य प्रेमानंच तुम्हाला दिलेलं आहे. माझ्या नातीचं लग्न ही आजी लावून देणार! अगदी स्वखर्चानं! कायद्यानं वरदक्षिणा देता येत नाही हे मान्य; परंतु जावयाला घर तर कायद्यानं देता येईल ना! इथून जवळच मी एक छोटंसं टुमदार घर बांधते आहे. इथलं सार चंबूगबाळ आवरून वऱ्हाडात माहेरी कायमचं जाण्याचा विचार मी करते आहे."

जान्हवी एकदम म्हणाली, "तुला आम्ही बरे जाऊ देऊ! जिथे नात, तिथे आजी हे आता पक्कं झालं!"

जगन्नाथ म्हणाला, "थांब ग जानू तू! माझा एक महत्त्वाचा प्रश्न ज्योतिष्याला विचारायचा राहिलाय..."

आजी म्हणाली, "नोकरीधंद्याचा ना? तो प्रश्न अगदी सोपा आहे. आमच्या 'समृद्धी' बँकेच्या विश्वस्तांच्या बोर्डावर मी आहे. जावईबापू बी. कॉम. झाले म्हणजे आमच्या बँकेची नोकरी त्यांचीच आहे! त्या बँकेत हळूहळू ते मोठमोठ्या अधिकारपदावर चढत जातील! पोटापाण्याचा प्रश्न मिटेल!"

मग आजीबाई नातजावयाकडे बघत हसून म्हणाल्या, "सांगा आता काय राहिलंय ! साऱ्या प्रश्नांची उत्तरं ज्योतिष्यानं दिली ना? आता आमची फी द्या!"

"आता माझ्याजवळ काय आहे? बँकेच्या पहिल्या पगारात देईन की!"

"एवढी उधारी नाही चालणार ! एक गोष्ट कबूल करा, म्हणजे माझी फी आली. जानूशी लग्न लावण्याची पक्की कबुली द्या!"

जान्हवीकडे बघत जगन्नाथ गंभीरपणानं म्हणाला, "अट अवघड आहे, पण इलाज नाही. ज्योतिष्याचं कर्ज लगेच फेडायला हवं! फेडतो. जानूशी लग्न करण्याचं कबूल करूनच ते फेडायला हवं!"

हास्यरसात साखरपुडा झाला.

त्या रात्री वसतिगृहाकडे जात असताना आनंदाच्या विमानातूनच जगन्नाथ तरंगत चालला होता. स्वप्नपूर्तीचा क्षण दारात येऊन ठेपला होता. त्या क्षणी त्याला जान्हवीची सोबत नव्हती; परंतु माथ्यावरच्या चंद्राची सोबत होती. अशा प्रसन्न चंद्रप्रकाशात जान्हवीबरोबर टेकडीच्या माथ्यावरून त्यानं केलेला प्रेमविहार त्याला आठवत होता. त्यामुळे त्याला थंडीची किमपि जाणीव होत नव्हती. त्याला आठवत होता तो तिचा उबदार करस्पर्श ! कित्येक वेळा तो तिला थट्टेनं म्हणायचा, 'जानू, खेटून काय चाललीस? जरा दुरून चाल की! तुझे केस चक्क माझ्या मानेवर रुळताहेत!' त्यावर जान्हवी म्हणायची, 'माझ्या केसांनी तुझी मान थोडीच कापणार आहे? उलट तुझ्या मानेवर बसलेलं भीतीचं भूत मात्र माझ्या केसांनी झाडलं जाईल!'

एवढं बोलून जान्हवी आणखी त्याच्याजवळून चालायला लागायची.

त्या क्षणी जगन्नाथाला जान्हवीच्या त्या स्पर्शाची उत्कट आठवण झाली. या निर्जन मार्गावर आज ती आपल्याजवळ हवीच होती, असं उत्कटतेनं त्याला वाटत होतं. आज ती आपल्याबरोबर असती, तर आपण काय केलं असतं, याचं चित्र तो रंगवत असतानाच वसतिगृह आलं.

मग मात्र हे सारे विचार झटकून त्याची सभ्य पावलं त्याच्या खोलीच्या दिशेनं निघाली.

त्यानं खोलीचं दार उघडलं. सुखाचं दार नव्यानं उघडल्याचा स्पष्ट भास त्याला झाला.

१२

मंगलाष्टकातील 'तदेव लग्नम्' हे मंत्रोच्चारण सुरू झालं. तो सारा मंडप वधूवरांच्या मस्तकावर अखेरच्या अक्षता टाकायला अगदी सज्ज झाला. त्या तालावर तालसूर द्यायला रंगीबेरंगी पोषाखातील बॅण्डवालेही सिद्ध झाले. जगन्नाथ-जान्हवी यांच्या हातातील पुष्पमाला अधीरतेनं चाळवल्या.

मंगलाष्टकं संपली. वधूवरांच्या गळ्यात माळा पडल्या. एकदम तारसप्तकातील बॅण्ड झटू लागला. पेढे वाटण्याची गडबड सुरू झाली. सुवासिनींत हळद-कुंकवाची गडबड उडाली. भव्य मंडप डोलू लागला.

जगन्नाथानं जान्हवीच्या गळ्यात पुष्पमाला घातली आणि तो एकदम गंभीर झाला. त्याला घरची आठवण झाली आणि त्याचं मन हेलावलं. आपलं जान्हवीशी लग्न झालं खरं; परंतु ते सुखाचं लग्न झालं का? प्रेमाचं लग्न झालं; पण त्यामुळे प्रेमाची माणसं दुरावली, त्याचं काय? आपल्या या लग्नानं काय परिणाम होतील?

त्याच्या मनातले हे विचार भरकटत चालले असताना त्याला एकेक माणसं भेटत होती. त्याचं अभिनंदन करत होती.

त्याच्या या विचारचक्रात 'समृद्धी' बँकेचे मॅनेजिंग डायरेक्टर विश्वासराव देशपांडे त्याच्यासमोर केव्हा येऊन उभे राहिले, हे त्याला कळलंही नाही.

त्यांच्याशी आजी त्याची ओळख करून देत होत्या, "विश्वासराव, हे आमचे नातजावई! मी मघाशी तुमच्याशी यांच्याबद्दल बोलले. बी. कॉम. च्या परीक्षेत यांना पहिला वर्ग मिळाला आहे. बँकिंग हा यांचा खास विषय!"

विश्वासराव जगन्नाथाकडे बघत हसत म्हणाले, "मग प्रश्नच मिटला! केव्हाही जॉइन होऊ शकतात!"

आजी हसत म्हणाल्या, "ते बघू! हनिमूनला कुठेतरी जातील! तिथून आल्यावर जॉइन होतील!"

विश्वासरावांनी विचारलं, "यांना आपल्या गावी जावं लागेल ना! कुळधर्म.. कुळाचार.."

हे ऐकून जगन्नाथाची मुद्रा एकदम उतरली.

त्यानं मनाशी म्हटलं, 'कुलांगाराला कुळधर्म, कुळाचार कुठले असणार?'

तो गप्प बसला. तेव्हा आजीच म्हणाली, "नुकतेच पिवळे झालेत. आठ-पंधरा दिवस जाऊ देत. मग बघता येईल."

रीतसर लक्ष्मीपूजन झालं. त्यानंतर रात्री आजींनी जगन्नाथला विचारलं, "हनिमूनला कुठेतरी जायचा विचार आहे का? म्हणजे सारी व्यवस्था करता येईल. तिकिटं बुक करावी लागतील."

यावर काही उत्तर न देता तो काही वेळ विचारमग्न झाला. मग खालच्या स्वरात म्हणाला, "हनिमूनला कुठे जावं असं मला वाटत नाही."

"का बरं?"

"आपल्या वंशाच्या कुलदीपाचं जतन घरच्या पवित्र वातावरणात व्हावं, असं माझं पक्कं मत आहे. कुठल्या तरी हॉटेलात भलत्या वातावरणात ते व्हावं, असं मला वाटत नाही."

यावर आजी खो खो हसायला लागली. जान्हवीलाही हसू आवरेना.

हसू आवरल्यानंतर आजी म्हणाली, "अगदीच कोकण्या आहेस. कशाला रे शहरात आलास?"

"प्रेम करायला!"

त्याच्या बोलण्यावर आजी म्हणाली, "प्रेम तर कोकणातच केलंस की! पुण्यात फक्त प्रेमाची परिणती झाली, एवढंच!"

काही काळ शांततेत गेल्यावर आजी म्हणाली, "बरं, ते जाऊ दे. कुलदीपाचं जतन घरच्या घरी होऊ दे, कबूल... एकदम कबूल! पण बरोबर पंधरा दिवसांनी कुठेतरी प्रवासाला जायला काय हरकत आहे! इथला मुहूर्त झाल्यावर!"

त्याप्रमाणे ठरलं.

मग कुठे जायचं या प्रश्नावर चर्चा सुरू झाली.

आजी म्हणाली, "महाबळेश्वर बरं! जवळच्या जवळ आहे, शिवाय निसर्गसुंदर!"

जगन्नाथ नकारार्थी मान हलवीत म्हणाला, "मुळीच नको! तिथे शेकडो हनिमून झाले. तिथला निसर्ग आता पवित्र राहिला नाही. आम्ही तिथे जाणार नाही!"

जान्हवी काहीशा धुश्शात एकदम म्हणाली, "मग कुठे जाणार? एखाद्या क्षेत्राच्या ठिकाणी.. .यात्रा करायला?"

"होय.. यात्रेच्या ठिकाणी जाऊन केलेलं पाप धुण्यासाठी!"

जान्हवीनं चिडून विचारलं, "कसल पाप? माझ्याशी लग्न केल्याचं?"

“माझ्या दृष्टीनं नाही, पण लोकरीतीच्या रीतीनं हे पापच झालं ना!”

“याचा आधीच विचार करायला हवा होतास!”

“घाईनं लग्न करायचं आणि सावकाशीनं त्याबद्दल पश्चाताप करायचा, या इंग्रजी म्हणीप्रमाणे हे झालं असावं!”

आजी मध्येच म्हणाली, “आताच भांडू नका रे! भांडायला अजून खूप अवकाश आहे. घडून गेलेल्या गोष्टीबद्दल भांडून आता काही फरक होणार आहे का? त्याबद्दल कशाला निष्फळ चर्चा करता? हनिमूनला कुठे जायचं त्याची चर्चा करा आणि त्या दिशेनं चालू लागा!”

जगन्नाथ म्हणाला, “नाशिकला जाण्याची माझी इच्छा आहे!”

जान्हवी ओरडलीच, “नाशिकला! तिथे जाऊन तर्पण करायचं की काय?”

“तर्पण नाही. कुशावर्तन प्रक्षालन! एरवी मी आंबेगावच्या शंकराचं दर्शन घेण्यासाठी सहकुटुंब गेलो असतो. आता त्र्यंबकेश्वराच्या दर्शनाला जायची इच्छा आहे. आपण कुशावर्तात स्नान करून ब्रह्मगिरीवर जाऊ. उंचावर गेल्यावर माणसाचे विचारही उंचावतात. माणूस उन्नत होतो.”

मग फारशी चर्चा न होता नाशिकला जायचा बेत पक्का झाला.

आजी हसत म्हणाली, “तुमच्या दोघांची एवढी दिलजमाई झाली त्याबद्दल मला केवढं समाधान झालं म्हणून सांगू! जानू, खरं तर तुझा स्वभाव फार हेकट आहे. कोणतीही गोष्ट तू टोकाला नेतेस! तुटेपर्यंत ताणतेस!”

आजीपुढे हवेतल्या हवेत हात जोडून जान्हवी म्हणाली, “आता नाही अशी वागणार बरं! आता देवाब्राह्मणांसमोर मी याची धर्मपत्नी झालेली आहे ना? यापुढे असं वागून कसं चालणार? अगदी याच्या आज्ञेत वागेन बरं! याच्या शब्दाबाहेर मुळीच जाणार नाही!”

आजी तात्काळ म्हणाली, “हे बोलणं कायम ठेव म्हणजे झालं! नाहीतर तेरड्याचा रंग....”

“तीन दिवस!”

जगन्नाथनं आजीचं बोलणं पुरं केलं!

तिघंही हसायला लागले.

मग आजी म्हणाली, “तुम्ही नाशिकहून परत आल्यानंतर तुम्हाला एक फार मोठं बक्षीस द्यायचं मी योजून ठेवलं आहे.”

“कोणतं गं आजी?”

“ते आमचं गुपित आहे. अगदी टॉप सिक्रेट! आल्यावर कळेल!”

नाशिक रोडवरील ‘पवनविहार’ या हॉटेलमध्ये प्रवेश केल्याबरोबर जगन्नाथ म्हणाला, “वा! हॉटेलच्या नावाप्रमाणेच इथे वाऱ्याचा विहार चाललेला आहे नाही

का?''

जान्हवीनं नुसती मान हलवली.

हॉटेलच्या खोलीत प्रवेश केल्यानंतर दोघेही हरखून गेले. त्या खोलीत कोणती सुखसोय नव्हती, हे शोधून सापडलं नसतं.

डबलकॉटवर अंग टाकताच जान्हवी म्हणाली, ''जगा, किती रे सुरेख वातावरण आहे इथलं! आणि तू म्हणत होतास, की हनिमूनसाठी हॉटेल नको म्हणून!''

''पहिली गोष्ट म्हणजे मला आता जगा म्हणायचं नाही. मी आता तुझा नवरा आहे म्हटलं!

''पती म्हण! सारं सुसंस्कृत बोलणं हवं आहे ना? पण तुला एकान्तातदेखील 'जगा' या लाडिक नावानं हाका मारायचं नाही का? किती गंमत वाटते या बोलण्यात! जगन्नाथराव म्हणेन बरं आता आपल्याला!''

जगन्नाथ हसून म्हणाला, ''एवढं नको बरं मानाचं बोलणं! तुला हवं ते म्हण! जगासुद्धा म्हण! काही म्हणालीस तरी मी जगन्नाथच राहणार आहे!''

''बरं ते जाऊ दे! तू मघाशी काहीतरी सांगत होतास...त्या हनिमूनबद्दल!''

''मी केव्हाच सांगितलं होतं की, हनिमून घरीच व्हायला हवा; हॉटेलात नाही! हॉटेल सुखसोयींनी सुसज्ज असलं तरी!''

''ऐकलं ना मी तुझं? बायको झाली आहे ना मी तुझी आता!''

जगन्नाथनं तिच्या गालावर चापट मारून म्हटलं, ''चल, चावट कुठली!''

हॉटेलमधील त्या सुखशय्येवर त्यांच्या सुखाला पारावर उरला नाही. तथापि सकाळी लवकर उठून ते त्र्यंबकेश्वरला गेले.

कुशावर्ताच्या कुंडातील तीर्थ त्यांनी घेतलं. नेत्रांना चोळलं.

जान्हवी म्हणाली, ''या छोट्याशा कुंडात कुंभमेळ्याच्या वेळी दहा-बारा लाख लोक स्नान करतात, हे कसं काय शक्य होतं रे? काय होत असेल या तीर्थाचं! अशा तीर्थात त्याना देव कसा काय दिसतो?''

जगन्नाथानं तात्काळ उत्तर दिलं, ''देव त्यांना कुंडात दिरात नसेलही! त्यांच्या मनात जो भाव असतो, तिथे त्यांना देव दिसतो.''

''कमाल आहे बाई!''

''जानू इथे आपण पर्यावरणाची चर्चा करायला आलो नाही. मी तरी भावरूपानं त्र्यंबकाचं दर्शन घेण्यासाठी इथे आलो आहे. क्षेत्रस्थानी क्षेत्राचा भाव मनात बाळगायचा असतो.. आणि हे बघ, देव जर चर्चेचा भाग असता तर लाखो साधू एवढ्या भक्तिभावानं इथे आलेच नसते. देवाला जाब विचारणारे फक्त आपल्या शहरातूनच भेटतात. एवढ्या लाखो साधुसंतांनी मनातला भाव सोडून जर देवाविषयी अशी चर्चा सुरू केली, तर देशात अराजक माजेल. सध्या तशी परिस्थिती निर्माण होत

चाललेलीच आहे. माणसाच्या मनातून देवाविषयीचा भाव पुसला गेला म्हणजे माणसाच्या मनात सैतानाचा खेळ सुरू होतो. म्हणूनच देवाविषयीचा भोळा भावही समाजाच्या दृष्टीनं हितकारक असतो.''

त्याचं बोलणं पटून जान्हवी नुसती मान हलवीत होती. त्याचं असं बोलणं तिला ऐकावंसं वाटत होतं. तिथल्या पवित्र वातावरणाचा तो परिणाम होता की काय कुणास ठाऊक!

त्र्यंबकाचं मनोभावे दर्शन घेतल्यानंतर तो म्हणाला, ''हे दंडकारण्य आहे हे तुला माहीत आहे. या दंडकारण्यातच श्रीरामांचं वास्तव्य होतं.''

ब्रह्मगिरीच्या पायऱ्या चढून जाताना जगन्नाथच एकसारखा बोलत होता. ती तन्मयतेनं ऐकत होती. पायऱ्या चढताना दम लागला, की मध्येच ते थांबत होते. विसावा घेऊन पायऱ्या चढत होते. वानरांना फुटाणे टाकून त्यांची गंमत बघत होते.

जगन्नाथ म्हणाला, ''श्रीरामांची ही वानरसेना तेव्हापासूनच इथे घर करून राहिली असावी!''

जान्हवी थट्टेच्या स्वरात म्हणाली, ''समाजाच्या अभ्यासकांना विचारलं पाहिजे!''

त्यानं सहज हात उगारला तेव्हा जान्हवी म्हणाली, ''रामानं सीतेला कधी मारलं नव्हतं; फक्त टाकलं होतं!''

जगन्नाथही सुरात म्हणाला, ''मी तुला रामाप्रमाणे टाकणार नाही, पण मारीन!''

त्यानं पुन्हा हात उगारला. मग ते दोघेही मनसोक्त हसले.

ब्रह्मगिरीच्या पायऱ्या चढण्याचा कार्यक्रम चाललाच होता. मधूनच जगन्नाथ म्हणाला, ''श्रीरामांचं इथे वास्तव्य होतं. त्यावरून मला एक हरदासी कथा आठवली.''

''कोणती? सांग की! गोष्टी ऐकताना या एवढ्या पायऱ्या चढून जाण्याचे श्रम तरी जाणवणार नाहीत.''

तो सांगू लागला, 'हिमालयात आपले शंकरदेव रोजच सकाळी ध्यान लावून बसायचे. पार्वतीदेवी रोज त्यांच्यासाठी दुपारी प्रसाद घेऊन यायच्या. एके दिवशी देवी प्रसाद घेऊन आल्या तरी शंकरदेवाचं ध्यान संपलं नव्हतं. बराच वेळ देवी ताटकळत उभ्या होत्या. ध्यान चाललं असतांना शंकर मध्येच हसायचे. एकदम गंभीर व्हायचे. रडवेले व्हायचे. तो प्रकार पाहून पार्वतीदेवींना आश्चर्य वाटायचं. ताटकळत उभं राहायचा रागही यायचा. शेवटी एकदाचं शंकरदेवांची ध्यानसमाधी संपली.'

मग जगन्नाथानं ''अरे, ही कथा त्र्यंबक गुरुजींनी हायस्कूलच्या उद्‌घाटनाच्या दिवशी सांगितली होती ना?''

"हो खरंच की! तुला आठवतेय का?"

"हो तर! हायस्कूलच्या उद्घाटनाचा सारा समारंभ मला चांगलाच आठवतोय."

त्यानंतर बराच वेळ ते दोघे गतकालच्या स्मृतींना उजाळा देत पायऱ्या चढत राह्यले.

ते दोघे आता ब्रह्मगिरीच्या माथ्यावर येऊन पोचले होते.

जान्हवीनं एक प्रदीर्घ सुस्कारा सोडला आणि म्हटलं, "खरंच जगा! या आठवणींचे कप्पे उघडत, गप्पा मारत आपण चाललो म्हणून बरं झालं. नाही तर या हजार-दीड हजार पायऱ्या चढून येणं शक्यच नव्हतं. मी मध्येच ढेपाळले असते. नक्कीच!"

जगन्नाथ म्हणाला, "बघ, ही हरदासी कथा किती उपयोगी पडली ते! कीर्तन-प्रवचनाला भाविक लोक उगाच नाही गर्दी करत! नाहीतर आपण शहरी लोक! प्रत्येक गोष्टीची आपण चिरफाड करतो; उपहास करतो. अगदी प्रांजळ भावनेचासुद्धा! कुणाची बुद्धी कशी का असेना, तिचा बुद्धिभेद करू नये, असं गीतेतच सांगितलं आहे ना!"

"तू तर आता तत्त्वज्ञ व्हायला लागला आहेस! लग्नाच्या पहिल्यावहिल्या दिवसांत!"

"तरुणपणी तत्त्वज्ञ होऊ नये किंवा अध्यात्म करू नये असं कुणी सांगितलं आहे?"

मग चौफेर नजर टाकून जगन्नाथ म्हणाला, "बघ...बघ एकदा चौफेर! मला स्वामी विवेकानंदांचं वचन आठवतं. आपले पूर्वापार साधुसंत किंवा तपस्वी तपश्चर्येसाठी अशाच विजनवासी पर्वतांची निवड करीत असत. जिथे ध्वनिप्रदूषण नाही. वाईट विचारांचं किंवा षड्रिपूंचं प्रदूषण नाही. खराखुरा आध्यात्मिक आनंद अशाच शांतदान्त निसर्गाच्या सान्निध्यातच फुलून येतो. अशाच ठिकाणी खरी ध्यानधारणा होते. समाधी लागते!"

"ए...पुरे...पुरे! हा आध्यात्मिक डोस जरा जास्त होतोय. या निसर्गरम्य वातावरणात हातात हात घालून हिंडण्याफिरण्याचा भौतिक आनंद आपण आता उपभोगू या!"

मग ते खरोखरच हातात हात घालून हिंडायला लागले.

चालताना एकदम तिच्या हातातला हात सोडवून घेऊन तो म्हणाला, "आकाशात ते बघितलंस का?"

जान्हवीनं आकाशाकडे बघितलं

दोन मेघखंड आकाशातून जोडीनं चालले होते. तिकडे बघून जान्हवी म्हणाली, "त्या ढगांकडे काय बघायचं? ढगासारखे ढग!"

“तुला ते ढग दिसत असतील; परंतु मला मात्र ती हरणांची जोडी चाललेली दिसते.. हनिमूनसाठी! क्षितिजापलीकडे एकान्त शोधण्यासाठी भर वेगानं चालली असावी!”

“जगा, तुला वेड लागलं आहे हनिमूनचं; तुला दुसरं काही दिसत नाही. ”

“नकोच आहे दिसायला. प्रेमाची परिसीमा म्हणतात ती हीच!”

“प्रेमाची का वेडाची?”

“अगं, सीताहरणानंतर श्रीराम असेच वेडेपिसे झाले होते. इथेच, याच परिसरात ते वृक्षांना कवटाळत होते.... सीता म्हणून!”

“एवढं श्रीरामांचं अनुकरण करतोस होय! अरे, श्रीराम वडिलांची आज्ञा शिरोधार्य मानून चौदा वर्षं वनवासात गेले होते. तू वडिलांची साधी आज्ञा मानलीस का... माझ्याशी लग्न न करण्याची? श्रीराम व्हायचं असेल तर म्हटलं त्याग करावा लागतो. तू त्यागापेक्षा भोगाच्या गप्पा मारतोस!”

जगन्नाथ एकदम गंभीर झाला. जान्हवीचं म्हणणं खरच होतं. आपल्या प्रिय पित्याच्या मनावर त्यानं घाव घातला होता. श्रीरामांचं प्रेम वैश्विक होतं. आपलं प्रेम विषयासक्त आहे, हे त्याला मान्य करावंच लागत होतं.

त्याला आपल्या वडिलांची विलक्षण आठवण झाली. त्याचबरोबर स्वतःच्या अपराधाची उत्कट जाणीव झाली; परंतु या अशा सुखद समयी तरी जान्हवीनं आपल्याला अशी डागणी द्यायला नको होती, असं त्याला पुनःपुन्हा वाटत राहिलं.

काही काळ अशा अपराधी शांततेत गेल्यावर त्या शांततेचा भंग करायलाच हवा होता.

जगन्नाथच काहीतरी बोलायचं म्हणून म्हणाला, “शांततेचा भंग करणारा वारा सोडला तर या भागात केवढी शांतता आहे! पण या शांततेचा लाभ घेणारे तापसी मात्र मुळीच दिसत नाहीत.”

“दिसतील!”

असं जान्हवीनं म्हटलं मात्र, थोड्याच अंतरावर एका मोठ्या वृक्षाच्या तळवटी एक छोटी कुटी दिसली. ते कुटीसमोर येऊन उभे राहिले, तेव्हा त्यांना त्या कुटीत कुणीच दिसलं नाही; परंतु कुटीच्या मागच्या बाजूला कुणीतरी उभं असलेलं दिसलं.

त्या दोघांना बघताच ती उंचीपुरी देखणी व्यक्ती पुढे आली आणि म्हणाली, “या...”

जगन्नाथ सहज बोलून गेला, “येतो...पण आम्हाला काही नको आहे.”

तो माणूसही सहज बोलून गेला, “तुम्हाला काही हवं असलं तरी देण्याजोगं माझ्याजवळ काहीही नाही; परंतु सांगण्याजोगं मात्र खूप आहे. न संपणारी कहाणी आहे.”

अगदी अभावितपणानं ती दोघं त्याच्यासमोर कुटीत जाऊन बसली.

बराच वेळ तो काहीच बोलला नाही. मनातल्या मनात कहाणीचे धागेदोरे जुळविण्यात गुंतला होता. मग त्यांच्यावर आपले विशाल नेत्र रोखून म्हणाला, ''तुम्ही इथे वैवाहिक सुख लुटण्यासाठी आलेले दिसता; पण मी तुम्हाला माझी विवाहविच्छेदाची करुण कथा सांगू इच्छितो. तुमची ऐकण्याची इच्छा असेल तर!''

जगन्नाथनं मान हलवली.

तो म्हणाला, ''सारं जग सुखाचं वाटेकरी होतं. दुःखाला कुणी वाटेकरी नसतं. दुःखाच्या नुसत्या कथा ऐकायलासुद्धा! दुःखात सतत पिचणारं मन कुणासमोर तरी निःसंकोचपणानं मोकळं करावंसं वाटतं. तुमच्यासमोर मी ते करणार आहे.''

काही काळ थांबून तो सांगू लागला, ''माझं नाव सांगण्यापूर्वी मी माझ्या जीवनाची शोकांतिकाच तुम्हाला सांगतो.''

असा प्रारंभ करून त्यान ती करुण कथा सांगितली.

पुण्याजवळच्या भोर संस्थानात त्याच्या वडिलांची मोठी शेतीवाडी होती. कुटुंब छोटं, पण शेतीचा बाडविस्तार मोठा! तो गृहस्थ पुण्यात पदवीधर झाला आणि मिलिटरी अकाऊन्ट्स या लष्करी खात्यात नोकरीला लागला. नोकरीला लागल्यानंतर शेजारीच राहणाऱ्या एका गरीब, पण सुंदर मुलीवर त्याचं प्रेम जडलं. एका हौशी नाट्यसंस्थेत ते फावल्या वेळी जात असत. त्या संस्थेच्या नाटकातून नायक-नायिकेचं जोडीनं काम करीत असत. कालांतरानं ही नाटकातील जोडी पुढे प्रत्यक्ष जीवनातही कायमची जोडी बनली.

प्रेमविवाह झाल्यानंतर त्याचा काही काळ सुखात गेला. त्याची बाहेर बदली झाल्यानंतर ती काही काळ भोरला सासू-सासऱ्यांकडे जाऊन मजेत राहिली. काही काळानंतर त्याची पुन्हा पुण्याला बदली झाली. आई-वडिलांचा तो एकुलता एक असल्यामुळे त्यानं त्या दोघांना पुण्याला बोलावलं; पण आपली शेतीवाडी सोडून ते पुण्याला आले नाहीत. नोकरी सोडून त्या दोघांनीच भोरला आपली मोठी शेतीवाडी सांभाळण्यासाठी कायमचं निघून यावं, असा आग्रह त्यांनी धरला.

तो म्हणाला, 'भोरला कायमचं जाऊन राहायला माझी हरकत नाही.'

'पण माझी हरकत आहे ना! त्या खेड्यात जाऊन मी काय करणार!'

'शेती!'

तो असं हसत म्हणाला. पण ती काहीशी घुश्शातच म्हणाली, ''शेती? ती गावठी लोकांनी करावी! अभिनयाचे गुण माझ्यात आहेत. ते मी फुलवणार आहे! पुन्हा आपल्या त्या नाट्यसंस्थेत जायला लागणार आहे.

'कशासाठी?'

'हे काय विचारतोस? नाटकात काम करण्यासाठी!'

‘कुणाबरोबर?’

‘तू येणार असशील तर तुझ्याबरोबर..नाहीतर...’

‘नाहीतर कुणाबरोबरही! असंच ना?’

‘मग काय करणार! तुला वेळ नाही. नोकरी ही तुझी नायिका बनली आहे. घरी मी दुसरं काय करणार! एकट्यानं राहण्यास कंटाळा येतो. दिवस जाता जात नाही. मग दुसऱ्या नायकाबरोबर मी नायिकेचं काम केलं तर बिघडलं कुठे? मी त्याची कायमची नायिका थोडीच बनून जाणार आहे! तुला तशी भीती वाटते का?’

‘समजा मला भीती वाटली तर तू ऐकणार आहेस का?’

‘समज मी नाही ऐकलं तर?’

‘मी काय करणार; पण मला ते आवडणार नाही.’

ती गयावया करून म्हणाली, ‘खुळा रे तू? माझ्या एकनिष्ठ प्रेमाची तू ही का परीक्षा केलीस? तुझ्यात काय कमी आहे म्हणून मी दुसऱ्याची नायिका होईन....कायमची! पण खरं सांगू आपल्या लग्नाला पाच वर्षं होऊन गेली. घरात पाळणा हलला नाही. या एकाकीपणात दिवस खायला उठतो आणि रात्र अंधारी बनते. वेडीपिशी होते मी!’

तो म्हणाला, ‘नाटकात कुणाबरोबर तरी नायिकेचं काम केलं म्हणजे हे सारं बदलेल! अगं, आई-वडिलांनी मला लहानपणापासून अगदी तळहाताच्या फोडाप्रमाणे वागवलं, पण त्यांच्या इच्छेप्रमाणे मी भोरला गेलो नाही. मी त्यांची इच्छा डावलली. केवळ तुझ्यासाठी! पुण्याला तुझ्यासाठी आलो आणि आता तू...’

‘नाही रे, असा कष्टी होऊ नकोस! मी तुझीच आहे. सदैव तुझीच आहे!’

काही फेरफार करून त्या दोघांच्यात असेच संवाद होत असत. ‘मी तुझीच आहे,’ असं निक्षून सांगण्याऐवजी तू मला पुनःपुन्हा छेडलंस ना, तर मात्र मी तुझी राहणार नाही. का उगाच कटकट करतोस?’ असं म्हणण्यापर्यंत तिची पाळी गेली.

तिच्या वर्तनातला हा फरक त्यानं जाणला. काय ओळखायचं ते त्यानं ओळखलं.

ही सारी करुण कहाणी त्यानं सांगितली आणि शेवटी तो म्हणाला, ‘माझ्या जीवनाची ही शोकांतिका मी अगदी थोडक्यात सांगितली. कथेचा शेवट दुसरा काय असणार? ती मला म्हणायची, की माझी कला कुजवू नका. तिच्या म्हणण्याप्रमाणे मी तिची कला कुजवली नाही, पण तिनं मात्र माझं आयुष्य कुजवलं. पार नासून टाकलं. ती मला सोडून गेली.... कायमची! ‘मी तुझीच आहे,’ हे तिचे खोटारडे शब्द मात्र माझ्याजवळ कायमच राहिले.’

हे बोलताना तो प्रक्षुब्ध झाला. भावनाकुल झाला. विरहाकुल दुःखाचे शब्द तोंडातल्या तोंडात घुटमळू लागले. परिसरात पसरलेली शांतता असह्य झाली. ती शांतता पोरकी वाटायला लागली.

बऱ्याच स्तब्धतेनंतर तो म्हणाला, "माझी कहाणी संपली. आता माझं पहिलं नाव सांगतो. माझं पहिलं नाव शिवराम. तिचं माहेरचं नाव होतं पार्वती. शिवाची पार्वती. पण लग्न झाल्यानंतर ती रामाची सीता झाली. माझ्या आई-वडिलांनी तिचं नाव मुद्दाम सीता असं ठेवलं, पण सीता त्यांच्याजवळ फार काळ राहिली नाही. कालांतरानं माझे आई-वडील हे जग सोडून गेले. सीताही या रामाला सोडून गेली. माझ चिमुकलं जग उदास झालं. त्या उदास जगात राहण्यापेक्षा मी नोकरी सोडून दिली आणि या उघड्या जगात आलो. आज इथे तर उद्या तिथे! जवळ सारं काही असताना 'शय्या भूमितलं दिशोऽपि वसनम् 'अशी माझी अवस्था झाली. घरातली लक्ष्मी निघून गेली. मी भस्मांकित शंकर बनलो.. संपलं माझं सांगणं! ऐकणारे मिळाले म्हणून सांगितलं. तसदीची क्षमा असावी!"

'पवन विहार' हॉटेलमध्ये ते परत आले, तेव्हा दुपारचे दोन वाजून गेले होते. त्यांची भूक पार उडून गेली होती.

रात्री सुखशय्येवर अंग टाकलं तरी त्यांना झोप लागत नव्हती. शिवरामाची ती कहाणी या ना त्या तऱ्हेनं त्याच्या मनात धुडगूस घालत होती.

जगन्नाथ खवचटपणानं तिला पुनःपुन्हा म्हणत होता, "त्या माणसाची ती कहाणी ऐकून मला भीती वाटायला लागली आहे गं!"

"कसली?"

"तुझ्याजवळही अभिनयाची कला आहे, तेव्हा..."

"त्या कलेच्या मागे धावून मी तुला सोडून जाईन, अशीच भीती वाटते ना तुला?"

"एरवी वाटली नसती; परंतु ती शोककथा ऐकल्यापासून मात्र तसं वाटतं खरं!"

"हीच का माझ्या प्रेमाची परीक्षा केलीस? तू मुळीच काळजी करू नकोस! मी तुझीच आहे!"

"त्या माणसाची बायकोही तसंच म्हणत होती, पण..."

"मग काय म्हणू? मी खरोखरच तुझी आहे, दुसऱ्या कुणाची नाही, असं म्हणू का? तू सांगशील ते म्हणते!"

मग जगन्नाथनं तेच तेच विचारावं आणि तिनं तेच तेच सांगावं, असं बराच वेळ चाललं होतं.

शेवटी जान्हवी म्हणाली, "नको रे तेच तेच विचारूस! उगाच छळू नकोस!"

ती रात्र केव्हा उलटून गेली आणि परस्परांच्या कुशीत त्यांना केव्हा झोप लागली, हे त्यांचं त्यांनाही कळलं नाही.

१३

जगन्नाथ-जान्हवी जेव्हा पुण्याला पोचले तेव्हा दुपार टळून गेली होती. त्यांना बघताच आजीनं पहिला प्रश्न केला, "कशी काय झाली तुमची हनिमून ट्रिप."

जान्हवी त्रासिक स्वरात म्हणाली, "छळलं ग मला जगानं!"

आजी पूर्वीचे दिवस आठवून हसत म्हणाली, "अगं, अशा वेळी छळावंच लागतं. न छळलं तर नवल!"

जगन्नाथनं तिला नको ते प्रश्न पुनःपुन्हा विचारून कसं छळलं, ते आजीला कसं काय सांगणार? आजी वेगळ्याच अर्थानं तसं म्हणाली होती.

जान्हवीनं उडत उडत उत्तर दिलं. "नाहीतरी बायकोला छळणं हा नवऱ्याचा धर्मच असतो!"

आजी पुन्हा हसत म्हणाली, "तो धर्म बजावला ना तुझ्या नवऱ्यानं? ठीक झालं! असंच व्हायला हवं होतं!"

तो विषय बदलून जान्हवी म्हणाली, "प्रवासाचा खूप शीण आलाय. आंघोळ करायची आहे आम्हाला! दशरथ कुठाय? नाहीतर पांडुरंग..."

मध्येच आजीनं सांगितलं "दशरथ गेलाय अयोध्येला.. रामाच्या राज्याभिषेकाची तयारी करायला... होमहवनाची तयारी नको का करायला? आणि पांडुरंग गेलाय पंढरपूरला पुंडलिकाच्या भेटीला!"

"हे काय गं आजी, आज तू अशी कोड्यात काय बोलतेस!"

"ते जाऊ दे, पारू तुमच्या स्नानाची व्यवस्था करील. तू कपडे घेऊन तयार हो. तुझ्या रावांनाही तयार व्हायला सांग."

"राव?"

"जानू आता जगन्नाथराव या घरचे जावई झालेत. त्यांना राव म्हणायला नको का? जावयाचा आदर राखला पाहिजे."

जान्हवी गंभीरपणाचा आव आणून म्हणाली, "ते बरोबरच आहे. आपण जावयाला हुंडा थोडाच दिला आहे? मग नुसता मान द्यायला काय हरकत आहे?"

आजी तात्काळ म्हणाली, "नुसता कोरडा मान देऊन कसं चालेल? हुंडा द्यायलाच हवा."

"आजी, हुंडा देणं बेकायदा आहे बरं का?"

"पैशात दिला नाही म्हणजे झालं! वस्तुरूपानं किंवा वास्तुरूपानं दिला म्हणजे झालं!"

"आजी, आज तू अगदी कोड्यात बोलायला लागलीस हं!"

यावर आजीला काहीच उत्तर द्यायला लागलं नाही. पारू तिथे आली होती आणि जान्हवीला आंघोळीला जावं लागलं होतं.

रात्रीचं जेवण झाल्यानंतर आजी त्या दोघांना म्हणाली, "आज आता लवकर झोपा. उद्या सकाळी लवकर उठायचं आहे."

"हे गं काय आजी! आम्ही किती दमलो आहोत प्रवासामुळे! आणि तू लवकर उठायचं काय काढलं आहेस?"

"सकाळी एके ठिकाणी जायचं आहे."

"कुठे?"

"तिथे गेल्यावर कळेल!"

"आज किनई तू फारच कोड्यात टाकते आहेस."

"खोड्यात नाही ना टाकत? झालं तर मग!"

काल त्या माणसाची ती हकिगत ऐकून त्यांना धड झोप आली नाही. आज आजीच्या कुतूहलामुळे त्यांना धड झोप येणार नव्हती.

सकाळी आजीनं हाक मारायच्या आधीच ते दोघं उठले. चहापाणी उरकलं. प्रातर्विधी उरकून त्यांनी लवकर स्नान उरकलं आणि आजीनं सांगितल्याप्रमाणे चांगले कपडे करून ते मोटारीत बसले.

एका नवीन टुमदार बंगल्यासमोर मोटार येऊन थांबली, तरी त्यांचं कुतूहल सरलं नव्हतं.

बंगल्यात प्रवेश केल्याबरोबर आजी म्हणाली, "आज तुमच्या या बंगल्याची वास्तुशांत आहे."

जान्हवी ओरडलीच, "आमच्या बंगल्याची?"

"होय...होय तुमच्या बंगल्याची!"

"हे काय गूढ आहे आजी?"

"गूढ नाही. माझ्या नातजावयाला हा हुंडा आहे. अगदी कायद्यात बसणारा! आज वास्तुशांत झाली म्हणजे उद्या-परवा तुमच्या दोघांच्या नावानं या टुमदार

बंगल्याचं बक्षीसपत्र होईल. माझ्या वकिलांना सर्वकाही सांगून ठेवलं आहे. तुम्हाला फक्त सह्या कराव्या लागतील.''

जान्हवी काहीशा चढ्या आवाजात म्हणाली, ''आजी, तू हे काय चालवलं आहेस?''

''कन्यादानाची ही दक्षिणा आहे. कोरडी मुलगी द्यायची नसते, असं शास्त्र आहे. तुझी आई इथे नाही, मग तिच्या आईला हे करायला नको का?''

''पण याला काही मर्यादा? केवढं मोठं हे कन्यादान?''

''जावई मोठा दान; मग कन्यादान मोठं नको का?''

मग बोलणं आखडतं घेऊन आजी म्हणाली, ''हे पाहा बोलण्यात फार वेळ घालवू नका. आता पाच गुरुजी येतील! दशरथा, गुरुजी वेळेवर येणार आहेत ना?''

दशरथान सारं काही सांगितलं. पाच गुरुजी दहाच्या ठोक्याला इथे हजर असतील, ही वार्ता दशरथानं आजींच्या कानावर घातली.

मग पांडुरंगाला उद्देशून आजी म्हणाल्या, ''पांडुरंगा, आचाऱ्याची सारी व्यवस्था झाली आहे ना? पक्वानाचं काय?''

''बुंदीचे लाडू करायला सांगितले आहेत.''

''साजुक तुपातले ना?''

''होय काजूखिसमिस खूप घालायला सांगितले आहेत.''

''वा वा, छान! पांडुरंग चुकणार आहे थोडाच! बरं, दुसरी महत्त्वाची गोष्ट म्हणजे पाचही गुरुजींचं जेवण होईपर्यंत सारा स्वयंपाक ब्राह्मणांचा! आपल्यापैकी कुणीही मध्ये जायचं नाही. त्यांचं जेवण चाललं असताना मी दुरून त्याचा परामर्ष घेईन. गुरुजी दक्षिणा घेऊन निघून गेल्यानंतर मग आपलाच कारभार आहे.''

मग जगन्नाथ-जान्हवीकडे बघून आजीनं फर्मावलं, ''जा, तुम्ही दोघे हातपाय धुवा आणि सोवळं नेसून तयार राहा. आता गुरुजी येतील!''

दोघंही सोवळं नेसून तयार झाले. एवढ्यात ठरल्याप्रमाणे पाचही गुरुजी हजर झाले. त्यांची दुचाकी वाहनं बंगल्याच्या दारापाशी लागली.

त्या सर्वांना बघून आजी म्हणाल्या, ''आपण एका जागी असता तर मी तुम्हाला आणण्यासाठी आमची मोटार पाठविणार होते.''

यावर सर्वांत वयस्कर कानडे गुरुजी म्हणाले, ''अहो, आम्ही एका ठिकाणी कुठे भेटणार? आम्ही बारा पिंपळावरचे बारा मुंजे. कुणाला सत्यनारायणाची सुपारी, तर कुणाला वास्तुशांतीची वर्दी ! कुणाला मोठ्या घरची रोजची पूजा! यासाठी आमच्याजवळ स्वतःची दुचाकी वाहनं असावी लागतात.''

आजी हसून म्हणाली, ''एकूण तुमचा व्यवसाय तेजीत दिसतो.''

यावर मोघे गुरुजी म्हणाले, ''अहो, त्याच्याशिवाय का ही वाहनं परवडणार

आहेत? पेट्रोल कोण महाग होत चाललंय!''

साठे गुरुजींनी पुस्ती जोडली, ''आहे.. अजून लोकांत धार्मिक भावना टिकून आहे. विशेषतः बहुजन समाजात! वरचा समाज आमच्यातर्फे धार्मिक पुण्य गाठीशी बांधतो. त्यात त्यांना समाधान मिळतं आणि आमचं भागतं.''

एवढ्यात कानडे गुरुजींनी फर्मावलं, ''गप्पागोष्टी पुरे झाल्या. घड्याळाकडे बघा आणि कार्याला लागा!''

मग वास्तुशांतीचे विधी सुरू झाले. होमहवनाला प्रारंभ झाला. होमहवनाच्या धुरामुळे डोळे चुरचुरायला लागले. होमात पंचकाष्ठं पडत होती. त्यांचा तडतड आवाज येत होता. मधूनच ज्वाला उठत होत्या. त्याबरोबर मंत्रघोषही उंचावत होता. अधूनमधून हे ना ते गुरुजी वास्तुशांतीच्या मंत्राचा अर्थही विशद करून सांगत होते. कार्य करताना जगन्नाथ-जान्हवी त्या मंत्रांचा अर्थ आणि त्यांचं प्रयोजन तन्मयतेनं ऐकत होते.

एवढ्यात सर्व गुरुजींचा मंत्रोच्चाराचा ध्वनी टिपेला जाऊन पोचला. आजी थरारल्या. जगन्नाथ-जान्हवीच्या अंगावर पावित्र्याचे रोमांच फुलले.

तीन तासांनंतर होमातील अग्निज्वाला शमल्या आणि गुरुजींचे मंत्रोच्चारही मंदावले.

मग जगन्नाथ-जान्हवी बाहेर आले. त्यांच्याबरोबर कानडे आणि मोघे हे दोघे वयस्कर गुरुजी बाहेर आले. त्यांनी मंत्रोच्चारण केलं. दोघांनी वास्तूला ओवाळलं आणि गृहप्रवेश केला. त्या वेळी ते दोघं मनातून हरखून गेले.

गुरुजी म्हणाले, ''ही वास्तू आता धार्मिक दृष्टीनं तुमची झाली. तुम्हाला आता त्याची जपणूक करायला हवी!''

त्याच वेळी आग्नेय दिशेकडील वास्तूची सूर्यप्रतिमा सोनं-मोती या द्रव्यांनी भरणी करण्यात आली. वास्तूला शांत करण्यासाठी दोन घागरी जलसिंचन त्या वास्तूवर झालं. तब्बल दोन घागरी पाणी पिऊन वास्तू शांत झाली. वास्तुशांतीचे धार्मिक उपचार संपले.

मग रीतसर औपचारिक पद्धतीनं दक्षिणादान झालं. सर्व मंडळी पाचही गुरुजींच्या पाया पडली.

आजीनं विचारलं, ''सर्व विधी यथासांग पद्धतीनं पार पडले. काही कमी झालं नाही. मन भरून आल; पण दक्षिणेत काही कमीपणा वाटला नाही ना? नाहीतर...''

कमी-अधिक प्रमाणात सर्व गुरुजींचे आवाज उमटले, ''छे छे! मुळीच नाही! ठरल्यापेक्षाही आपण अधिकच केलं!''

मग भोजनाची तयारी होईपर्यंत त्यांच्या गप्पागोष्टी सुरू झाल्या.

आजींनी सहज म्हणून विचारलं, ''का हो गुरुजी, आपण ही वास्तुशांती केली.

आम्हाला फार बरं वाटलं; परंतु या धार्मिक विधीमुळे नेमकं काय घडलं?''

कानडे गुरुजींनी सांगितलं, ''कुणाचा विश्वास असो वा नसो, परंतु हे घर होण्यापूर्वी इथे मोकळी जागा होती. वातावरणात भुतंखेतं संचार करीत असतात. वातावरणावर त्याचा परिणाम होतो, शिवाय वाईटसाईट विचारांचा सर्वत्र संचार होत असतो. वास्तुशांती केल्यामुळे घरातलं वातावरण शुद्ध होतं. सुविचारांचं संचलन सर्वत्र सुरू होतं. अशा वाईट गोष्टींपासून तो वास्तुपुरुष घराचं संरक्षण करतो. मंत्रांचा अर्थ तुम्हाला सांगितलाच आहे.''

जगन्नाथ म्हणाला, ''प्रत्येक धार्मिकविधीमध्ये विविध अर्थ असतो. माणसासाठी आशीर्वचन असतं. त्याच्या हेतूपूर्तीचं आश्वासन असतं.''

मोघेगुरुजी स्वयंस्फूर्तीनं उद्‌गारले, ''वा वा! तुमच्यासारख्या तरुण मंडळींच्या तोंडून हे असं ऐकलं म्हणजे केवढा आनंद होतो. आजकाल असं ऐकणं दुर्मिळ होत चाललं आहे.''

कानडे गुरुजींनी त्या बोलण्याला अनुमोदन देताना म्हटलं, ''आजची पिढी विज्ञाननिष्ठ झालेली आहे ना? त्यांना हे जुने विचार बुरसटलेले वाटतात. जुनाट वाटतात. कालबाह्य वाटतात.'' साठे गुरुजी मध्येच घुसून म्हणाले, ''त्याच्या विज्ञाननिष्ठेनं तरी हे प्रश्नन सुटले आहेत का? या तरुणांनी जुनं सारं सोडलं आहे. नवीन मात्र काही त्यांच्या हाती लागलेलं नाही.''

मग त्या मुद्द्याचा जणू समारोप करण्याच्या हेतूनं कानडे गुरुजी म्हणाले, ''प्रत्येक धार्मिक तंत्रमंत्रात फलश्रुती कथन केली आहे. प्रत्येक धार्मिक स्तोत्रात फलनिष्पत्ती सांगितली आहे. 'मनोवांछित पूरय पूरय' , 'सर्वारिष्टां नाशय नाशयं', 'सर्वशत्रू नाशय नाशध्यं , 'असाध्यं साधय साधय' अशा तऱ्हेच्या याचना केलेल्या आहेत; आणि त्या त्या स्तोत्रपठणानं त्या मानवी याचना फलद्रूप होतील, असं आश्वासनही त्या त्या स्तोत्रात देऊन ठेवलेलं आहे.''

मोघे गुरुजी सांगू लागले, ''सर्वेऽपि सुखिनः सन्तु सर्वे सन्तु निरामया' किंवा 'तमसोमाज्योतिर्गमय' या आपल्या वेदकालीन प्रार्थना सुविख्यात आहेत. ज्ञानेश्वर-माउलींनी तर कळसच गाठला आहे. 'जो जे वांछिल तो ते लाहो प्राणिजात' असं वैश्विक मागणं मागितलं आहे. खरं तर संत ज्ञानेश्वर हे विश्वमानवच होते.''

आजीबाई तिथे येऊन हसत म्हणाल्या, ''ज्ञानेश्वरांच्या तुलनेत आपण साधेसुधे मानव आहोत. आपल्याला भूक लागली असेल. आपण चलावं भोजनासाठी! सारं तयार आहे. ब्राह्मण मंडळी आपली वाट बघत आहेत!''

जेवण सुरू झालं. त्याबरोबर आग्रहही सुरू झाला. आजी, जगन्नाथ आणि जान्हवी एका बाजूला उभं राहून दुरूनच आग्रह करीत होते.

कानडे गुरुजी म्हणाले, ''अलीकडे सणावारी भोजनात असे बुंदीचे लाडू कुठे

दिसत नाहीत. आता आम्ही म्हातारे झालो. तरुण असतो तर...''

त्याचं बोलणं मोघे गुरुजींनी पुरं केलं, ''...तर पाच-पंचवीस लाडू सहज रिचवले असते.''

कानडे गुरुजी म्हणाले, ''कालमानानं या लाडूचा आकार फार लहान आहे. याच्यापेक्षा दुप्पट आकाराचे लाडू तर सहज पंचवीस! गेले ते दिवस!''

मग खाण्याच्या परंपरागत गोष्टी सुरू झाल्या. अगदी पेशवाईपासून!

मग एखाद्या लिलावात बोली बोलताना आकड्यावर आकडे चढावेत त्याप्रमाणे लाडवांचे आकडे गोष्टीनुरूप चढायला लागले. मोठ्या आकाराच्या लाडवांची ही संख्या पन्नासवर गेली. ही संख्या आणखीही वरपर्यंत गेली असती, परंतु मध्येच साठे गुरुजींनी पेशवाईतील एका बलदंड भोजनभाऊची कथा सांगितली. त्या खानसम्राटाची कुणीतरी खाण्याबद्दल कुचेष्टा केली. तेव्हा त्यानं पिण्याचं चांदीचं जाडजूड फुलपात्र हातात घेतलं आणि मूठ दाबून त्या फुलपात्राचा द्रोण केला आणि त्याची कुचेष्टा करणाऱ्या माणसाकडे उपहासानं बघून तो खानसम्राट म्हणाला, ''उगाच आम्ही पन्नास-साठ लाडू रिचवत नाही! जमेल का हे तुम्हाला! एक अर्धा लाडू खाणाऱ्या शेंदाड शिपायला.''

आग्रहाचं जेवण संपलं. त्याबरोबर त्या गोष्टीही संपल्या. पाच दुचाकी वाहनं फरफरत निघून गेल्यानंतर पाहुण्यांची आणि घरच्यांची जेवणं संपली. वास्तुशांतीचा समारंभ संपला.

संध्याकाळी आजीसह सारी मंडळी घरोघर निघून गेली. उरले फक्त घरधनी-जगन्नाथ आणि जान्हवी.

सूर्य जेव्हा पश्चिम क्षितिजावर जाऊन टेकला, तेव्हा त्याचा किरणसंभार त्या दिशेनं जायला लागला.

संस्कृत साहित्यातील दाखला देताना जगन्नाथ म्हणाला, ''बघ सूर्यकिरणं सूर्यामागून कशी पळत चालली आहेत. श्रुतीमागून स्मृती धावावी तशी!''

जान्हवी कौतुकानं त्याच्याकडे बघत म्हणाली, ''तू व्यापार शाखेत घुसलास तरी तुझं संस्कृत अजून जिवंत आहे तर!''

तोही हसत म्हणाला, ''कारण मी सुसंस्कृत आहे ना! तुझ्यासारखा मी या ऐहिकात गुंतून पडलेला नाही!''

जान्हवी म्हणाली, ''आता तू संसार थाटला आहेस. आता तुला हा संसार नेटका करायलाच हवा! सर्वसंगपरित्याग केलेल्या समर्थ रामदासांनीच ऐहिक संसार करणाऱ्यांना तो नेटका करण्याची आज्ञा देऊन ठेवली आहे.''

जगन्नाथ काहीसा गंभीर दिसायला लागला, तेव्हा जान्हवी म्हणाली, ''आजीनं केवढा संसार मांडून दिला आहे आपल्याला! आपलं लग्न लावून दिलं. हे छोटंसं

घर हुंड्यादाखल दिलं. यापेक्षा कुणी काय द्यायला हवं?''

जगन्नाथ अधिक गंभीर होऊन म्हणाला, ''हेच मला जड झालंय. आता मात्र तुझं प्रेमच मला जड वाटायला लागलंय.''

''एवढ्यातच? प्रेम करायच्या आधी विचार नाही केलास?''

आता मात्र तो हसून म्हणाला, ''विचार करून का कुणी प्रेम करतं? प्रेमात विचारापेक्षा अविचारच अधिक असतो.''

''अविचाराचं फळ माणसानं भोगलंच पाहिजे! अविचारानं प्रेम केलंस; आता संसार मात्र विचारपूर्वक कर! आपल्या जोडीदारणीच्या विचारानं कर!''

''पण जोडीदारणीनं विचार ठेवला पाहिजे ना?''

मग तो विषय बदलण्याच्या हेतूनं तो म्हणाला, ''नेटका संसार करण्याच्या हेतूनंच मी 'समृद्धी' बँकेची नोकरी धरणार आहे ना?''

वास्तुशांतीच्या जेवणाला बँकेचे ते अधिकारी आले होते. सदावर्ते नावाच्या त्या अधिकाऱ्याची लग्नातच आजीनं ओळख करून दिली होती. जेवणानंतर निरोप घेताना सदावर्ते यांनी त्याला विचारलं होतं, ''तुम्ही केव्हा जॉइन होता बँकेत?''

जगन्नाथ म्हणाला होता, ''आज गुरुवार आहे. येत्या सोमवारपासून येतो.''

''जरूर या. बँकिंग या विषयात आपण निष्णात आहात असं आपल्या आजीनं सांगितलं. आजींचा शब्द आम्हाला प्रमाण आहे. त्यांनी आमच्या बँकेसाठी खूप काही केलं आहे. आम्हाला अनेक ठेवीदार मिळवून दिले आहेत. आमच्या डायरेक्टर बोर्डावरही आम्ही त्यांना घेतलेलं आहे!''

जगन्नाथाच्या तोंडून ते सारं ऐकल्यानंतर जान्हवी म्हणाली, ''बघ... आजी आपल्यासाठी किती करते आहे! आपल्या लग्नात ती आपल्या पाठीशी भक्कमपणानं उभी राहिली. तिनं हे एवढं घर आपल्याला दिलं. आणखी तिनं काय करायला हवं? आपण तिचे पांग कसे काय फेडणार !''

जगन्नाथ एकदम उद्‌गारला, ''मला विचारशील तर आजीचे हे उपकार मला नको होते. कुणाचे फुकट उपकार घेऊ नयेत असं शास्त्र आहे. हे उपकार फेडण्याची शक्ती आपल्या अंगात नसेल तर त्या उपकाराचं ओझं जन्मभर कसं वागवायचं?''

''त्याची तू मुळीच काळजी करू नकोस! माझ्या आजीला मी पुरती ओळखते. माझ्यासाठी केवळ प्राप्त कर्तव्य म्हणून तिनं हे सारं केलेलं आहे. माझ्याशिवाय तिला दुसरं कोण आहे?''

''हा तुझ्या आजीच्या मनाचा मोठेपणा, पण...''

जगन्नाथाचं बोलणं अर्धवटच राहिलं. दारावरची बेल वाजली. तिघं जण आत आले. त्यांच्यापैकी एक मुलगा त्या दोघांच्या ओळखीचा.

त्यांना गालिचावर बसतं करून जगन्नाथनं विचारलं, ''आज इकडे येणं

केलंत?''

''तुमच्या दोघांकडे महत्त्वाचं काम काढून मुद्दामच आलो.''

आपल्याबरोबरच्या दोघांची ओळख करून देताना तो मुलगा म्हणाला, ''यंदा आपल्या कॉलेजचा सुवर्ण महोत्सव आहे. अवकाश आहे अजून; परंतु त्या निमित्तानं आपल्या पास्ट स्टुडंट्सची दोन नाटकं बसवायची आहेत. हे जोशी आणि दीक्षित आपल्याच कॉलेजचे माजी विद्यार्थी आहेत. तेव्हा...''

जोशी मध्येच म्हणाले, ''थांबा...मीच सारं सांगतो. हे बघा जगन्नाथराव, आम्ही दोघं याच कॉलेजचे माजी विद्यार्थी आहोत. या कॉलेजची नाटकं आम्ही एके काळी गाजवली आहेत. आता काही दिवसांनी कॉलेजचा सुवर्ण महोत्सव आहे. त्या वेळी होणाऱ्या दोन नाटकांची जबाबदारी त्यांनी आमच्यावर टाकली आहे. मी स्वतः नाट्य व्यवसायातच आहे. या दीक्षितांनी आता चित्रपट व्यवसायात पदार्पण केलं आहे. तुम्ही दोघांनी एका नाटकात नायक-नायिकेचं काम करावं, अशी विनंती करण्यासाठी आलो आहोत. जुन्या पत्त्यावर आपला हा नवा पत्ता मिळाला.''

त्यांच्या येण्याचं प्रयोजन आता कुठे त्या दोघांना कळलं. या बोलण्यावर काय बोलावं, हे जगन्नाथला तात्काळ उमगलं नाही. तो त्यांच्याकडे नुसता बघतच राहिला.

जान्हवीनं मात्र झटपट उत्तर दिलं, ''सॉरी ! ते आता आम्हाला जमायचं नाही. कॉलेजचे दिवस गेले. नाटकात काम करणं हा आमचा व्यवसाय थोडाच आहे; शिवाय याची आता नोकरी सुरू होत आहे. त्यांना कुठला वेळ?''

जोशी म्हणाला, ''मग तुम्ही काम करा, हे दीक्षित तुम्हाला चित्रपटातही भूमिका देतील!''

जोशीला वाटलं, की चित्रपटाचं प्रलोभन जान्हवीला दाखवलं म्हणजे ती हुरळून जाईल आणि नाटकात काम करायला होकार देईल!

परंतु जान्हवी निर्धारपूर्वक म्हणाली, ''मला आता नाटक-सिनेमात काम करायचंच नाही आणि कधी काळी केलं तरी मी यांच्याबरोबरच काम करीन! दुसऱ्या कुणाबरोबर नाही!''

ते ऐकून जोशी-दीक्षित एका दमात एवढंच म्हणाले, ''तुम्ही आम्हाला निराश केलंत ! केवढी आशा धरून आम्ही इथे आलो होतो!''

जान्हवीनं त्यांच्यासमोर ठेवलेल्या बुंदीच्या लाडवाचा समाचार घेताना जोशी म्हणाला, ''तुमचा होकारार्थी निर्णय या लाडवांच्या प्रसादापेक्षाही आम्हाला गोड वाटला असता!''

जान्हवी म्हणाली, ''आता हा प्रसादच गोड मानून घ्या!''

बाहेरच्या गेटपर्यंत ते दोघे त्या तिघांना पोचवायला गेले. ती मंडळी गेल्यानंतर

गेटला जान्हवीनं कडी घातली आणि ती जगन्नाथच्या पाठोपाठ परतायला लागली. त्याच्या मागून चालताना ती त्याला म्हणाली, "जगा, आता तरी खात्री पटली ना, की मी तुझीच आहे म्हणून ! सर्वस्वी तुझीच!"

तिचं बोलणं ऐकून चालताना त्यानं एकदम तोंड फिरवलं आणि सामोऱ्या झालेल्या जान्हवीच्या खांद्यावर हात ठेवून त्यान तिच्या टपोऱ्या, बोलक्या नेत्रांत खोलवर बघितलं.

जणू तिच्या एकनिष्ठ प्रेमाची खात्री पटल्याची ती निशाणी होती.

त्यानं खांद्यावर टाकलेले हात दूर करून जान्हवी म्हणाली, "आता मला छळू नकोस... मी तुझीच आहे... सदैव तुझीच राहणार आहे. जिथे तू तिथे मी! एकदा जमिनीत बी पेरलं म्हणजे ते रुजलं का नाही ते पुनः पुन्हा बघायचं असतं का रे? ते रुजणार याची खात्री हवी! जमिनीतून ते बी पुनः पुन्हा वर काढून बघायची गरज नसते."

त्या वेळी त्या दोघांचं लक्ष घरावर केलेल्या विद्युतरोषणाईकडे गेलं. अंधार पडायला लागला तशी ती रोषणाई चमचमायला लागली. घराच्या आग्नेय दिशेला आंब्याचं एक मोठं झाड होतं. त्या वृक्षावरही छोट्या विद्युतदीपांची माळ लावली होती. वाऱ्याची झुळूक आली म्हणजे काही दिवे पानाआड जात. त्यामुळे तिथे त्या चिमुकल्या दिव्यांचा लपाछपीचा खेळ चालला आहे, असा भास होत होता.

त्यानंतर ते आवराआवरीला लागले. गुरुजींच्या सांगण्यानुसार, वास्तुशांतीच्या होमहवनाची पवित्र रक्षा त्यांनी घराच्या चहूबाजूंना विखरून टाकली. त्यामुळे घराभोवतालची हवा स्वच्छ होते. भुताखेतांची हकालपट्टी होते आणि त्या ठिकाणी बाग फुलते!

जान्हवी म्हणाली,"आता आपण इथे बाग फुलवली पाहिजे!"

जगन्नाथानं मिस्कीलपणानं विचारलं, "तू गुरुजींना नमस्कार केला तेव्हा त्यांनी तुला काय गं आशीर्वाद दिला?"

"तू ऐकलास ना? मग मला फाजिलपणानं काय विचारतोस?"

"ऐकला असेल पण आठवत नाही!"

"एवढी आठवण बुजली हो तुझी! मग सांगते, 'इष्ट पुत्रा सौभाग्यवती भव' असा आशीर्वाद त्यांनी दिला."

जगन्नाथ म्हणाला, "फक्त एकच पुत्र! मला नाही बरा वाटला हा आशीर्वाद!"

"मग काय, तुझ्या मनात माझ्यामागे मुलांचं लेंढार लावून द्यायचं आहे होय? मला मुळीच आवडणार नाही!.. आणि इतक्या लवकरही मी मूल होऊ देणार नाही!"

"मला हवं असलं तरी?"

"मग त्यासाठी दुसरं लग्न कर!"

"तरी तू माझीच राहशील."

"जगा, आता पुरे कर हा चावटपणा! आधी आपण आपलं घर सजवण्याच्या गोष्टी करू! मग त्या सजवलेल्या घरात एखाद दुसरा पाहुणा आणू!"

दोघांनाही हसू आवरेना!

जान्हवीनं त्याला विचारलं, "बरं, रात्री तुला जेवायचं आहे का नाही?" जगन्नाथ म्हणाला, "आज रात्रीच नाही तर उद्याही जेवायचं नाही. पोटात बुंदीचे लाडू दगडासारखे बसले आहेत!"

"बरं झालं! आजपासूनच मला स्वयंपाक करावा लागणार नाही. उद्यापासून आपल्या सर्व घरकामासाठी आजी पारूची कायमची पाठवणी आपल्याकडे करणार आहे."

"कोण? पारू?"

"होय..होय. उद्यापासून पारू आपली नोकराणी होणार आहे. तिच्याबरोबर दुसराही एक पाहुणा कायमचा आपल्या घरी येणार आहे."

"दुसरा पाहुणा?"

"तिचा टेरियर डॉग आपला होणार आहे. उगाच नाही आपल्या घराशेजारी ते 'डॉग हाऊस' उभं राहिलं!"

"अगं पण हे टेरियरचं धूड आणि ती पारू याच्या भल्यामोठ्या खर्चाची तरतूद काय?"

जान्हवी मानभावीपणानं म्हणाली, "आपला साराच संसार माझ्या आजीनं चालवायचा होय? हातात बांगड्या भर त्याऐवजी ! तुला असं बोलवतं तरी कसं?"

"जानू हे सारं बोलणं सोपं आहे; पण प्रत्यक्षात करणं सोपं आहे का? अजून मी नोकरीतही रुजू झालो नाही. तुझं ठीक आहे. तू श्रीमंत खानदानी घराण्यातली आहेस आणि.. मी.."

"आणि तू गरीब भिक्षुकी घराण्यातला, असंच ना? माझ्याशी लग्न करण्यापूर्वीच हा विचार करायला हवा होतास आणि आता एवढ्यावरच हे भागणार आहे थोडंच! आपलं घर सजवण्यासाठी मला सर्व काही हवं आहे. घराला शोभेलसं फर्निचर, दारात गाडी आणि सर्व खानदानी इतमाम... तू काही कर 'बाय, बॉरो ऑर स्टील' पण मला हे सारं लागणार आहे. कुठूनही पैसे आण. स्वतःच्या जिवावर उसनंपासनं कर, नाहीतर चोरीमारी."

जान्हवीचं ते निर्वाणीचं बोलणं ऐकून जगन्नाथ गंभीर झाला. आपल्या प्रेमाला एवढी मोठी किंमत मोजावी लागेल, या गोष्टीची त्याला सुतराम कल्पना नव्हती. प्रेमाचा कैफ मोठा विचित्र असतो. व्यवहाराची झळ मात्र त्याहीपेक्षा तापदायक

असते.

त्या रात्री जमिनीवर टाकलेल्या एका लांबरुंद गादीवर त्यांना झोपावं लागलं. छपरी पलंगावर सदैव झोपायची सवय असलेल्या जान्हवीला ती मऊ, मुलायम गादी टोचत होती, आणि जगन्नाथ? 'शय्या भूमितलं दिशोपि वसनम्' या भिक्षुकी घराण्यातील मंत्रात तो वाढलेला! ती गादी त्याला टोचत नव्हती; परंतु श्रीमंत जान्हवीशी लग्न केल्यामुळे उद्भवलेली परिस्थिती त्याच्या मनाला टोचत होती. भिक्षुकी घराण्यात जन्मलेल्या लोकांना स्वाभिमान नसतो, असं थोडंच आहे?

जगन्नाथला आज त्याच्या पित्याची अतिशय आठवण झाली. मातेच्या ममतेनं त्याच्या पित्यानं त्याला तळहाताच्या फोडाप्रमाणे वाढवलं होतं. स्वतःची सारी सुखं दूर सारून त्याच्या सुखांकडे आवर्जून लक्ष पुरवलं होतं. आपण आपल्या पित्याशी कृतघ्न बनलो आहोत, असं आज त्याला प्रथमच वाटायला लागलं.

तो स्वतःला पुनःपुन्हा विचारत होता, 'हाच या काळाचा महिमा आहे का?'

त्याचं दुसरं थाऱ्यावरचं मन त्याला उत्तर देत होतं, "काळ काही करत नाही. माणूसच कोणताही काळ निर्माण करतो."

या विचारानं जगन्नाथ अत्यंत अस्वस्थ झाला.

हा तर प्रारंभीचा दिवस होता. यापुढील कितीतरी काळ कसा काय जाणार आहे कुणास ठाऊक!

जान्हवी शांतपणानं झोपली होती. जगन्नाथचा हात तिच्या अंगावर होता; परंतु त्याचं मन मात्र पित्याच्या प्रेमळ आठवणींनी आक्रंदत होतं. त्याच्या सान्निध्यात ती सुखावली होती; परंतु आपल्या पित्याच्या आठवणींनी तो दुखावला होता.

पुढील काळात काय घडणार होतं, काळालाच ठाऊक!

१४

कालचक्र कधीच थांबत नसतं. दिवसामागून दिवस आणि वर्षामागून वर्षं जातात. कालचक्र फिरतच असतं. भूतकाळ वर्तमानात जातो. वर्तमानकाळ भविष्यकाळात प्रवेश करतो; परंतु भविष्यकाळ कधी भूतकाळात जात नाही. तस झालं असतं तर माणसाला आपल्या चुका सुधारता आल्या असत्या. फेरविचार करता आला असता; परंतु तसं कधी घडत नाही. जे घडून गेलं असतं ते वज्रलेप होतं. काळावर कायमचं कोरलं जातं.

जान्हवी-जगन्नाथ यांना संसार थाटून दहा वर्षं झाली होती. त्यांच्या घराला नवा रंग चढला होता. अजूनही चढत होता. जान्हवीच्या हट्टी स्वभावानुसार घरावर नवे नवे साज चढत होते. तिच्या हव्यासाच्या अग्नीत तिच्या मागणीच्या रूपानं घृताच्या आहुती हरघडी पडत होत्या. त्यामुळे तो अग्नी दिवसानुदिवस अधिकाधिक प्रज्वलित होत गेला होता. त्यामुळे जगन्नाथ खर्चाच्या मेटाकुटीला येत होता; परंतु त्या गोष्टीकडे तिचं लक्षही नव्हतं. माझ्या खानदानाशी तू लग्न लावलंस; आता तुला त्या खानदानाची मागणी काहीही करून पुरी केलीच पाहिजे, हा तिचा हेका होता. ती त्याला आपल्या तालावर नाचायला सांगत होती अगतिक होऊन तो नाचत होता.

या दहा वर्षांत त्याचा बँकेचा पगार वाढला होता खरा; परंतु तो असा कितीसा वाढणार होता! जान्हवीच्या सततच्या खानदानी मागण्यांना तो थोडाच पुरा पडणार होता.

मग अगदी नाइलाज होऊन त्याला पैसे मिळविण्यासाठी आडमार्गाचा अवलंब करावा लागायचा.

कित्येक वेळा त्याला वाटायचं की, उगाच आपण या खानदानी प्रेमाच्या फंदात पडलो! आपलं प्रिय घरदार आपल्याला अंतरलं. प्रेमाच्या मंडळींचा रोष आपण

पत्करला आणि या प्रेमात उद्वेग आपल्या वाट्याला आला. हाती असलेलं जुनं आपण गमावलं आणि नवं काही आपण कमावलं नाही!

अशा उद्विग्न परिस्थितीत तो आजीच्या घराची पायरी चढायचा. आजीच्या घरी त्याचं हार्दिक स्वागत व्हायचं. आजीच्या कानावर काही गोष्टी घातल्यानंतर आजी त्याला सांगायची, "श्रीमंत घरची हट्टी पोर आहे. तिच्या कलानं घ्या. पण काही झालं तरी अंथरूण पाहून पाय पसरा!"

तो त्रासून म्हणायचा, "हे कसं काय शक्य आहे? तिच्या कलानं घ्यायचं आणि अंथरूण पाहून पाय पसरायच, या दोन्ही गोष्टी कशा जमायच्या?"

आजी म्हणायची, "जमवायलाच हव्यात काहीही करून; पण भलत्या मार्गानं पैसा उभारू नका!... .माझ्या कानावर काही गोष्टी आल्या आहेत. सांभाळून राहा."

या अशा बोलण्यातून काहीही निष्पन्न व्हायचं नाही. मागचे पाढे पुढे चालू व्हायचे.

जगन्नाथच्या या एवढ्या विषादपूर्ण संसारात आनंदाची एकच बाब होती, ती म्हणजे त्यांच्या संसारवेलीवर एक गोजिरवाणी कलिका फुलली होती. त्या कलिकेचं नाव ठेवलं होतं बिजली!

बिजली आता सहा वर्षांची झाली होती. तिला शाळेत घालण्याच्या वेळीही त्यांच्यात वाद निर्माण झाला होता. पुण्यात त्यांच्या घराजवळच गुरुकुल पद्धतीची एक शाळा सुरू झाली होती. बिजलीला त्या शाळेत घालावं असं जगन्नाथचं म्हणणं होतं. त्याचा तो विचार खोडून टाकताना ती म्हणाली होती, "छे रे! त्या गावठी शाळेत का हिला पाठवायची? भटजी आहेस अगदी!"

"आहेच मुळी! तू सांगूनसवरून या भटजीशी लग्न लावलं आहेस ना! मी माझा भटजीपेशा थोडाच लपवून ठेवला होता? त्या वेळी करायचा होतास एखाद्या खानदानी घराण्याशी घरोबा!"

"ते जाऊ दे रे आता! झालं ते झालं! गंगेला मिळालं. पण मी आता माझ्या मुलीला त्या गावठी शाळेत घालणार नाही. कॅम्पातल्या कॉन्व्हेंटमध्ये घालणार!"

"एवढ्या लांब? बिजली तुझ्या एकटीची थोडीच आहे? ती इतक्या लांबच्या शाळेत गेली म्हणजे बँकेत मला काम सुचणार नाही."

"अहा रे भागूबाई! आणि उद्या ती शिकूनसवरून परदेशी गेली म्हणजे काय करशील?"

"तेव्हाच तेव्हा बघता येईल! पण आता...."

त्याच बोलणं पुरं करताना ती म्हणाली," ती कॉन्व्हेंटमध्येच जाणार!"

जान्हवीचा वागण्याबोलण्यापुढे त्याला नेहमीच माघार घ्यावी लागे. तशीच त्यानं त्याही वेळी घेतली. बिजली कॅम्पमधल्या कॉन्व्हेंट स्कूलमध्ये जाऊ लागली.

बिजली तिच्या आईप्रमाणे हुशार होती. चुणचुणीत होती, पण तिच्या विचारांवर जन्मजात जगन्नाथच्या संयमी विचारांची छाप होती. तिला माणसाचं प्रेम होतं. तिच्या घरात मोजकीच माणसं होती.

आजूबाजूच्या घरांतील मित्र-मैत्रिणीकडे ती जायची. ती घरं मुलामाणसांनी गजबजलेली असत.

बिजली आपल्या पपा-ममाला विचारायची, "आपल्या घरात माणसं का नाहीत गं! तुमचे पपा-ममा कुठे आहेत?"

"आपल्या गावी आहेत... आंबेगावला!"

"आपलं गाव आंबेगाव आहे? तिथे आहेत? मग आपण तिकडे जाऊ या की सुटीत! किती मजा येईल!"

"नको... नको आपलं पुणं किती चांगलं आहे!"

"आंबेगाव चांगलं नाही? मग वाईट गावात तुमचे पपा-ममा का राहतात?"

यावर त्या दोघांची तोंडं गप्प होत असत.

मग तिची समजूत काढण्याच्या हेतूनं जगन्नाथ म्हणायचा, "हे बघ बाबी, मी माझ्या पपांना पत्र पाठवीन आणि त्यांना इथे बोलावून घेईन बरं!"

यावर जान्हवीचं घुश्यात बोलणं असे, "काही नको बाबीचा एवढा हट्ट पुरवायला!"

"फक्त तुझाच हट्ट पुरावायचा का? आपल्या गोड बाबीचा हट्ट पुरवायला नको का? ती काय वाईट सांगते आहे?"

"पुरवा.. खुशाल पुरवा बरं तिचा हट्ट! पित्याला पत्र पाठवून घ्या इकडे बोलावून! पण लक्षात ठेवा की, हे घर माझं आहे. इथे माझा कायदा! माझ्या कायद्याप्रमाणे इथे सारा कारभार चालेल!.

"इथे ब्रह्मदेव जरी आला तरी तुझ्या कायद्याप्रमाणे त्याला वागावं लागेल हे मला माहीत का नाही? मग माझ्या बापूंची ती काय कथा!"

आपल्या पपा-ममाच्या या बोलण्याचा नेमका अर्थ बिजलीला कळला नाही, पण आपले कोकणातले आजोबा लवकरच इथे येणार, ही गोड वार्ता ती सगळ्यांना सांगत सुटली. जान्हवी मात्र काळजीत पडली.

❖❖❖

त्या दिवशी दुसरा प्रहर टळून गेला होता. हॉलमधल्या कोचावर जान्हवी इंटिरिअर डेकोरेशनचं एक इंग्रजी मासिक वाचण्यात तन्मय होऊन गेली होती. त्या मासिकातल्या डिझाइनप्रमाणे तिला त्या प्रकारचा वॉर्डरोब तयार करून घ्यायचा होता. ते डिझाईन तिच्या मनात भरलं होतं. केव्हा एकदा जगन्नाथ बँकेतून येतो

आणि आपण त्याला ते डिझाईन दाखवतो, असं तिला होऊन गेलं होतं. त्याला घरी यायला निदान दोन तासांचा अवधी होता, पण तो अवधी तिच्या उतावळ्या स्वभावाला असह्य होत होता. वॉर्डरोबच्या त्या डिझाइनवर तिचे नेत्र खिळून राहिले होते आणि तिचं चित्त मात्र त्याच्या येण्यावर लागलं होतं.

एवढ्यात बेल वाजली

जान्हवीनं पारूला हाक मारून म्हटलं, "पारू, कोण आलंय ते बघ. दार उघड."

पारूनं दार उघडलं. जगन्नाथ आत आला.

त्याच्याकडे बघून ती उद्गारली, "ओ गॉड! तू आता मला यायलाच हवा होतास!"

"म्हणूनच मी आलो! माझ्या येण्यामुळे तरी तुला देवाची आठवण झाली. एरवी अडगळीत पडलेला देव निदान जिभेवर अवतरला!"

हातातलं इंग्रजी मासिक त्याला दाखवत ती म्हणाली, "हा वॉर्डरोब बघ! अगदी अस्सा वॉर्डरोब मला करून घ्यायचा आहे."

"आता विसरा ते!"

त्याच्या बोलण्याकडे दुर्लक्ष करून तिनं त्याच्याकडे नुसतं न्याहाळून बघितलं.

मग ती म्हणाली, "वॉर्डरोबचं मी बघून घेईन..हवं तेव्हा! पण तू बँकेतून एवढ्या लवकर कसा काय आलास? आश्चर्यच आहे! एवढ्या लवकर बँक सुटली!"

जगन्नाथ खालच्या स्वरात म्हणाला, "कायमची सुटली!"

"म्हणजे?"

"बँकेनं मला निलंबित केलं!"

"निलंबित केलं? काय म्हणून? काय केलंस तू?"

"मी अफरातफर केली म्हणून!"

"तू अफरातफर केलीस? काय म्हणून?"

"तुझ्यासाठी! खरं तर तूच अफरातफर केली आहेस!"

"मी? काय बोलतोस? डोकं नाही ना फिरलं?"

"आता मात्र फिरणार आहे.. .उद्या बँकेतून निघण्याचा प्रसंग आला तर!"

जान्हवी स्वतःशीच बोलली, "म्हणे मी तुझ्या अफरातफरीला कारण! तुझ्या जिभेला काही हाड?"

"माझ्या जिभेला हाड नसेलही! पण तुझ्या या खानदानी खर्चिक वागण्यामुळे माझी हाडं मात्र अक्षरशः बाहेर पडली. तुझ्या खर्चाला काही प्रमाण! तुझ्या या खर्चिक स्वभावामुळे माझी सारी शक्ती निपटून निघाली. आता बँकेनं अखेरचा घाव

घातला म्हणजे आमचा खेळ खलास! मग बसा जन्मभर आपलं खानदान सांभाळत! एकाकी! हवा तसा खर्च करीत बसा मग!''

''मी या गोष्टीला थोडीच जबाबदार आहे?'' असं ती म्हणत राहिली खरी; परंतु त्याच्या बोलण्यामुळे ती काहीशी विचारमग्न झाली. काळजीतही पडली. आजवर आपण भुसभुशीत भूमी सहजी खणत गेलो. गोड ऊस मुळापासून उपटून खाल्ला, असंही तिला क्षणभर वाटून गेलं. पण प्रकट रीतीनं ती तसं काही बोलली नाही. तिच्या स्वभावातला सुंभ जळाला होता, पण मनातला पीळ मात्र जळाला नव्हता. त्यामुळे काही न बोलता ती गप्प बसून राहिली.

परंतु आजवर मनात साठलेली नाराजी जगन्नाथ व्यक्त करीत होता, ''हे पहा जानू मी भलतंसलतं काही बोलत नाही. विचार करूनच बोलतो आहे. तुझ्या श्रीमंत आजीनं आपल्या एकुलत्या एक लाडक्या नातीला दिलं. गरीब नातजावयावर हे उपकार नाही का झाले? लाडक्या नातीच्या हट्टाप्रमाणे मग हा बंगला सजवायला नको होता का? म्हणून फ्रिजपासून वॉशिंग मशिनपर्यंत मी सारे श्रीमंती अलंकार या बंगल्यावर चढवले. केवळ नातीच्या हट्टापायी! तुझ्या आजीनं मला हा पांढरा हत्ती दिला. हा पांढरा हत्ती पोसण्याची माझी ऐपत होती का? म्हणून ही उसनी श्रीमंती आणणं भाग पडलं मला!''

''म्हणून ही अफरातफर केलीस होय?''

''दुसरं काय करणं शक्य होतं? तुझ्यासाठीच ते करणं भाग पडलं मला!''

दोघेही चिंतामग्न झाले; कारण साऱ्या घराला ते परिणाम भोगावे लागणार होते.

मग काहीतरी बोलायचं म्हणून ती म्हणाली, ''दे बरं मला तुझ्या या अफरातफरीचा हिशेब!''

''तुझ्या या फर्निचरची किंमत पंचवीस हजारांवर गेली, शिवाय...''

''एकूण आकडा सांग. तुला माझ्यासाठी किती रकमेची अफरातफर करावी लागली ते!''

''पासष्ट हजार रुपयांची!''

''केवळ माझ्यासाठी?''

त्यानं नुसती मान हलविली.

यावर काही बोलावं का नाही या विचारात जान्हवी पडली. कुणाच्या हातून कुणासाठी तरी गुन्हा घडून गेला होता. त्या गुन्ह्याचा परिणाम साऱ्या घरालाच भोगावा लागणार होता. हे उघड होतं. तेव्हा घडून गेलेल्या गोष्टीबद्दल आता नुसता पंचनामा करून काय साधणार होतं? किंवा कुणाची उणीदुणी काढून कोणता कार्यभाग साधणार होता? परंतु एकदम कुणाचे स्वभाव बदलत नसतात.

जान्हवी तिच्या मूळ स्वभावाप्रमाणे म्हणाली, "पासष्ट हजार रुपये फक्त माझ्यासाठी खर्च झाले होय?"

"मग कुणासाठी? माझ्यासाठी?"

"उगाच भलतंसलतं काही बोलू नकोस. मलाही मग काहीतरी बोलावं लागेल."

"बोल की!"

तो तसं म्हणाला खरं, परंतु आताच ते सारं बोलून त्याच्या दुःखावर डागण्या द्याव्यात की नाही, असा विचार तिला पडला. काही काळ ती काहीच बोलली नाही.

ते पाहून जगन्नाथ म्हणाला, "बोल की! गप्प का बसलीस?"

"बोलतेच मग! तू खर्चाची सारी जबाबदारी माझ्यावर टाकतोस. बरोबर वाटतं तुला ते? तू रेसचे घोडे उडवलेस ही माझी जबाबदारी होती? तुझ्या त्या टोळभैरवांना तू दारू पाजलीस हा हिशेब धरला होतास का त्या अफरातफरीत? अजून हिशेब करून सांग!"

त्या हिशेबात तू भलतेसलते आकडे धरू नकोस! बिझिनेस प्रमोशन करण्यासाठी बुजुर्ग ठेवीदारांना दारू पाजावीच लागते! त्याशिवाय बँकेत एवढ्या मोठ्या ठेवी जमा झाल्या का?"

जगन्नाथचं ते बोलणं ऐकून आता मात्र तिला चीड आली. चिडूनच ती बोलायला लागली, "हे असलं बोलणं तुलाच शोभतं. म्हणजे या दारूड्या बुजुर्गांच्या ठेवी बँकेत जमा आणि त्यांच्यासाठी तुझी दारू खर्ची! वा सुरेख हिशेब!"

तिच्या या बोलण्यावर जगन्नाथला आपल्या बोलण्याचा ताळमेळ मुळीच लावता येईना. मग 'शेष कोपेन पूरयेत' या न्यायानं तो मानभावीपणानं म्हणाला, "हे बघ जानू, तू उगाच माझ्याशी वितंडवाद घालू नकोस. खरं तर चूक मी केली, श्रीमंत मुलीशी लग्न करण्याची! नाकापेक्षा मोती जड झाला म्हणजे हे असंच व्हायचं!"

तीही तेवढ्याच ठामपणानं म्हणाली, "अजून ही चूक तुला सुधारता येईल! सोड हे श्रीमंती घर आणि दुसरा घरोबा कर! जो एवढं अफरातफरीचं कृत्य करतो त्याला हे नव्या घरोब्याचं कृत्य करणं मुळीच अवघड नाही!"

तिचं ते बोलणं ऐकून त्याच्या मनाचा बांध फुटला. त्याच्या मनाची जखम भळभळ वाहायला लागली.

जान्हवीच्या त्या बोलण्यात मुळीच तथ्य नव्हतं असं थोडंच होतं? खऱ्या बोलण्यालाही कित्येक वेळा खोट्याचं स्वरूप येतं. त्याच भरात काहीतरी बोलायचं म्हणून तो बोलायला लागला, "जानू, तू उगाच माझं डोकं खाऊ नकोस! या अशा परिस्थितीत मला मदत करायची सोडून तू माझ्यावर आग पाखडते आहेस. मला धीर दे बरं! या परिस्थितीतून बाहेर काढ. मदतीचा हात दे."

जान्हवीही तेवढ्याच रागात म्हणाली, "म्हणजे पुन्हा आजीच्या दारावर थाप मारू? तिला सांगू का, तुझ्या लाडक्या नातजावयाला तू एवढा पांढरा हत्ती दिलास, पण त्याच्या चारापाण्याची सोय करायला मात्र विसरलीस! आता त्या चारापाण्याची सोय कर आणि आपल्या नातजावयाला त्या हत्तीच्या सोंडेतून मुक्त कर! सांगू का आजीला असं? आजीला असं सांगताना केवढी लाज वाटेल मला, कल्पना आहे का तुला?"

यावर जगन्नाथ भडकून बोलला, "जानू तुझं बोलणं भलत्या थराला चाललं आहे. तुझ्या आजीच्या मदतीची कल्पना माझ्या मनाला शिवलेली नाही. झालं एवढं पुरे झालं. मी बापूंचा मुलगा आहे. गरीब असलो तरी मानानं जगेन आणि मरेनही मानानं! तू देवांची घरातून हकालपट्टी केली आहेस; परंतु माझ्या अंतःकरणात ठाण मांडून बसलेला देव माझं भलंच करील! आज इथे बापू असते तर त्यांनी तुला हेच सांगितलं असतं! खरंच आज इथे बापू असायला हवे होते!"

एवढ्यात वसंतकाका त्यांच्यासमोर येऊन उभे राहिले, हे त्या दोघांनाही कळलं नाही. ते दोघे भांडणात खरोखरच गढून गेले होते. वसंतकाका हे त्याचे गाववाले. आंबेगावी जगन्नाथच्या शेजारीच त्यांचं बिऱ्हाड! बापू आणि वसंतकाका हे जिगरदोस्त! पोस्ट खात्यात नोकरी करून दोघेही दहा वर्षांपूर्वीच सेवानिवृत्त झाले होते. जगन्नाथ-जान्हवीचं लग्न बापूंना मुळीच पसंत नसल्यामुळे ते गावीच स्थिर झाले होते. वसंतकाका पुण्याला येऊन स्थिरावले होते. ते प्रगत विचारांचे असल्यामुळे जगन्नाथ-जान्हवी यांच्या मिश्रविवाह त्यांना मुळीच खटकला नव्हता. अधूनमधून ते या गावकरी मुलांची भेट घेत असत. नेहमी म्हणत असत, "या तुमच्या लग्नामुळे 'बापू जन्मभर तुमचं तोंड बघणार नाही' तशी चमत्कारिक प्रतिज्ञाही केली आहे. भीष्मप्रतिज्ञेनंतर जणू त्याचीच ही प्रतिज्ञा!"

म्हणून त्या प्रतिज्ञेचं भंग करणारं पत्र त्यांना आल्यावर ती सुवार्ता सांगण्यासाठी ते भर उन्हाचे इथे आले होते.

'इथे बापू असायला हवे होते,' हे जगन्नाथचे उद्गार त्यांनी ऐकले आणि घरात येऊन ते म्हणाले होते, "बापू इथे येणार आहेत हेच सांगायला मी उन्हाचा धावतपळत आलो आहे. बेल वाजवून आत आलो तरी तुम्हाला पत्ता नाही! तुम्ही आपले भांडणात गर्क! कसलं रे एवढ भांडण चाललं होतं?"

त्यांच्या भांडणाचं कारण वसंतकाकांना सांगणं शक्य होतं का? त्यांचा तो प्रश्न थट्टेवारी नेऊन जगन्नाथ म्हणाला, "काका, आगचं ते खासगी भांडण होतं... नवरा-बायकोचं!"

वसंतकाका म्हणाले, "ते असू दे रे! नवरा-बायको भांडले नाहीत तरच नवल! मी त्या भांडणात कशाला नाक खुपसू? मी एतढंच सांगण्यासाठी आलोय की,

आज तुझा बाप इथे येतोय. पत्र आलंय मला, तुम्हालाही आलं असेल!''

जगन्नाथ एकदम आश्चर्यानं उद्गारला, ''नाही बुवा!''

वसंतरावही आश्चर्यानं उद्‌गारले, ''नाही? असं कसं होईल? गावचा सारा गाशा गुंडाळून तो कायमचा इथे राहण्यासाठी येतोय. तुम्हाला कळवलं नाही हे? आश्चर्यच म्हणायचं! अरे, त्याचा सारा जन्म पोस्टात गेला. तो एक वेळ पाणी पिणार नाही, पण पोस्टात पत्र टाकायला विसरणार नाही. तुला त्याचं पत्र यायलाच हवं होतं!''

जगन्नाथनं पुन्हा नकारार्थी मान हलवली, तेव्हा वसंतकाका हसून म्हणाले, ''या खेपेस त्याला पाण्याची फार तहान लागली असावी. त्यामुळे त्या पाण्यात तुझ्या पत्राची तहान वाहून गेली असावी!''

मग जान्हवीकडे बघून वसंतकाका म्हणाले, ''बरं झालं मी बापूच्या येण्याची ही बातमी सांगायला आलो ती! जान्हवी, तुला आता कंबर कसायला हवी हो! तुझ्या मामंजींचं प्रस्थ नीट सांभाळायला हवं!''

जगन्नाथकडे एक दृष्टिक्षेप टाकून जान्हवी म्हणाली, ''काका, खरंय तुमचं! मला कंबर कसायलाच हवी! पण तुम्ही आहातच ना माझ्या पाठीशी!''

''जान्हवी, मी राहीनच तुझ्या पाठीशी, पण तुझी पाठ माझ्या घरापासून काही अंतरावर आहे. पण बापूचं तोंड सतत या घरातच राहणार आहे. त्याचं काय?''

वसंतकाकांचं ते बोलणं ऐकून ती हसत सुटली. हसणं आवरल्यावर म्हणाली, ''काका, एखादं हिंस्र श्वापद घरात शिरणार आहे अशाच तऱ्हेनं तुम्ही बोलताहात!''

यावर वसंतकाकाही हसत म्हणाले, ''अग, हे हिंस्र श्वापद नसलं तरी पाळीव श्वापदाचाही उपद्रव होतोच की!''

जान्हवी ठामपणानं म्हणाली, ''पण मी नाही उपद्रव करून घेणार काका! आमच्या लग्नाला विरोध न करता पूर्वीच ते या घरी आले असते, तर प्रश्न वेगळा होता. हे घर त्यांचं झालं असतं; परंतु आता हे घर माझं आहे. आता इथे माझाच कायदा चालणार!''

''मी तेच म्हणतो आहे. आजवर बापूनी तुमचं नाव टाकलं होतं. तुम्ही त्याचं नाव टाकलं होतं. काळ पालटला. आता दोन पूर्व-पश्चिम टोकं कालांतरानं एकत्र येत आहेत. विसंवादाचा संवाद कसा काय साधतो, ते बघायचं!''

जान्हवीनं उत्तर दिलं, ''काका, सुताची दोन टोकं तुटली तर जास्तीत जास्त काय होईल? सुताचं भूत होईल ! आणि दाहीदिशा ते भटकत राहील. दुसरं काय?

''जान्हवी तसं होऊ नये म्हणूनच तुला बापूच्या स्वभावाची कल्पना करून देतो आहे.''

जान्हवीनं ते पालुपद म्हटलं, 'होणारे न होईल जरी ब्रह्मा तया आडवा!'

वसंतकाका समजुतीच्या स्वरात म्हणाले, ''पण जे अटळ आहे ते टाळायचा प्रयत्न माणसानं करायला नको का? निदान प्राप्त परिस्थितीत! खरं तर हा काळच विसंवादी असा निर्माण झालेला आहे. तिथे जितका संवाद साधता येईल तितका साधायचा, एवढंच! भर्तृहरीचं वचन उच्चारायचं 'कालाय तस्मै नमः!' आणि त्या काळाबरोबर पावलं टाकायची! आपल्या हाती एवढंच आहे!''

जान्हवी म्हणाली, ''बरं काका, सांगा तुमच्या शाळूसोबत्याबद्दल काय ते! ऐकते. नमनाला एवढं घडाभर तेल पुरे झालं!''

आतापर्यंत जगन्नाथ अगदी मुकाट्यानं हा संवाद ऐकत होता. वसंतकाका त्यांच्या या शाळूसोबत्याबद्दल काय काय सांगणार होते याची त्याला सुतराम कल्पना नव्हती. आपले बापू काकांचे शाळूसोबती असले, तरी ते आपले पिताजी आहेत, ही गोष्ट विसरणं त्याला शक्य नव्हतं. मध्यंतरी दहा वर्षांचा काळ गेला तरी तत्पूर्वीचा काळ विसरणं त्याला शक्य नव्हतं. तो सारा काळ त्याच्यासमोर मूर्तिमंत साकार झाला.

वसंतकाका आणि जान्हवी यांचा आतापर्यंत झालेला संवाद त्याला मुळीच आवडला नव्हता; परंतु तो ऐकून घेणं त्याला भाग पडलं होतं. तो चमत्कारिक परिस्थितीच्या कात्रीत सापडला होता.

या वेळी त्याला त्याचे प्रेमळ, कर्तव्यदक्ष पिताजी आठवत होते. त्याला जन्म देऊन त्याची आई देवाघरी निघून गेली होती. त्या क्षणापासून त्याच्या पिताजींनी त्याच्या मातेचीही भूमिका मोठ्या तत्परतेनं वठवली होती. तो असेल तिथे ते त्याचे देवाप्रमाणे सांगाती बनले होते. त्याला त्यांनी आपल्या नेत्रांच्या पाळण्यात वाढवलं होतं. त्याच्या सुखासाठी त्यांनी आपल्या जिवाचं रान केलं होतं. तसा प्रसंग आला असता तर त्याच्या जिवासाठी त्यांनी स्वतःचा जीव द्यायलाही मागे-पुढे बघितलं नसतं.

बापूच्या आगमनाची सुवार्ता ऐकून जगन्नाथ केवढा हर्षोत्फुल्ल झाला होता! त्यांच्या लग्नाच्या कटू प्रसंगानंतर एवढ्या प्रदीर्घ कालानंतर त्या पिता-पुत्राचं पुनर्मीलन होणार होतं! जगन्नाथचा जीव कणाकणानं आनंदानं फुलला! केव्हा एकदा आपल्या पित्याला बघतो, असं त्याला होऊन गेलं. त्या कालावधीचे क्षण केव्हा एकदा गळून पडतात, असं त्याला होऊन गेलं.

परंतु प्राप्त परिस्थितीत पित्याच्या आगमनाची सुवार्ता ऐकून त्याच्या पोटात धस्स झालं! बँकेतून त्याला निलंबित केलं होतं हे एक कारण! दुसरं कारण होतं जान्हवीचं! बापूंचं आणि जान्हवीचं पटेल असं त्याला मुळीच वाटत नव्हतं. तिच्या म्हणण्याप्रमाणे या घरात तिचा कायदा होता. त्या कायद्याप्रमाणेच या घरातले सारे व्यवहार चालणार होते. तिच्या कायद्याच्या कक्षेत आपले बापू बसतील का! आणि ते बसले नाहीत तर! मग सारा गाशा गुंडाळून आंबेगावहून कायमचे इथे येणारे बापू

कुठे जाणार?

त्याच्या मुखातून अस्फुट उद्‌गार बाहेर पडले, "कुठे जाणार? कुठे जाणार?"

वसंतकाकांनी विचारलं, "काय रे, तू काही बोललास जगन्नाथ?"

"कुठे काय? कुठे काय?"

एवढंच तो कसंबसं चमकून बोलला.

मग वसंतकाका म्हणाले, "अरे, तुझ्या बापूबद्दल मी काय सांगितलं ते ऐकलंस ना तू जगन्नाथ?"

"जान्हवीनं ऐकलं म्हणजे मी ऐकल्यासारखंच आहे!"

वसंतकाका त्याच्याकडे निरखून बघत म्हणाले, "मी आल्यापासून बघतो आहे, तू असा मोडावल्यासारखा काय दिसतो आहेस? बरं नाही का तुला?"

जगन्नाथ चाचरत म्हणाला, "बरं आहे की! मला काय झालंय? उन्हातून आलो आहे ना! उन्हाचा मला फार त्रास होतो."

हे ऐकून जान्हवी मानभावीपणानं म्हणाली, "काका, त्याला कदाचित परिस्थितीच्या उन्हाचा त्रास होत असेल!"

वसंतकाकांनी आश्चर्यानं विचारलं, "परिस्थितीच्या उन्हाचा? हे कसलं आलं आहे ऊन?"

जगन्नाथनं सारवासारवी करताना म्हटलं, "काका, तुम्ही तिचं काय ऐकताय? बापू येणार म्हणून ती भांबावलेली दिसते."

"मी मुळीच भांबावलेली नाही. त्यांच्याशी कसं वागायचं ते मी पाहून घेईन! तू मात्र सांभाळ."

तिच्या बोलण्याकडे दुर्लक्ष करून जगन्नाथ वसंतकाकांकडे बघत म्हणाला, "काका, तुम्ही बापूच्याविषयी काही सांगणार होता ना? सांगा..."

खरं तर भांबावला होता जगन्नाथ! बँकेतून त्याला निलंबित केलं होतं, ही गोष्ट बापूंना कळली तर त्यांना केवढा धक्का बसेल, या गोष्टीची त्याला पुरती जाणीव होती. बापू येणार या गोष्टीचा त्याला एका बाजूनं अपरंपार आनंद झाला होता; परंतु त्यांच्या कानावर जर बँकेचं हे प्रकरण गेलं, तर त्यांच्या मनाची काय अवस्था होईल, या भीतीनं तो गांगरून गेला होता. जान्हवीनं काकांशी बोलताना याच परिस्थितीच्या उन्हाचा उल्लेख केला होता. त्यावर जगन्नाथनं सारवासारवी केली होती; परंतु त्याचे पिताजी प्रत्यक्ष इथे येऊन ठेपल्यावर तो काय सारवासारवी करणार होता? शिवाय जान्हवी बापूंशी कशी काय वागेल, ही काळजीही त्याला होती. त्यामुळे बापूंच्या आगमनाबद्दल त्याला होणारा आनंद पार झाकोळून गेला होता.

त्या वेळी त्याच्या प्रश्नाला उत्तर देताना वसंतकाका सांगत होते, "फार काही नाही, त्याच्या स्वभावाचे दोन-चार नमुने सांगतो. तो इथे यायच्या आत! म्हणजे

तुम्हाला शितावरून भाताची परीक्षा करता येईल.''

वसंतकाकांनी एकेक गोष्ट सांगायला प्रारंभ केला.

आंबेगावजवळच्या एका गावात बापूंना पोस्टात नोकरी लागली. काही दिवसांनी वसंतकाकाही पोस्टातील नोकरीत रुजू झाले. एखादे वेळी थोडीफार रजा घेऊन वसंतकाका बापूंच्या नोकरीच्या गावी जात असत. तिथल्या पोस्टात जाऊन बसत असत. बापूंच्या बोलघेवड्या स्वभावाची त्यांना पुरेपूर कल्पना होती. कोणत्याही कारणानं पोस्टात येणाऱ्या माणसांशी ते बोलत असत.

हे ऐकून जान्हवी म्हणाली, ''किती कार्डपाकिटं हवीत? किती रुपयांची मनीऑर्डर करायची, असे पोस्टल प्रश्न विचारायला नकोत का काका?''

''तुझं ते म्हणणं बरोबर आहे, पण बापूचं बोलणं वेगळंच असे.''

''वेगळं काय असायचं?''

जान्हवीच्या या प्रश्नावर वसंतकाका हसून म्हणाले, ''जान्हवी, कार्ड-पाकिटांचा पोस्टल व्यवहार नंतर व्हायचा; आधी दुसरंच बोलणं व्हायचं!''

एवढं बोलून वसंतकाका थांबले. त्यांना हसू आवरेना.

जान्हवीनं विचारलं, ''एवढं हसण्याजोगं काय झालं काका?''

''अगं हसू नको तर काय करू? एकदा त्यांनी माझ्यासमोर एका माणसाला विचारलं की, काय हो कुलकर्ण्यांची यमू पळून गेली ना त्या परटाच्या पोराबरोबर? मी ते भाकीत केलं होतं. यमूच्या बापाला सांगितलंही होतं, पण तो कुलकर्णी माझ्यावरच रागावला. म्हणाला की, तुम्हाला कावीळ झालीय, म्हणून तसं वाटतंय. आता सांगा कुणाचे डोळे काविळीनं पिवळे पडले आहेत आणि कुणाचे डोळे पांढरे झाले आहेत.''

त्या माणसाला बापू पुढे म्हणाले होते, 'या अलीकडच्या पोरांच्या चाली मी बरोबर ओळखतो!'

जान्हवी हसत म्हणाली, ''पण आपल्या घरच्या पोरांच्या चाली मात्र त्यांना ओळखता आल्या नाहीत म्हणायच्या!''

वसंतकाकाही हसून म्हणाले, ''तुझे मामंजी आजच इथे येत आहेत. त्यांना हवं तर विचार!''

नकारार्थी मान हलवीत जान्हवी म्हणाली, ''नको.. .नको! मामंजींचं उणंदुणं मी कशाला काढू? ते जाऊ दे. पण मला सांगा की, मामंजीच्या अशा तऱ्हेच्या बोलण्याचा कुणाला राग यायचा नाही का? त्यांचं तसलं बोलणं ऐकून लोक गप्प बसायचे?''

गोविंदकाका म्हणाले, ''सरकारी अधिकाऱ्यांपुढे बोलायचा धीर त्या वेळी खेडेगावात कुणाला व्हायचा नाही. त्या वेळचे खेडूत गप्प बसून ऐकून घ्यायचे!''

जान्हवी सहजपणानं म्हणाली, ''मी नसता ऐकून घेतला असा आगाऊ-पणा!''

''जान्हवी, हे काहीच नाही. दुसरा एक प्रसंग ऐक.''

असं म्हणून वसंतकाकांनी दुसरा एक प्रसंग सांगितला.

बापूंच्या पोस्टात एक वृद्ध गृहस्थ आला. त्यानं दोनशे तिकिटं मागितली. बापूंनी ताड्दिशी त्या वृद्धाला विचारलं, 'नवीन धंदा खोललाय होय? एकदम दोनशे तिकिटं?'

त्या वृद्ध माणसानं शांतपणानं सांगितलं, 'नवा धंदा कशाला काढणार आता या वृद्ध वयात! मुलीचं लग्न काढलंय, म्हणून...'

त्यांचं बोलणं पुरं व्हायच्या आतच बापू म्हणाले, 'तुमच्या कुमुदचं लग्न काढलंय होय? वा....छान! जावयाला हुंडाबिंडा नाही ना दिला?'

त्या वृद्ध गृहस्थानं सरळपणानं सांगितलं, 'त्यांनी पंधरा हजार रुपये हुंडा सांगितला. मी एकदम मान्य केलं. म्हटलं बडं स्थळ आहे, तेव्हा...'

बापू एकदम ओरडले, 'बडं स्थळ? अहो, जे हुंडा मागतात ते भिकारडं स्थळ! छदाम देऊ नका! पार्श्वभागावर लाथ मारा असल्या स्थळावर!'

अशा खासगी गोष्टींत भर पोस्टात बापूंनी असं बोलायला नको होतं, असं जगन्नाथलाही वाटून गेलं. तो तसं बोललादेखील, ''बापूंनी दुसऱ्याच्या खासगी व्यवहारात कशाला पडायचं? आणि तेही भर चव्हाट्यावर!''

''अरे जगन्नाथ, त्या वेळी बापूंना मी तेच म्हणालो- बापू तुम्हाला कशाला हव्यात लोकांच्या या उचापती?''

''मग त्यावर काय म्हणाले आमचे तीर्थरूप? पटलं का त्याना तुमचं म्हणणं?''

''लोकांचं म्हणणं पटलं तर ते बापू कसले? माझ्यावरच ओरडून म्हणाले, की या उचापती होय? ही समाजसेवा आहे. प्रत्येकानं जर असं शेपूट घातलं तर समाजाचं उत्थापन होणार कसं? समाजसुधारणा होणार कशी? आणि तरुणांमध्ये स्वैराचार बळावतो आहे. हुंडाबळीच्या बातम्या रोज वर्तमानपत्रांत येतात. त्या वाचता की नाही. तुम्हाला मुली नाहीत म्हणून तुम्हाला हे दुःख शीतल वाटतं! जेव्हा जावे त्याच्या जन्मा तेव्हा समजतं. अरे, ज्याचं पोट दुखतं तोच ओवा मागतो!''

हे सांगून वसंतकाका म्हणाले, ''बापूंना असं तत्त्वचिंतनात्मक बोलायची भारी हौस!''

''कमालच झाली की!''

जान्हवीच्या या बोलण्यावर वसंतकाका पुढे म्हणाले, ''बापूंचं एवढ्यावर काम भागायचं नाही. आपल्या बोलण्यातून थोरामोठ्यांची वचनं उद्धृत करण्याचा हव्यासही त्यांना असायचा. त्यांनी उच्चारलेली ती वचनं बहुधा गैरलागू असायची. उदाहरणार्थ,

धटासी असावे उद्धट किंवा शठंप्राति शाठ्यम् अशी वचनं ते हमखास कुठेही उच्चारायचे. म्हटलंच आहे ना, एवढं म्हणून त्यांचं काम भागायचं. शुद्धाशुद्ध या किरकोळ गोष्टीकडे त्यांचं लक्ष नसे किंवा ही वचनं ज्याच्या त्याच्या तोंडीच बसली पाहिजेत असाही त्यांचा आग्रह असे. समर्थ रामदासांचं वचन खुशाल लोकमान्य टिळकांच्या तोंडी जाऊन बसायचं. बरं, त्याबद्दल कुणी हरकत घेतली तर ते म्हणायचे, कुणी म्हटलं त्यापेक्षा काय म्हटलं या गोष्टीला अधिक किंमत आहे. कुणीतरी ते वचन म्हटलं असलं म्हणजे झालं!''

ते ऐकून जान्हवी मनसोक्त हसली. हसणं ओसरल्यावर म्हणाली, ''तुका म्हणे या चालीवर बापू म्हणे असं म्हणायचे नाहीत ना? खरोखर कमाल आहे बापूंची!''

''अगं, त्यांची कमाल तर पुढेच आहे. हे सारं झाल्यावर उपहासानं बापू पुढे म्हणायचे, की अलीकडच्या मुलांना समर्थ रामदास आणि लोकमान्य टिळक थोडेच माहीत आहेत? मग त्यांची वचनं कुठली माहीत असणार? त्यांच्या वचनांची अदलाबदल झाली म्हणून काय झालं? या थोरांचे बोल त्यांना माहीत नसल्यामुळे ते आपल्याला थोडेच बोल लावू शकणार?''

जान्हवीनं त्यांना विचारलं, ''काय हो काका, बापूंची ही समाजसेवा म्हणायची की अव्यापारेषु व्यापार म्हणायचा?''

''तू काही म्हण, पण बापूंच्या अंतःकरणात माणुसकीचा झरा सतत वाहत असायचा हे निश्चित! लोकांना सुधारण्याचा वसाच जणू त्यांनी घेतला होता. जगन्नाथच्या जन्मानंतर त्यांची जन्माची जोडीदारीण त्याना सोडून गेली होती! मग असले सुधारणेचे धडे ते कुणाला देणार? घरी नाहीतर दारी!''

जान्हवी काहीशी गंभीर होऊन म्हणाली, ''अशा माणसाच्या स्वभावापुढे माझं कसं काय होणार देव जाणे!''

आश्चर्यदर्शक स्वरात जगन्नाथ म्हणाला, ''अरे वा! तुला आता देव आठवला होय? घरातले देव तू केव्हाच गुंडाळून ठेवले आहेस! आणि आता तुला देवाची आठवण झाली होय?''

जगन्नाथनं मारलेला हा टोला जान्हवीला झोंबला. तिच्या नेहमीच्या सवयीप्रमाणे ती त्याला हजरजबाबी उत्तर देऊ शकली नाही. वसंतकाकाच थट्टेच्या स्वरात म्हणाले, ''अरे, बापूचं आगमन तिला संकटासमान वाटत असणार! संकटसमयी देवाची आठवण होणारच! नाहीतरी संकटाच्या वेळीच माणसाला देव आठवतो!''

यावर जान्हवीला काही बोलणं शक्य होतं? ती लाडिकपणाने एवढंच म्हणाली, ''हे हो काय काका?''

मग गंभीरपणानं वसंतकाका म्हणाले, ''जान्हवी, तुला खरं सांगू? हा तुझा सासरा आपल्या कोकणातल्या फणसासारखा आहे. वरून खडबडीत; परंतु आतून

गोड! आता त्याची एक गोष्ट सांगतो आणि हे बापूपुराण संपवतो.''

असं म्हणून वसंतकाकांनी ती गोष्ट सांगितली.

एक दारूड्या बाप मुलाच्या परीक्षेची फी देत नव्हता. बापूनं त्या दारूड्याला दरडावून विचारलं, 'किती फी आहे रे पोराच्या परीक्षेची?'

त्या दारूड्यानं फीचा आकडा सांगितला. बापूंनी लगेच आपल्या खिशातून शंभर रुपये काढले आणि त्या दारूड्याच्या हातात ते पैसे टिकवून म्हणाले, 'हे घे पैसे! पोराच्या परीक्षेची फी भरून टाक! मात्र, हे पैसे दारूत घातलेस तर याद राख! नाहीतर माझ्याशी गाठ आहे!'

ही कथा सांगून वसंतकाका हसत म्हणाले, ''आता हा आमचा लुकडा सुदामदेव त्या दारूड्याला काय करणार होता कुणास ठाऊक! मी त्याला त्या वेळी म्हटलंदेखील, की बापू तू ही विकतची श्राद्धं कशाला घेतोस? तर मला म्हणतो कसा, की अशी विकतची श्राद्धं माणसाला आयुष्यात करावीच लागतात! माणसाला सामाजिक बांधिलकी आहे की नाही? सारा समाज जर आपला आप्तेष्ट मानला तर त्या समाजात असं श्राद्ध करणं हे क्रमप्राप्तच ठरतं!''

ही कथा सांगून बापूपुराणाचा समारोप करताना वसंतकाका म्हणाले, ''असा हा बापूचा स्वभाव! त्याच्याशी तुला आता जमवून घ्यावंच लागेल!''

ते ऐकून जान्हवी म्हणाली, ''कर्तव्य श्रेष्ठ का बुद्धिप्रामाण्य श्रेष्ठ या गोष्टीचा मला विचार केलाच पाहिजे!''

वसंतकाका हसून म्हणाले, ''वा! तू तर अगदी मंडनमिश्रांचा आव आणते आहेस! वेद हे स्वतः प्रमाण आहेत का परतः प्रमाण आहेत, असाच प्रश्न या गार्गीसमोर पडलेला दिसतो!''

जगन्नाथ थट्टेच्या स्वरात म्हणाला, ''काका, गार्गी नाही... जमदग्नी!''

घड्याळाकडे बघत वसंतकाका म्हणाले, ''बाप रे! बोलण्यात किती वेळ गेला? हे बापूपुराण भलतंच लांबलं! मी जातो. तो येईलच इतक्यात! नंतर मला यावंच लागेल; परंतु तो येण्यापूर्वी मला इथून काढता पाय घ्यायलाच हवा! नाहीतर त्याच्या तावडीत सापडलो तर रात्र इथेच व्हायची!''

जान्हवी म्हणाली, ''काका, आज संध्याकाळच्या कार्यक्रमाचं लक्षात आहे ना?''

''ते विसरून कसं चालेल? तुझ्या बिजलीचा संध्याकाळी वाढदिवस आहे. धोतराला गाठ मारून ठेवली आहे. संध्याकाळी बापूची गाठ पडेलच!''

वसंतकाका निघून गेले. घराला एकदम रिकामपण आलं. त्या दोघांनाही सुनंसुनं वाटायला लागलं. एकप्रकारची अनामिक हुरहूर त्या दोघांच्याही मनात दाटून आली

१८

आकाशात अकाली ढग दाटून आले म्हणजे वातावरण एकदम कुंद बनतं. त्या प्रकारचं कुंद वातावरण निर्माण झालं. त्या दोघांच्या मनावर मळभ आलं. काही सुचेनासं झालं.

मेघव्याप्त आकाशातून सूर्यकिरणांची तिरीप एकदम घुसावी त्याप्रमाणे जान्हवीचे शब्द जगन्नाथच्या उदासवाण्या मनात घुसले. जान्हवी म्हणत होती, ''वसंतकाकांनी जे सांगितलं ते ऐकलंस ना? तुझे बापू आज इथे येताहेत, हा तर मला अपशकुनच वाटायला लागला आहे. तुझी नोकरी गेली. आणखी काय काय घडणार आहे कुणास ठाऊक!''

जगन्नाथ उपहासात्मक स्वरात म्हणाला, ''अरे वा! तुझा शकुन-अपशुकन यावर विश्वास बसायला लागला आहे वाटतं? आता या अपशकुनाला घरात घेतलंस वाटतं!''

जान्हवी मख्खपणानं म्हणाली, ''होय, तुझ्या बापूंचं पत्र घरात आलं त्या पत्राबरोबरच हा अपशकुन घरात आला.''

''बापूंचं पत्र! ते केव्हा आलं? मला सांगितलं नाहीस?''

''चार दिवसांपूर्वी पत्र आलं. परस्पर पत्र पाठवून येऊ नका असं त्यांना कळवणार होते. काय केलं असता तुझे बापू इथे येणार नाहीत या गोष्टीचा चार दिवस विचार करीत होते, पण काहीच सुचलं नाही! आणि आज ते इथे येणार आहेत, असं वसंतकाका सांगून गेले. हादरून गेले आहे मी! आजच तुझी नोकरी गेली आणि आजच ते इथे येणार! ते इथे यायला नको होते मला! आता इथे आल्यापासून त्यांच्या नको त्या बोलण्याचा ट्रॅक्टर सुरू होईल. माझं डोकं उठेल. घरातली शांतता नष्ट होईल. म्हणे बापू फणसासारखे आहेत!''

जान्हवी बेभानपणानं बोलत होती. तिच्या बोलण्यानं जगन्नाथचंही भान हरपलं

होतं.

घरात प्रवेश करतानाच बापू ओरडून म्हणाले होते, ''जान्हवीनं फणसाचं नाव काढताच फणस इथे हजर आहे पहा! तिकुडल्यासारखा फणस तुम्हाला इथे कुठून मिळणार? म्हणून भलामोठा फणस घेऊन आलोय. जान्हवीच्या बोलाफुलाला गाठ पडली आहे बघा!''

बापूंचं ते बोलणं ऐकून ते दोघे भानावर आले. बापूंनी जान्हवीच्या तोंडून फक्त फणसाचा उच्चार ऐकला होता आणि आपल्याबरोबर भलामोठा कोकणी फणस आणल्याचं सांगितलं होतं. जान्हवीच्या तोंडून बाहेर पडलेलं बापूपुराण त्यांच्या कानावर गेलं नव्हतं. याबद्दल त्या दोघांना समाधान वाटलं. त्यामुळे त्यांचा जीव भांड्यात पडला होता.

जगन्नाथनं त्यांना आश्चर्यानं विचारलं, ''बापू तुम्हाला दार कुणी उघडलं?''

बापूंनी म्हटलं, ''अरे, मीच तुम्हाला विचारणार होतो, की घराचं दार सताड उघडं कसं ठेवता! का पुण्यातले सारे चोर तडीपार केले आहेत सरकारनं? एवढ्यात एक बाई ओसरीवर बसलेली दिसली. तिला विचारलं, 'जान्हवी व्हिला हाच का? ती एकदम उभी राहिली आणि डोईवरचा पदर सारखा केला. मग म्हणाली 'होय. आपलीच वाट बघत बसले होते लई वेळ!' भारी नम्र दिसली हो तुमची ही बाई... .पुण्याची असून!''

जगन्नाथनं माहिती दिली, ''पुण्याची नाही ती बापू! तिच्या माहेरची ही देणगी आहे. तिचं माहेर मावळातलं! माहेरी मोठी शेतीवाडी. तिथलं हे नम्र पाणी आहे!''

बापू उद्गारले, ''हिचं माहेर मोठं मालदार दिसतंय. धनवान घराण्यातलं पाणी कधी लपायचं नाही म्हटलं!''

जगन्नाथनं पुष्टी जोडली, ''खरंय, तुमचं बापू! मावळ भागात हिच्या वाटणीचा मोठा जमीनजुमला आहे. हिचे वडील लष्करी नोकरीत मोठ्या हुद्द्यावर होते.''

''अरे, मला लष्करी नोकरीचं काय सांगतोस. आपल्या आंबेगावी घरटी एक माणूस लष्करी नोकरीत असतो. श्रीमंतीचं काही विचारू नकोस! हिच्या श्रीमंत वडिलांना भेटायला गेलं पाहिजे मला!''

''बापू त्यांना नाही भेटता येणार!''

जगन्नाथच्या या बोलण्यावर बापू म्हणाले, ''का रे? अरे आजवर मी खूप श्रीमंत लोकांना भेटलो आहे. मला भीती घालतोस होय या श्रीमंतांची!''

जगन्नाथं शांतपणानं म्हणाला, ''तसं नाही बापू! तिचे वडील हयात नाहीत. होय ना गं जानू?''

बापू पहिलं बोलणं विसरून गेले. जगन्नाथच्या या नव्या बोलण्याचा धागा पकडून ते म्हणाले, ''ही जानू आता कोण काढलीस बाबा?''

''बापू, आम्ही आमच्या नावाचा शॉर्टफॉर्म केला आहे. लघुरूप! जान्हवीचं जानू?.. जगन्नाथच जगा!''

जवळजवळ मोठ्या आवाजातच बापू ओरडले, ''अरे, चालवलंय काय हे! चांगली नावं ठेवायची आणि नंतर त्या नावाचं भूत करायचं! मुळीच पसंत नाही मला! जगन्नाथच्या आईचं नाव होतं गंगा! या जगन्नाथच्या नावासारखं पवित्र! आम्हाला तर बायकोचं नाव कधी घेताच येत नसे, पण कुणी तिला गंगे, गंगू असं म्हटलं की, दादा म्हणजे आमचे थोरले बंधू म्हणायचे, हे पहा तिचं नाव आहे गंगा. फार तर तिला गंगूबाई म्हणा, पण गंगे, गंगू अशा फाजील नावांनी हाक मारू नका! आमच्या दादाचं हे सांगणं बरोबर होतं. नाव ठेवायचं गोदावरी आणि हाक मारायची गोदे! मला हा प्रकार साफ नामंजूर आहे!''

तो विषय बदलण्याच्या हेतूनं जगन्नाथ म्हणाला, ''जानू आता पुरे करू नावाची ही चर्चा! किती नावं ठेवायची एखाद्या गोष्टीला! त्यांना ताटकळत उभं केलंय. त्यांना वॉश घ्यायला नको का? त्यांचं सामान आत घेऊन जातो आता!''

जान्हवी म्हणाली, ''पारू नेईल की!''

''नको, नको! आलो तेव्हा बाहेरच तिनं माझ्या ट्रंकेला हात घातला होता, पण मी तिला थांबवलं. या तुमच्या स्टँडवर माझं सामान पाहून हमाल धावत आला. मी त्याला वारलं. म्हणालो, हात लावू नकोस सामानाला! याहीपेक्षा दुप्पट सामान मी या वयात घेऊन जाईन! तरुण वयात तर चार चार मोठे फणस खांद्यावर घेऊन घाटीचा चढउतार सहज करायचो. कोकणातला आहे म्हटलं मी! लुकडा दिसतो म्हणून काय झालं? अजून सकाळी एकशेआठ सूर्यनमस्कार घालतो म्हटलं! त्याच्याशिवाय त्या पूर्णब्रह्माला- भाताला शिवत नाही!''

यावर जगन्नाथ काहीही बोलला नाही. बापूंची ती विटकी ट्रंक आणि पडशी त्यानं उचलली आणि ते सामान आतल्या बाजूला न्यायला लागला.

ते पाहून बापू ओरडून म्हणाले, ''अरे, अरे.. त्या पडशीत फणस आहेत. दगावेल एखादा फणस!''

आणि जान्हवीकडे बघत पुढे म्हणालो, ''बरं का सूनबाई, ही पडशी आहे ना, तुझ्या होल्डालपेक्षा फार उपयोगी! घोड्यावर बसताना त्याच्या पाठीवर दोन्ही बाजूना सारखं वजन टाकायचं; मग बिनधोक मजल मारायची! आपल्या आंबेगावात लष्करी लोक असल्यामुळे घोड्यांची वर्दळ फार! अगदी अलीकडे मी घोड्यावर बसायचं सोडून दिलं, पण जुनी आठवण म्हणून ही पडशी कायमची जवळ बाळगतो.''

मग एकदम म्हणाले, ''बरं, आता फार रेंगाळत राहत नाही. तुमचा तो वॉश का फॉश घेऊन येतो!''

जान्हवीनं सांगितलं, ''बापू बाथरूममध्ये साबण आहे. टॉवेलही आहे.''

बापू म्हणाले, "मी नाही तुमचा तो साबू वापरत! कातडी खराब होते त्यानं! आमची आपली शिकेकाई बरी! आणि टॉवेल म्हणालीस होय? त्या अपऱ्या टॉवेलपेक्षा आमचा धोतराचा लांबलचक सोगा चांगला नाही का?"

जान्हवीनं विचारलं, "मी बाथरूम दाखवायला येऊ का?"

"कशाला? कुणीतरी म्हटलं आहे ना की, शोधा म्हणजे सापडेल! शोधतो, सापडेल बाथरूम! इथे कायमचं राहायचं म्हणजे ते आलंच!"

बापू आत गेल्यावर जान्हवीनं एक सुस्कारा सोडला आणि म्हटलं, "हं! एकूण कठीण दिसतंय. कठीण समय येता कोण कामास येतो?"

मग जगन्नाथकडे बघत जान्हवी म्हणाली, "पत्रात त्यांनी काय लिहिलं होतं माहीत आहे का?"

"कसं माहीत असणार? तू मला बापूंचं ते पत्र दाखवलं आहे थोडंच?"

"आता सांगते ना! थोरल्या भावाच्या सारं काही हवाली करून स्वारी इथे कायमची राहण्यासाठी आली आहे. इथे कायमच राहायला यायचं तर आम्हालाही काही आणायला नको होतं का? एक जुनी ट्रंक आणि पडशीत काही फणस एवढीच इस्टेट आमच्या वाड्याची होय? शिवाय दहा वर्षं आमच्याशी कुठलाही संबंध ठेवला नाही ही वरची देणगी! मग आताच कुठे गेला तो आमच्यावरचा राग! आमचं तोंडही न बघण्याची ती !"

जगन्नाथ सरळपणानं म्हणाला, "जानू, एक म्हण आहे, वाहत गेलं ते गटार, उरली ती गंगा! बालपणापासून त्यांनी माझं मातेप्रमाणे संगोपन केलं; आताही ते आपल्याकडे स्वतःहून त्याच प्रेमानं आले आहेत. मधला कटू काळ आपण विसरून जायला हवा! आपलं कर्तव्यपालन करायला हवं! बापू मला नेहमी म्हणायचे की, दुसऱ्यानं दिलेलं कधी पुरत नाही. लोकांच्या जिवावर जीवन कधी कायमचं जगलं जात नाही."

काही वेळानं तो पुढे म्हणाला, "आणि जानू, आपल्याला काय कमी आहे? आपल्यात बापू सहज सामावतील!"

आता मात्र जान्हवी जोरानं हसायला लागली.

जगन्नाथनं विचारलं, "काय गं झालं एवढं हसायला?"

"अरे जगा, हसू नको तर काय करू? तू म्हणतोस की, आपल्याला काय कमी आहे? मी विचारते की, आपल्यावर जास्त असं काय आहे? तू केलेली अफरातफर? का तुझी गेलेली नोकरी? हे सारं जास्तीचंच लक्षण आहे ना! सांग, या साऱ्या गोष्टी आपल्या जन्मदात्या पित्याला! आणि त्यांच्या त्या दोन-तीन फणसांवर आपले जन्माचे दिवस काढू! जगा, आपल्या अशा या अवस्थेत ते हात हलवीत इथे आले. त्यांना जाब विचारायला हवा!"

जगन्नाथ घाबऱ्या घाबऱ्या म्हणाला, "नको...नको! त्यांना किती वाईट वाटेल! नको गं विचारूस त्यांना तसं! खरंच त्यांना वाईट वाटेल!"

जान्हवी म्हणाली, "आणि आपल्याला वाईट वाटणार आहे त्याचं काय? त्यांना नुसतं विचारायचंही नाही म्हणतोस. कमालच झाली तुझी!"

तेवढ्यात बापू तिथे येऊन म्हणाले, "कमालच आहे हं तुझ्या या घराची! सारं डिपार्टमेण्टल स्टोअरच तुझ्या घरात भरलेलं दिसतंय. रंगीत टी. व्ही. काय, फ्रिज काय, वॉशिंग मशिन काय, हवा थंड करणारं ते फुस् फुस् करणारं यंत्र काय ... या तुझ्या घराच्या होल्डालमध्ये काय नाही? सारी श्रीमंती दाटीवाटीनं भरली आहे! एखाद्या लठ्ठ माणसाच्या अंगात हवा ठासून भरावी त्याप्रमाणे!"

बापूंनी दिलेला हा दाखला चुकला असं जान्हवीला वाटलं. वसंतकाकांनी सांगितलेल्या बापूंच्या अशा बोलण्याची तिला आठवण झाली. पण ती एवढंच म्हणाली, "बापू या काळात शहरात अशाच वस्तूच घ्याव्या लागतात. आधुनिक शहराचं राहणीमान असंच असतं!"

"असं राहिलं नाही तर सक्तमजुरीची शिक्षा देतात होय? त्या इंडियन पीनल कोडमध्ये हे नवीन कलम घातलेलं दिसतंय. ठीक आहे. तुझा नवरा लठ्ठ पगारदार आहे ना, तेव्हा हे सारं हवंच! पण त्याला म्हणावं, की मुंग्यादेखील पावसाळ्याची बेगमी उन्हाळ्यात करून ठेवतात. सध्या तुझ्या अंगावर पैशाचा पाऊस पडतो आहे. पण उद्या क्वचितप्रसंगी येणाऱ्या उन्हाळ्याची आजच तुला बेगमी करून ठेवायला हवी! प्रत्येक प्राण्यानं पावसाळ्यात उन्हाळ्याची आणि उन्हाळ्यात पावसाळ्याची बेगमी करून ठेवायलाच हवी! हे आमचं जुन्या लोकांचं अनुभविक शहाणपण आहे. कारण सगळे दिवस सारखे नसतात! इंग्रजी म्हण आहे ना ती? ऑल डेज आर नॉट संडेज!"

जान्हवी तात्काळ म्हणाली, "इथेच आहे ना तुमचा हा श्रीमंत चिरंजीव! सारे दिवस सारखे नसतात, असं त्यालाच सांगा की ! जरा धीरे चलो असं त्याला सांगा म्हणजे झालं!"

जगन्नाथनं जान्हवीला फटकारलं, "जानू पुरे कर तुझं हे चऱ्हाट! आल्यापासून बापूंचं बोलणं चाललं आहे. त्यांना चहापाण्याचं काही विचारायचं का नाही? हीच का तुमची शहरी वागण्याची रीत?"

बापू एकदम उद्गारले, "छे छे! चहापाण्याचं नाव काढू नकोस! जन्मात कधी चहाची चव बघितली नाही! लोकमान्य टिळक गेले तेव्हा मी फारच लहान होतो, परंतु दादा नेहमी सांगायचे, की लोकमान्य गेले आणि आमच्या चुलीवरच चहाचं भांडं खाली उतरलं ते कायमचं! आजवरच्या आयुष्यात मी चहाला कधी शिवलोही नाही. नाहीतर चहा म्हणजे सर्वांचा देव, पण आम्ही त्याला कायमचं रिटायर करून

टाकलं!''

मग जान्हवीनं काहीशा खट्याळपणानं विचारलं, ''चहावरची आपली गैरमर्जी समजली. बरं, आता रात्रीच्या जेवणाचं काय? खाण्याचं काही पथ्यंबिथ्यं?''

''आहे तर! मी फक्त एकभुक्त असतो!''

''म्हणजे?''

''फक्त एकदा जेवायचं! दिवसभर पाणी घ्यायचं आणि बोलत सुटायचं! सूनबाई, तू एक गोष्ट लक्षात ठेव, बोलण्याचालण्यानं पचन होतं. माणूस तंदुरुस्त राहतो!''

जान्हवी म्हणाली, ''म्हणजे आज रात्री तुम्ही जेवणार नाही? आज बिजलीचा वाढदिवस आहे. त्यानिमित्त रात्री तिच्या मित्रमैत्रिणींना जेवण आहे.''

''अगं, आधीच का नाही सांगितलंस? तिच्यासाठी गोळ्या आणल्या असत्या.''

ते बोलणं तिथेच ठेवून जगन्नाथला जान्हवी म्हणाली, ''तू आता ताबडतोब कँपमध्ये जा आणि कयानीकडून केक घेऊन ये. कालच मी फोनवरून दोनशे रुपयांच्या केकची ऑर्डर दिली आहे. हृदयाच्या आकाराचा केक करायला सांगितला आहे. नीट घेऊन ये लवकर! आणि हे पाहा, बरोबर दोनशे रुपये घेऊन जायला विसरू नकोस! नाहीतर वेंधळेपणानं हात हलवीत जाशील आणि घोटाळा करशील! लवकर जा!''

ते ऐकून बापू थक्क झाले. उद्गारले, ''दोनशे रुपयांचा केक चिमुरडीच्या वाढदिवसाला! अगं, आमचं अख्खं लग्न दीडशेत झालं होतं. भात आणि गूळ मात्र घरचा होता हो!''

''बापू इतिहासजमा झाले ते दिवस! इतिहास कशाला उकरून काढायचा?''

जान्हवीच्या या बोलण्यावर तत्त्वचिंतक बापू म्हणाले, ''जे लोक इतिहास विसरतात त्यांना भवितव्य नसतं, असं एका आंग्ल इतिहासकारानं म्हटलं आहे. बरं, ते जाऊ दे. मी काही इतिहासाचा तास घेत नाही. पण मी आल्यापासून बघतो आहे, तू मला बापू या एकेरी नावानं संबोधत आहेस. बापू हे एकवचनी पुल्लिंगी विशेषनाम! मला मामंजी का म्हणत नाहीस? मी तुझा सासरा आहे ना?''

''आता तीही पद्धत इतिहासजमा झाली बापू! आपण आता या नव्या युगात वावरतो आहोत! जुनं ते सोनं म्हणण्याचे दिवस गेले. भूतकाळात जमा झाले. नवं ते हवं असं म्हणण्याचा हा काळ आला आहे.''

बापू यावर आग्रहपूर्वक म्हणाले, ''जान्हवी, मला काळाचा महिमा सांगू नकोस. काळ माणसांना इतिहासजमा करतो; परंतु परंपरा पद्धती नाही बरं इतिहासजमा होत! होऊदेखील नाहीत. अशानं आपली ही उज्ज्वल संस्कृतीच नामशेष होईल! 'मामंजी, सूनबाई' या उच्चारानं आम्हा जुन्या माणसांच्या मनाला गुदगुल्या होतात.

अंगावरून मोरपीस फिरल्यासारखं वाटतं.

त्यांच्या बोलण्याला प्रतिवाद करताना जान्हवी म्हणाली, ''पण आम्हाला हे जीर्णशीर्ण विचार वाटतात. पुरून टाकलेली मढी कशाला उकरायची?''

अंगावर शहारे आल्याप्रमाणे करून बापू म्हणाले, ''शिव, शिव! सूर्य अस्ताकडे ढळला असताना असं अशुभ बोलू नकोस! आज तुझ्या लेकीचा वाढदिवस आहे ना?''

दाराकडे बघून जान्हवी म्हणाली, ''ती पहा बिजली आली!''

आजोबांजवळ येत बिजली लाडिक स्वरात म्हणाली, ''आजोबा मी आले....''

''ये, ये तुझीच वाट बघत होतो. किती गोड आहेस गं तू, मधासारखी! मी किनई तुला मधुबाला म्हणणार!''

''नो...नो आजोबा! कॉल मी ओन्ली मधू''

तिला जवळ घेऊन बापू म्हणाले, ''बाळे, पण मला इंग्रजी येत नाही.''

''अय्या! तुम्हाला इंग्रजी येत नाही आजोबा? आज माझा बर्थ डे आहे ना? माझे खूप फ्रेण्ड्स येणार आहेत, मग त्यांच्याशी तुम्ही कसं काय बोलणार?''

''आपल्या मायमराठी भाषेतून बोलेन!''

शंकाकुल होऊन बिजली म्हणाली, ''मग त्यांना कसं काय कळणार तुमचं बोलणं?''

''मग त्यांनी मराठीत बोलावं! देश तसा वेष आणि चालीप्रमाणे बोली!''

जान्हवी मध्येच म्हणाली, ''बापू तुमचं हे कोड्यातलं बोलणं बिजलीला थोडंच समजणार आहे?''

''तुम्हीच साऱ्यांना कोड्यात टाकलंय. पन्नास वर्षं झाली त्या इंग्रजाला जाऊन! पण त्या गोऱ्यांच्या चालीरीती मात्र तुम्ही जपून ठेवल्या आहेत आजवर! धोतरवाल्यांच्या माथ्यावर साहेबी टोपी चढवलीत! खेड्यातल्या पैरणीला टाय कशाला हवा!''

तेवढ्यात बिजलीनं बापूंच्यापुढे हात करून म्हटलं, ''शेक हॅण्ड आजोबा! मी आता आत जाऊन वॉश घेते. फ्रेश होते. नवा ड्रेस घालून रेडी होते. आज बर्थ डे ड्रेस घालायला हवा ना?''

तिच्या पाठीत एक धपका मारून बापू म्हणाले, 'हे काय, तुला शेक-हॅण्ड कशाला करायचा? आपल्या पद्धतीप्रमाणे खाली वाकून नमस्कार कर की!''

''आजोबा, आमच्या मार्गारिट मिस आहेत ना, त्या आम्हाला नेहमी सांगतात की, वाकायचं तर येशूसमोर! माणसासमोर नाही!''

''ए मधाळ मुली, आपला आणि येशूचा संबंध काय? आपला देव वेगळा आहे. येशू हा काही आपला देव नाही. येशूला बरोबर घेऊन साहेब केव्हाच मायदेशी निघून गेले आहेत. मातृ देवो भव, पितृ देवो भव, आचार्य देवो भव, अतिथी देवो

भव हा आपला देवमंत्र तुला कुणी सांगितला नाही का?''

बिजली एकदम म्हणाली, ''नो संस्कृत! ओनली इंग्लिश ग्रॅण्डपा!''

''अगं इंग्रजी बोललं म्हणजे इंग्रज होता येतं का गं? आणि कशाला इंग्रज व्हायचं? मग टिळक-गांधींनी त्या गोऱ्याला कशाला हाकलून दिलं या देशातून? आपण त्या गोऱ्याचं तोंड काळ केलं आणि आपलं काळं तोंड गोरं केलं. दैवानं जे दिलं आहे ते माणसानं जपलं पाहिजे! आपली अस्मिता सदैव जागृत ठेवली पाहिजे!''

''आजोबा, मला तुमच्या बोलण्यातलं काही कळलं नाही.''

''थोडी मोठी झालीस ना, मग कळेल. आता सांगायला मी आहे ना इथे!''

''आजोबा, आता तुम्हाला एक विचारून आत जाते.''

''विचार की! हवं ते विचार!''

''आजोबा, तुम्ही बिर्याणी खाता? मटण बिर्याणी?''

साप चावल्यासारखा आविर्भाव करून त्या छोट्या मुलीचे आजोबा म्हणाले, ''पोरी, तुझ्या जिभेला काही हाड? आपलं भिक्षुकांचं घराणं! आम्ही कोकणी लोक. भाताशिवाय आम्हाला दुसरं खाणं माहीत नाही.''

''आजोबा, बिर्याणीत भात असतो.''

''आणि जोडीला ते अभक्ष्य! शिव.. .शिव...! नाव काढू नकोस! आपलं भिक्षुक घराणं! बापजन्मी असलं अभक्ष्य खाण्याचं पाप आम्ही कधी केलं नाही.''

''खाण्यापिण्यात पाप कसलं आजोबा? जे ज्याला आवडेल ते त्यानं खावं!''

''हा शुद्ध स्वैराचार झाला पोरी! तुमच्या शाळेत हेच शिकवतात का? कोणत्या शाळेत जातेस तू?''

बिजलीनं अभिमानानं सांगितलं, ''एलिझाबेथ कॉन्व्हेंट स्कूल. स्कूलला यू. के. ची. ग्रॅण्ट मिळते. आमचं स्कूल कॅम्पात आहे. फार चांगलं आहे आमचं स्कूल, आमच्या स्कूलमध्ये रोज प्रार्थना असते. पी. टी. असते. हॉर्स रायडिंगसुद्धा शिकवतात. शिवाय स्वीमिंगसुद्धा! एमिंग शूटिंगदेखील!''

तिच्याकडे काळजीच्या नजरेनं बघत बापू म्हणाले, ''ते दिसतंच आहे म्हणा! आपल्या संस्कृतीचं शूटिंग शिकवत नसतीलच!''

बिजली उत्साहानं पुढे सांगतच होती, ''आणि किनई आजोबा, आमच्या स्कूलमध्ये रोज प्रेअर असते.''

बापूंनी विचारलं, ''प्रार्थना होय? कोणती प्रार्थना करता?''

''गॉड सेव्ह दि किंग...''

''अगं, आता गेला ना तो गोरा राजा? मग आता त्याचं कशाला संरक्षण करायचं गं?''

समजुतीच्या स्वरात बिजली म्हणाली, “आजोबा, तो इंग्लंडचा राजा कुठे गेला आहे? तोच आमच्या स्कूलला पैसे पुरवतो ना?”

“हूं! ज्याची खावी पोळी त्याची वाजवावी टाळी! बरोबरच आहे. इथून साहेब निघून गेला तरी साहेबी वृत्ती गेलेली नाही! देशाचं दुर्दैव...दुसरं काय?”

बापूंनी उच्चारलेलं हे जणू स्वगत भाषण होतं. बापू दिङ्मूढ होऊन गप्प बसले. बिजली आत निघून गेली. एवढ्यात काही कामासाठी जान्हवी तिथे आली.

तिला उद्देशून बापू म्हणाले, “जान्हवी, अग समाजाचा सारा चेहरामोहराच पार बदलून गेला आहे. आजवर आम्ही आपल्या जुन्यापुराण्या संस्कृतीच्या मांडीवर झोपलो होतो. आज जागे झालो तेव्हा समाजाचं सारं चित्रच पार पालटलेलं दिसतं.”

खरं तर लेकीच्या वाढदिवसाच्या तयारीत जान्हवी गुंतली होती; परंतु त्याही गडबडीत तिच्या स्वभावानुसार ती बापूंच्या बोलण्याचा प्रतिवाद करणार होती. वयाचा मुलाहिजा न ठेवता ठोशाला ठोसा देणं हा तिचा स्वभावच होता. त्या तिच्या स्वभावानुसार तिनं बापूंच्या बोलण्यावर उत्तर दिलं, “समाज नाही पालटत बापू! तो समाज काळाबरोबर पावलं टाकीत सतत पुढे चाललाय. तुमची दृष्टी मात्र पालटली आहे!”

बापू ठाम स्वरात म्हणाले, “नाही...नाही जान्हवी! तुम्ही स्त्रियांनी नव्या पंचशील धोरणाचा अवलंब केला आहे!”

जान्हवी आश्चर्यानं उद्गारली, “पंचशील ही काय नवी भानगड आहे?”

विषादानं हसत बापू म्हणाले, “हाय, मी पंचशीलच म्हणतो त्याला! तुमचं मंगळसूत्र खिळ्याला टांगून ठेवलं आहे. कपाळीचं कुंकू परागंदा झालं आहे. सौंदर्यशाली केशकलापाला कात्री लागली आहे. नवऱ्याशी तुम्ही एकेरीवर आला आहात. पाश्चात्त्यांचा पोषाख तुमच्या अंगावर चढला आहे. मी याला तुम्हा बायकांचं नवं पंचशील म्हणतो.”

जान्हवी ठामपणानं म्हणाली, “मग यात बिघडलं कुठे? एवढ्या साध्यासुध्या गोष्टींनी समाज बिघडतो? संस्कृती रसातळाला जाते? काय आहे त्या मंगळसूत्रात आणि कुंकवात? मोठा केशकलाप सौंदर्यशाली असतो आणि कापलेले केस सौंदर्यहीन असतात असं कुणी ठरवलं? नवऱ्याला अहो-जाहो म्हणण्यात त्याचा मान थोडाच वाढतो? कपडे कशासाठी असतात? साडीनं जसं अंग झाकतं तसं या आमच्या नव्या ड्रेसनं झाकत नाही वाटतं.”

बापू आपल्या मताला पक्के धरून होते. जुनी माणसं आपले जुने विचार कधी सोडत नसतात. त्या विचारांना आपल्या प्रदीर्घ अनुभवाचं अवगुंठन घालीत असतात. काळाबरोबर पावलं टाकणं, हे त्यांना कमीपणाचं वाटतं. जुन्या गोष्टींचा तो उपमर्द

वाटतो.

जान्हवीच्या बोलण्यावर म्हणूनच बापू म्हणाले, "जान्हवी, तू खुशाल तरफदारी कर तुझ्या या नव्या पंचशीलेची! पण तुला तुझ्या या नव्या पंचशीलेची महती गाऊन दाखवू का?"

"दाखवा! पण त्यामुळे माझ्यात मुळीच फरक पडणार नाही."

आपल्या नेहमीच्या तत्त्वदर्शी भाषेत बापू म्हणाले, "जगात हट्टी, दुराग्रही माणसात कधी फरक पडत नाही; पण सांगणारे कर्तव्यबुद्धीनं सांगतच असतात. तसंच मी सांगतो."

"सांगा...मी ऐकते."

बापू सांगू लागले, "महाभारतकालापासून स्त्रिया मंगळसूत्र घालत आल्या आहेत. अगदी थेट आजपर्यंत! त्या सूत्रात स्त्रीचं पतीशी मंगलमय नातं जोडलं जात. स्त्रीच्या लग्नगाठीची ती एक हमखास खूण असते. तुम्ही ते मंगळसूत्र खुंटीला टांगून ठेवता. म्हणजे पतीलाच खुंटीला टांगून ठेवल्यासारखं आहे. पूर्वीच्या काळी झोपेत जरी मंगळसूत्र तुटलं तरी स्त्री घाबरीघुबरी होत असे. नवरा जवळ आहे का नाही हे दचकून बघत असे."

"वेडीखुळी बापडी!"

जान्हवीच्या या उपहासात्मक उद्‌गारावर बापू म्हणाले, "तू तिला खुशाल वेडीखुळी म्हण! कुणी कुणाला वेडीखुळी म्हणावं याविषयी नियम थोडाच आहे? या जगन्नाथची आई कपाळावर रुपयाएवढं कुंकू लावायची. आंबेगावच्या आयाबाया तिला त्यामुळे त्या गावची आंबाबाई म्हणायच्या; परंतु तिच्या भाळीचं ते कुंकू बघितलं म्हणजे मला कबिराच्या एका दोह्याची आठवण व्हायची. कबिरानं त्या दोह्यात म्हटलं आहे की, स्त्रीचं कपाळ हे एक विशाल आकार आहे आणि तिच्या भालप्रदेशावरील गोलाकार कुंकू हा पौर्णिमेचा चंद्र आहे त्या चंद्राच्या चंदेरी प्रकाशात ती स्त्री आपल्या जीवनसाथीबरोबर आनंदात आपल्या जीवनाचा मार्ग आक्रमित असते!"

जान्हवी म्हणाली, "कबिराची कल्पना तर सुरेख आहे; परंतु अशी वचन देऊन कोणतंही म्हणणं सिद्ध करता येत नाही."

"जान्हवी, कोणत्याही गोष्टीची हेटाळणी करणं सोपं असतं."

"आणि नुसतं काव्यात्मक तत्त्वज्ञान सांगण्यापेक्षा खासच सोपं नाही!"

"जान्हवी, तुला असं वाटत नाही का, कोणतंही तत्त्वज्ञान हे अनुभवातून किंवा व्यवहारातून निर्माण होत असतं?"

यावर काही उणंदुणं न बोलता जान्हवी म्हणाली, "तुम्ही पुढे सांगा बापू मी ऐकते आहे. आता तुमचा तिसरा मुद्दा केशकर्तनाचा!"

"पूर्वी कात्रीचा आणि बायकांच्या केसांचा कधी संबंध यायचा नाही. कात्री केसांसमोर धरली आहे, या नुसत्या कल्पनेनंसुद्धा मनात थरकाप उडायचा!"

जान्हवी अत्यंत कडवटपणानं म्हणाली, "पण एखाद्या बालविधवेच्या केसांना कात्री लागली तर मात्र कुणाच्या मनात थरकाप उडायचा नाही! केस कातरलेल्या विधवेला जन्मभर त्याच घृणास्पद अवस्थेत राहावं लागायचं! केशवपनाची चांगली प्रथा होती नाही का?"

"ती चांगली प्रथा नव्हती हे कोण नाकबूल करील? ती दुष्ट रूढी होती, यात कुणीच शंका घेणार नाही!"

केशवपनाचा मुद्दा जान्हवीनं आणखी लावून धरला. संतकालातील वेणाबाईचं आणखी एक उदाहरण तिनं दिलं.

जान्हवी म्हणाली, "सर्वसामान्य स्त्रियांची गोष्ट सोडा; परंतु समर्थ रामदासांची शिष्या वेणाबाई हिलादेखील केशवपनाचं दुःख सहन करावं लागलं. लहानपणीच तिच्या पतीचं निधन झालं. तिला केशवपन करावं लागलं. ती सोवळी झाली. बालपणीच ती आपल्या सासूला आक्रंदून विचारायची, की तुम्ही कपाळी कुंकवाची चंद्रकोर लावता, लांबलचक केसांची वेणी घालता, मला हे सारं का करता येत नाही? माझ्या कपाळी कुंकू का नाही? माझ्या डोईवरचा केशसंभार का उतरवला? मी काय पाप केलं होतं म्हणून माझ्या वाट्याला हे सारं दुर्दैव आलं?.... रूढीच्या या किती घृणास्पद गोष्टी होत्या?"

"मी ते मान्य करतोच; परंतु बाकीच्या गोष्टी तुमच्या पिढीला मान्य कराव्या लागतील. जुनं ते सारं वाईट असतं असं तुम्ही धरून चालू नका!"

"आणि नवं ते सारं वाईट असतं असं तुम्हीही धरून चालू नका!"

तो मुद्दा दूर करून बापू म्हणाले, "केशवपनाची रूढी केव्हाच इतिहासजमा झाली आहे. पण तुमच्या पोषाखाचं काय! पूर्वी आमच्या स्त्रियांच्या इंचभर अंगाचंही दर्शन कुणाला घडत नसे. पण आज तुमच्या अंगोपांगाचं दर्शन जगाला घडतं. त्यामुळे रस्त्यावरचे गुंड चेकाळतात. तुमची छेट काढण्यासाठी प्रवृत्त होतात. गुंडांकडून उपद्रव होणाऱ्या एका महिलेला महात्मा गांधींनी सांगितलं होतं की, हे मुली, तू तुझ्या पोषाखाकडे बघ! गुंड चेकाळतील असा पोषाख करू नकोस!"

यावर जान्हवी काही बोलणार तोच बिजली बाहेर आली आणि म्हणाली, "ममा, तुला पारू आत बोलावते आहे. लवकर आत जा!"

मग बिजली म्हणाली, "आजोबा, तुम्ही पारूच्या हातची अंडाकरी खाऊन तर बघा! वंडरफुल! तुम्हाला नक्कीच आवडेल आजोबा!"

"तुला सांगितलं आहे ना पोरी की, मी तसलं अभक्ष्य खात नाही म्हणून! आता पुन्हा मला कधी विचारू नकोस!"

"आजोबा, अंडं हे शाकाहारी असतं असं बापूंनीच सांगितलं आहे ना?"

"कोण बापू?"

"महात्मा गांधी!"

"पोरी, तुला मी एक सांगतो, कुणापेक्षाही आपला अंतरात्मा श्रेष्ठ असतो. अंतर्मुख होऊन आपण त्याचं ऐकावं.

बिजलीला त्यांचं बोलणं कितपत कळलं कुणास ठाऊक! त्यांच्या त्या बोलण्यावर ती म्हणाली, "आजोबा, तुम्ही काही म्हणा, पण आमच्या पारूच्या हातचं चिकन खाऊन तो अंतरात्माही खूष होऊन जाईल! काय बनवते चिकन पारू, सांगू तुम्हाला! लाजवाब! आजोबा, आमच्याकडे पूर्वी कोंबड्या होत्या. मम्मीचं कुक्कटपालन चालायचं. त्यासाठी शासनाची ग्रँटही घेतली होती. पुढे रोगानं साऱ्या कोंबड्या मरून गेल्या. मम्मीनं त्या भल्यामोठ्या पिंजऱ्याला कुलूप घातलं. त्या वेळी पारू नेहमी चिकन करायची."

"छे छे! नको सांगूस मला त्या पापाच्या कथा! त्या निष्पाप जिवांची हत्या केल्यामुळे त्यांच्या आया शोकानं मरून गेल्या असतील. तो बिचारा रिता पिंजराही आता रडत असेल!"

जान्हवी तिथे येऊन म्हणाली, "बापू तुमचं पत्र आलं त्या दिवसापासून मी तो पिंजरा हसरा केला आहे. त्या पिंजऱ्याचा कायापालट करून टाकला आहे. या घरापेक्षाही तो पिंजरा स्वच्छ केला आहे.... खास तुमच्यासाठी बापू!"

बापू एकदम ओरडून म्हणाले, "म्हणजे तू मला त्या पिंजऱ्यात कोंडणार आहेस की काय?"

"दुसरी जागाच नाही! पारूसकट आमच्या आतल्या खोल्या गुंतल्या आहेत."

आपली नाराजी व्यक्त करून बिजली म्हणाली, "ममी, आजोबा माझ्या खोलीत झोपतील!"

जान्हवीनं दरडावून म्हटलं, "नाही! आता तुला बारावं वर्ष लागणार! तुला स्वतंत्रपणानंच झोपायला हवं!"

बिजली काकुळतीनं म्हणाली, "आजोबांना माझ्या खोलीत झोपू दे ना गं मम्मी! मला खोलीत एकटीला फार भीती वाटते! रात्री खिडकीतून बाहेरची झाडं हलताना दिसली म्हणजे भुतं नाचत आहेत असं वाटतं- रियली ममा! पूर्वी शेजारच्या पिंजऱ्यातून कोंबड्यांची पिलं ओरडायला लागली म्हणजे त्यांची सोबत वाटायची; परंतु साऱ्या कोंबड्या मेल्यापासून त्या पिंजऱ्याचीच आता भीती वाटते. म्हणून म्हणते की, आजोबांना माझ्या खोलीत झोपू दे. माझ्या सोबतीसाठी!"

बापू आश्वासक स्वरात म्हणाले, "बिजले, तू काळजी करू नकोस! मी या पिंजऱ्यात झोपेन. कोंबड्यांची तुला सोबत वाटत होती ना? त्यांच्या जागी मी आहे

आता तुला सोबत करायला!"

तेवढ्यात जान्हवी म्हणाली, "हे पाहा बिजू, आपल्या पारूचा स्वयंपाक बापूंना चालणार नाही. म्हणून त्यांच्या स्वयंपाकाची सारी सोयही पिंजऱ्यात केलेली आहे."

बिजलीनं आश्चर्यानं विचारलं, "म्हणजे आजोबा हातानं स्वयंपाक करणार? नो नो! प्लीज ममी...."

जान्हवीनं तिला समजावून सांगितलं, "अगं तिथे नळ आहे, मोरी आहे. संडास जवळच आहेतच. म्हातारपणी संडास जवळ हवेतच! शिवाय पिंजरा स्वच्छ करून घेतला आहे. तिथली अडगळ काढली आहे. बाहेर सोबतीला टायगरही बांधला आहे. आपला बडा कुत्रा गं!"

स्वतःकडे बोट करून बापू जणू स्वतःशीच उद्गारले, 'पिंजऱ्यातील सारी अडगळ काढली हे बरं झालं! आता ही अडगळ तिथे ठेवायची आहे ना?'

म्हातारी माणसं नाहीतरी अडगळीसारखीच असतात!

त्याच वेळी जगन्नाथ केकची भलीमोठी पिशवी घेऊन आला. त्याला पाहून जान्हवीनं विचारलं, "जगा, सांगितल्याप्रमाणे भलामोठा केक आणला आहेस ना?"

बापू हसत म्हणाले, "जगाएवढाच केक आणलेला दिसतोय त्यानं! मोठ्या आईच्या मुलीचा वाढदिवस आहे ना?"

तेवढ्यात बिजलीनं त्याला विचारलं, "पपा, कॅण्डल्स आणल्यात ना?"

बापूंनी आश्चर्यानं विचारलं, "मेणबत्त्या? त्या गं कशासाठी?"

"आजोबा, माहीत नाही तुम्हाला? मी आता अकरा वर्षांची झाली आहे ना, मग मला एका स्ट्रोकमध्ये अकरा कॅण्डल्स एक्स्टिंग्विश करायच्या असतात!"

"म्हणजे विझवायच्या? अगं, अशा प्रसंगी आपण दिवे लावतो आणि तुम्ही दिवे विझवता! म्हणजे अपशकुन करता!"

बिजलीकडे बघून जान्हवी उद्वेगानं उत्तरली, "तू आता बोलत बसू नकोस! तुझे प्रिन्सिपल मॉर्गन आणि त्यांची पत्नी नॅन्सी ही गंडळी यायची वेळ झाली आहे. आताच त्यांचा फोन आला होता. तुझ्या टीचर मार्गारिट याही येणार आहेत. तुला लवकर तयार व्हायला हवं!"

बापूंनी बोलण्याची संधी सोडली नाही. ते म्हणाले, "इथे आता अमेरिकन संमेलन भरणार आहे तर!"

बापूंच्या बोलण्याकडे दुर्लक्ष करून जान्हवी बिजलीला उद्देशून म्हणाली, "बघितल्या का त्या तुझ्या मित्र-मैत्रिणी! हळूहळू जमायला लागल्या आहेत. ऊठ, लवकर आटप आता!"

तिच्या मित्र-मैत्रिणी मागच्या दारानं येत होत्या. ते पाहून बापू बोललेच,

"अरेच्चा! म्हणजे मागच्या दारानं पोरंपोरी प्रवेश करताहेत तर! म्हणजे बॅकडोअर एन्ट्री! अलीकडच्या मुलांना आडमार्गानं येणं आवडतं असं दिसतंय."

त्यांचं हे बोलणं ऐकायला तिथे कुणीच नव्हतं, परंतु बोलत राहणं हा बापूंचा स्वभावधर्म होता. कुणी ऐकणारं नसलं तरी बोलत राहणं, हा त्यांचा स्वभावच बनला होता.

परंतु त्याच वेळी आत येऊन वसंतकाका म्हणाले, "बापू, मी मात्र जुन्या माणसांप्रमाणे पुढील दारानंच घरात प्रवेश केला आहे बरं का!"

त्यांच्याकडे बघून बापू आनंदानं उद्गारले, "कोण वसंता? तू आलास, बरं झालं! आल्यापासून गुदमरून गेलो आहे मी! तू येणार असं कळलं म्हणून थांबलो; नाहीतर पळून गेलो असतो!"

"का रे एवढा वैतागलास? तुझं समाजसुधारणेचं कार्य चालूच होतं ना?"

"वसंता, तुला माहीत आहे.. .जगन्नाथचा जन्म झाला आणि त्याची आई गेली! तेव्हापासून मी अगदी एकाकी जीवन कंठतो आहे. मन मोकळं करण्यासाठी माणसाला ठिकाण हवं असतं; पण मी एकाकी पडलो रे! त्या एकाकीपणाची झळ केवढी तीव्र असते या गोष्टीची कुणाला कल्पनाही करता येणार नाही ! तुला माहीत नाही म्हणून तुला सांगतो, मी एकटा असलो तरी स्वतःशीच बोलत सुटतो. मला वेड लागलं आहे असं तू म्हणशील. खरंय ते. मला खरोखरच बोलण्याचं वेड लागलं आहे. माणसं दिसली, की माझ्या बोलण्याची कळ सुरू होते. मग मी सरळ नव्या गोष्टींवर टीकास्त्र सोडतो आणि जुन्या गोष्टींची तरफदारी करीत सुटतो!"

बापूंनी जणू आपल्या शाळूसोबत्याला त्यांची बोलकी कहाणी सांगितली होती. काही काळ ते अबोल बनले होते.

बापूंना बोलतं करण्यासाठी वसंतकाका म्हणाले, "मग पळून जाण्याची भाषा तू कशासाठी करतोस? बापू, युद्ध सोडून पळून जाण्याची भाषा अर्जुनही करीत होता; परंतु श्रीकृष्णानं त्याला युद्धासाठी उभा केला. आजच्या तरुणांची परिस्थिती त्या युद्धासारखी थोडीच आहे! आपणही म्हाताऱ्यांनी धीर धरून प्राप्त परिस्थितीसमोर ठामपणान उभ राहिलं पाहिजे!"

बापू अगतिकपणानं म्हणाले, "सेवानिवृत्त झाल्यापासून आंबेगावात एकाकी पडलो. आपलं गाव परकं वाटायला लागलं, म्हणून मधल्या काळातील साऱ्या कटू गोष्टी विसरून इथल्या आपल्या माणसांत आलो..."

वसंतकाका मध्येच म्हणाले, "बरं झालं की!"

"छे रे! इथे आल्यापासून माझं धैर्यधनुष्य गळून पडलं आहे. मी गलितगात्र झालो आहे... त्या अर्जुनसारखा!"

वसंतकाका म्हणाले, "बरोबर आहे, त्या अर्जुनप्रमाणे तुझ्या मनावर भ्रांतिपटल

चढलं आहे. ते पटल दूर कर, ही नवीन पिढी आपली शत्रू थोडीच आहे? काळानुरूप माणूस बदलतो. त्या बदलत्या नव्या पिढीला आपण समजावून घेतलं पाहिजे!''

आता वाढदिवसाची सर्व तयारी झाली होती. जान्हवीनं बाहेर येऊन म्हटलं, ''वसंतकाका, चला आत! आता कार्यक्रम सुरू होईल. सर्व मंडळी आली आहेत. बापू तुम्ही येणार का आत?''

''मी इथेच बसतो. आल्यागेल्यांकडे बघतो. वसंताही इथे बसेल... माझ्या सोबतीला! तुमचं चालू द्या आत!''

कार्यक्रम सुरू झाला. वाद्यांचे आवाज ऐकू येऊ लागले. त्या आवाजामुळे दिवे अधिक प्रकाशमान झाल्यासारखे वाटायला लागले. बापूंना आतलं सारं दृश्य दिसत होतं. जमलेली मंडळी त्या जल्लोषात बेहोश होऊन गेली होती. ते पाहून बापू अस्वस्थ झाल्यासारखे दिसत होते. वसंतकाका आलिया भोगासी सादर झालेले दिसत होते.

सारा कार्यक्रम टेप केला जात होता.

प्रिन्सिपल मॉर्गन म्हणत होते, ''म्हणा रे मुलांनो...हॅपी बर्थ डे टू यू! बिजलीला मध्ये घ्या आणि म्हणा हॅपी बर्थ डे टू ये!''

बिजलीला मध्ये घेऊन हे गाणं चालीवर म्हटलं जातं. हे गाणं म्हटलं जात असतानाच मार्गारेट मॅडम मध्येच म्हणाल्या, ''आता केक कोण कापणार आहे?''

मार्गारेट मॅडमला अडवून मॉर्गन म्हणाले, ''नो... .नो! आधी कॅण्डल्स लावा. केक कापा!''

अकराव्या वाढदिवसानिमित्त अकरा मेणबत्या लावल्या जातात. त्या लावल्यानंतर मार्गारेट मॅडम म्हणाल्या, ''आता हा केक कापायचा ना? केवढा मोठा केक आहे? हा केक कापायला सुरी काय कामाची? तलवारच हवी!''

मॉर्गनसाहेब मध्येच हसत ओरडले, ''म्हणजे तुम्ही केकच्या हृदयावरच तलवारीचा धाव धालणार तर!''

यावर प्रचंड हशा पिकला. बाहेर बापूंचं हृदय थरकापलं. आपल्याच हृदयावर कुणीतरी तलवार चालवतो आहे, असं त्यांना वाटलं.

नॅन्सी मॅडमनं केक कापला. त्यानंतर त्या म्हणाल्या ''आता बिजलीनं फुंकर घालून कॅण्डल्स विझवायच्या!''

ते ऐकून बापूच्या अंतःकरणात काळोख दाटून आला.

बिजलीनं मेणबत्त्या विझविण्यासाठी जोरानं फुंकर घातली.

तिचा मित्रपरिवार एकदम ओरडला, ''ओ! फक्त आठच कॅण्डल्स विझल्या!''

एक मैत्रीण म्हणाली, ''म्हणजे बिजली फक्त आठ वर्षांची झाली! तिनं फक्त

आठच मेणबत्त्या विझवल्या!''

यावर मोठा हशा पिकला आणि टाळ्यांचा गजर झाला.

त्यानंतर 'हॅपी बर्थ डे टू यू' हे पुन्हा सांघिक गान झालं.

हा कार्यक्रम चालू असताना बापूंची टिप्पणी चालूच होती, ''वसंता, काय रे बघतो आहे मी! अशा तऱ्हेचा भ्रष्ट वाढदिवस बघायचं माझ्या नशिबी येईल असं वाटलं नव्हतं. अशा शुभप्रसंगी आपण दिवा लावतो. निरांजन लावून ओवळतो. ते निरांजन आपल्या घरातून मालवून गेलं आहे का रे? दिवा विझवणं आपण अशुभ समजतो. इथे तर तेवलेल्या मेणबत्त्या विझवून टाकण्याची स्पर्धा लागलेली दिसते! तो केक कापण्याच्या वेळी तर माझ्याच हृदयावर कुणी सुरी फिरवतो आहे असं मला वाटलं! काय रे दिवस आले हे!''

बापूंच्या या बोलण्यावर वसंतकाका त्या वेळी काय बोलणार होते? ते फक्त समजुतीच्या स्वरात एवढंच म्हणाले, ''तुका म्हणे उगा बैसावे...जे जे होईल ते ते पाहावे!''

एवढ्यात बिजली केक द्यायला आली. त्या दोघांना केकचा एकेक तुकडा देऊन ती निघून गेली.

तिच्या पाठमोऱ्या आकृतीकडे बघत वसंतकाका म्हणाले, ''तुझ्या नातीच्या वाढदिवसाचा हा प्रसाद आहे बरं!''

ते ऐकून बापूंनी विचारलं, ''कुत्रा केक खातो का रे? चल माझ्या त्या पिंजऱ्याकडे! त्या टायगरला हा प्रसाद देऊ! नाहीतरी कुत्रा आणि माणूस यात फरक थोडाच राहिला आहे?''

वसंतकाका म्हणाले, ''पिंजरा? तुझा मुक्काम त्या पिंजऱ्यात आहे की काय? कोंबड्यांचं खुराडं होतं तिथे....''

बापू बोलून गेले, ''माणसांच्या या खुराड्यापेक्षा ते खुराडं बरं! गोमूत्र टाकून ते खुराडं मी पवित्र करून घेईन! पण या अपवित्र माणसांचे हे महाल मला नको आहेत... आणि या खुराड्यात तरी माझा मुक्काम किती राहणार आहे कुणास ठाऊक!''

पहिल्या दिवसाची सलामी ही अशी झडली होती. पुढले दिवस कसे काय जाणार होते, या घटनेचं ते निदर्शक चिन्ह होतं की काय?

१६

सकाळची वेळ होती. बापू आणि जगन्नाथ घरात बोलत बसले होते. जान्हवी आत घरकामात गुंतली होती. त्यामुळे मनमोकळं बोलणं व्हायला काही हरकत नव्हती; परंतु माणसांची मनं कुंद असली म्हणजे मनमोकळं बोलणं कधी होत नसतं.

पहिल्या दिवशीचा सारा प्रकार पाहून बापूंचं मन सुन्न झालं होतं आणि जान्हवीची बापूंशी झालेली वागणूक बघून जगन्नाथचं मन सुन्न बनलं होतं. वादळाची पूर्वसूचना त्याला मिळाली होती. त्यात भर म्हणून बँकेच्या नोकरीतून अफरातफर केल्यामुळे तो निलंबित झाला होता. या गोष्टीमुळे त्याच्या बोलण्यात मोकळेपणा कसा काय येणार होता?

जान्हवीचं पहिल्याच दिवशीचं वागणं पाहून बापूंचं मन पार मोडावून गेलं होतं. पूर्वीचं सारं विसरून आणि मन मोकळं करून बापू कायमचे इथे वास्तव्यासाठी आले होते आणि पहिल्याच घासाला मक्षिकापात झाला होता.

अशा तऱ्हेनं त्या बाप-लेकाची मनं काळवंडून गेली होती. त्यामुळे त्यांच्या गप्पागोष्टींची गाडी अडखळत चालली होती.

बोलताना बापू म्हणाले, ''आज गुरुवार आहे ना? आज इथे येऊन बरोबर पंधरा दिवस झाले. पंधरा वर्षांसारखे वाटले रे!''

उगाच काहीतरी बोलायचं म्हणून जगन्नाथ म्हणाला, ''म्हणजे बरे वाटले का वाईट?''

बापूंनी उत्तर दिलं, ''वाईटाचीही सवय होते माणसाला- पिंजऱ्यात डांबून ठेवलेल्या पोपटाप्रमाणे! पिंजऱ्यात अडकून पडणं ही गोष्ट वाईट आहे हे पोपटाला कळतं; पण वळत नाही. त्याला वाईटाचीही सवय होते. मग पिंजराच बरा वाटायला लागतो.''

जगन्नाथन विचारलं, ''तुम्हाला काही कमी पडलं का बापू?''

काकुळतीनं बापू म्हणाले, ''जगन्नाथा, मुक्त भरारी मारणारा पोपट पिंजऱ्यात आणून अडकवला म्हणजे काय होतं रे? त्या पिंजऱ्यात त्याला सर्व काही मिळतं, पण आकाशात भरारी मारण्याचं त्याचं स्वातंत्र्य? काही दिवसांनी त्याला त्या पारतंत्र्याची सवय होते. पारतंत्र्याचं दुःख त्याला सुख वाटायला लागतं. हा सारा सवयीचा परिणाम असतो रे!''

जगन्नाथ म्हणाला, ''तुमचा पिंजरा तसा आहे का हो बापू? तुमचं सोवळंओवळं नीट राहावं म्हणून जान्हवीनं तो पिंजरा मुद्दाम स्वच्छ करून घेतला. त्या पिंजऱ्याचं फक्त जुनं नाव उरलं. तिथे सुखसोयी निर्माण केल्या. तुमचं पत्र आलं तेव्हापासून तिनं तो पिंजरा घासूनपुसून स्वच्छ केला.''

यावर बापू तळतळून बोलले, ''पण माझ्याविषयी मन स्वच्छ नाही रे केलं!''

''असं नका म्हणू बापू! तुम्हाला काय कमी पडतंय ते सांगा.''

बापू विषादानं उद्‌गारले, ''प्रेम! आदर नाही मी म्हणत! नको मला तो दिखाऊ आदर! आजकाल त्या आदराचे रंग पार विटून गेले आहेत! सुनेचा कोरडा आदर मला नको आहे, पण तिच्या प्रेमाचा ओलावा मला हवा आहे. तुम्ही अलीकडची तरुण माणसं मुक्या प्राण्यांवर प्रेम करता, पण जवळच्या माणसांवर प्रेम करीत नाही. कर्तव्य हा शब्द आजच्या काळात पार पुसून गेला आहे. पण माणसामाणसांतलं प्रेम संपलं म्हणजे इथे फक्त दोन पायांच्या पशूची वस्ती निर्माण होईल, अशी सार्थ भीती वाटते!''

''बापू तुमच्या व्यवस्थेत काही कमी असेल तर तसं खुशाल सांगा; पण असे कष्टी होऊ नका!''

जगन्नाथचं बोलणं बाजूला सारून बापू म्हणाले, ''तुला साध्या वाटतील या गोष्टी! पण आल्या दिवसापासून मी त्या गोष्टी अनुभवतो आहे. त्या पिंजऱ्यात धड झोप लागत नाही, म्हणून धर्मग्रंथांचे वाचन करीत बसतो, तर फार वेळ वीज जाळायची नाही असा इशारा येतो. दिवा बंद करून स्तोत्र म्हणत बसावं तर माझ्या त्या आवाजाचा त्रास होतो असा निरोप मिळतो.''

''तुम्ही कशाला तिकडे लक्ष देता बापू?''

''जगन्नाथा, असं कसं म्हणतोस? हे घर तिचं आहे. तिच्या श्रीमंत आजीनं तिला हे घर बक्षीस दिलं आहे ना? म्हणून या घरात तिचं वर्चस्व चालतं, ही गोष्ट मी पूर्ण जाणून आहे. आपण तिच्या कलाप्रमाणेच वागलं पाहिजे!''

जगन्नाथ अगतिकपणानं म्हणाला, ''मी काय करू सांगा बापू!''

''तू काही करू शकत नाहीस हेच मी तुला सांगतोय. म्हणूनच मी तिच्या कलाप्रमाणे वागतो. दुसरा इलाज काय? दिवसा मधूनमधून वसंता येतो. त्याच्याबरोबर

येणारे दोन-चार मित्र मी जोडले आहेत. अधूनमधून आम्ही पत्त्यांचा डाव टाकतो; परंतु त्या मित्रांना मी कधी घोटभर चहा देऊ शकत नाही. कसा देणार? मी स्वतः चहा घेत नाही. कपभर दूध घेतो तेवढंच! त्यांना कुठला चहा देणार? फक्त थंडा फराळ!''

जगन्नाथ म्हणाला, ''एखाद्या वेळी पारूला त्यांच्यासाठी चहा करायला सांगावं!''

''अरे, ती श्रीमंत मालकिणीची मोलकरीण! तिला कसं सांगणार? आपण आपल्या पायरीनं राहावं, हे बरं!''

यावर जगन्नाथ काय बोलणार होता. विषय बदलून त्यानं विचारलं, ''बापू, रात्री झोप आली नाही म्हणजे तुम्ही काय करता? कुणी तुमच्या सोबतीला नसतं म्हणून विचारलं!''

''असं कसं म्हणतोस? तो प्रामाणिक टायगर आहे ना! तो मला प्रेमानं सोबत करतो. मोकळा असला म्हणजे कित्येक वेळा माझ्याजवळ येऊन बसतो. त्याच्या पाठीवरून हात फिरवला म्हणजे त्यालाही बरं वाटतं; मलाही बरं वाटतं! गुलामाला नक्की कळतं, की या म्हाताऱ्यावर प्रेम करायला दुसरं कुणीही नाही!''

''म्हणजे बापू, आम्ही तुमच्यावर प्रेम का करीत नाही?''

''जाऊ दे रे जगन्नाथ! कशाला प्रेमाचा हिशेब मांडतोस?''

मग हसत ते पुढे बोलायला लागले, ''प्रेमाचा तसा हिशेब मांडलास तर प्रेम कदाचित उणावेल. त्या फंदात पडू नकोस. खरं तर मी प्रेमाचा केवढा भुकेला आहे, पण माझ्यावर प्रेम करणारी माणसं या जगातून निघून गेली आहेत. आणि उरली आहेत ती प्रेमाचा नुसता देखावा करणारी माणसं!''

''बापू, खरं सांगू? कित्येक वेळा अशी परिस्थिती निर्माण होते की, प्रेम करण्याची इच्छा असूनही माणसाला उघड रीतीनं प्रेम करता येत नाही!''

''मला कल्पना आहे तुझ्या परिस्थितीची! मी तुला मुळीच दोष देत नाही! विचार करून तू थोडंच प्रेम केलं आहेस? किंबहुना प्रेम करतेवेळी विचार नेहमीच परागंदा होत असतो. प्रेमाला तो शाप आहे.''

मग बोलावं किंवा नाही, असा विचार करून ते पुढे म्हणाले, ''आंबेगावाचं सारं बिऱ्हाड गुंडाळून मी कायमचा राहण्यासाठी इथे आलो, तेव्हा हा सारा विचार मी केला होता! मी इथे प्रेमाची अपेक्षा केली नव्हती. अपेक्षा केली होती ती फक्त माणुसकीच्या वागणुकीची! प्रेम सोडलं तरी या जगात माणुसकी नांदतेच ना!... मला प्रेम इथेही मिळतं...!''

जगन्नाथानं त्यांच्याकडे आश्चर्यानं बघितलं. तेव्हा बापू म्हणाले, ''रात्री मला झोप लागली नाही म्हणजे मी बिछान्यावर उठून बसतो. माझ्या मिटलेल्या डोळ्यांसमोर मला प्रेमाची माणसं येऊन भेटतात. कानामनाशी कुजबुज करून चार प्रेमाच्या गोष्टी

करतात. मोठ्या आवाजात नाही बरं का! नाहीतर आतून निरोप यायचा, की मोठ्यांदा बोलून आमची झोप मोडू नका म्हणून! मीही त्यांच्याशी हळू आवाजात बोलून प्रेमाच्या चार गप्पागोष्टी करतो. बरं वाटतं रे!''

ते ऐकून जगन्नाथानं विचारलं, ''आई कधी स्वप्नात येऊन भेटते का हो?''

''अरे, कालच आली होती स्वप्नात!''

''काय म्हणाली?''

''म्हणाली, माझ्या बाळाकडे तुमचं लक्ष आहे ना? मी म्हणालो, तू त्याला बाराव्या दिवशी सोडून गेलीस, त्या क्षणापासून हातांचा पाळणा करून मी त्याला प्रेमानं वाढवलं. अंगाईगीत म्हणून झोपवलं. त्याला न्हाऊमाखू घातलं. आईच्या हातानं चार घास भरवले. आईचं सारं प्रेम त्याला दिलं. प्राणपणानं त्याला वाढवलं, पण पाखराला पंख फुटले म्हणजे ते पाखरू प्रेमाचे सारे पाश तोडून आकाशात भुर्रदिशी उडून जातं, स्वच्छंदीपणानं आकाशात भिरभिरतं. त्याला आपल्या आईची आठवण राहत नाही! जगन्नाथ, पाखराचा हा धर्म आज माणसानं घेतला आहे, असं नाही तुला वाटत?''

जगन्नाथ कळवळून म्हणाला, ''नाही हो बापू! माझं मन मला माहीत! माझं लग्न झाल्यापासून मी किती तळमळतो आहे याची तुम्हाला कल्पना येणार नाही. मी जान्हवीशी प्रेमानं लग्न लावलं आणि सोन्याच्या बेडीत अडकलो. पंगू बनलो. माणूस सोन्याच्या बेडीत अडकला म्हणजे रक्ताची नाती तो विसरतो. लगेच विसरण्याजोगं त्याच्याजवळ तेवढंच असतं. पण शंकराशपथ सांगतो बापू की, मी तुम्हाला मुळीच विसरलो नाही!''

''अजून तू देवाची पूजा करतोस? त्या शंकरदेवाची शपथ घेतलीस म्हणून विचारतो हो!''

''घरातून देवच परागंदा झाले आहेत. कुणाची पूजा करणार?''

तेवढ्यात जान्हवी तिथे घाईघाईनं आली आणि म्हणाली, ''देवाविषयी काहीतरी बोलणं चाललेलं दिसतंय, पण आताच त्या डॉक्टर देवांचा फोन आला होता. माझ्या ऑपरेशनचे पंधरा हजार रुपये त्यांना ताडबतोब हवे आहेत. ते इंग्लंडला जायला निघाले आहेत. त्यांची नवीन मशिनरी आणण्यासाठी तिकडे चालले आहेत.''

प्रत्येक गोष्टीत बापूंना बोलायलाच हवं होतं. जान्हवीचं बोलणं ऐकून बापूंनी विचारलं, ''ऑपरेशनचे पंधरा हजार रुपये! जान्हवीचं ऑपरेशन कसलं रे?''

जगन्नाथनं सांगितलं, ''तिच्या गर्भाशयाला सूज आली होती. तुम्ही इथे येण्यापूर्वीच तिचं ते ऑपरेशन झालं! डॉक्टर देवांचं ते बिल आहे.''

बापू उद्वेगानं उद्गारले, ''पंधरा हजार रुपये? त्याच्या बापजाद्यांना त्यांच्या

अख्ख्या आयुष्यात कधी मिळाले होते का? अरे, लूट आहे ही लूट!''

जान्हवीनं तरफदारी केली, ''त्यांच्याजवळ अप् टु डेट मशिनरी आहे बापू! मग तेवढं बिल होणारच!''

बापू ठामपणानं म्हणाले, ''असेलही! पण त्यांच्या मशिनरीचं बिल आमच्या उरावर कशासाठी? तुला सांगतो जान्हवी, हे अलीकडचे डॉक्टरलोक सोकावले आहेत. तुमच्यासारख्या श्रीमंत लोकांकडून पैसे उकळण्यात मोठे तत्पर असतात!''

''पण बापू, हे डॉक्टर एक्स्पर्ट असतात!''

जान्हवीच्या या बोलण्यावर बापूंनी प्रतिवाद केला, ''मग पूर्वीचे डॉक्टर काय गाढव होते? आमच्या आंबेगावच्या घरी माझ्या वहिनीची सहा बाळंतपणं माझ्यादेखत झाली. या जगन्नाथाच्या आईचंही बाळंतपण झालं. आमची पगूनानी ही डॉक्टर, नर्स, सुईण सर्व काही! मुकाट्यानं पगूनानीच्या घरी निरोप जायचा. ती बिनबोभाटपणानं येऊन बाळंतपण करून जायची ! बिल विचार की! सव्वाशेर भात आणि सव्वा रुपया फक्त!''

''बापू तो जमाना इतिहासजमा झाला. आता सारं जग पैशाच्या तालावर नाचतंय.''

''बरं, नाचू दे बाई! तुझं ऑपरेशन केलं. ठीक झालं, पण या डॉक्टर देवानं माझ्या नातवाला तर ठीक ठेवलं आहे ना?''

''अय्या, तुम्हाला कसं कळलं आमचं हे गुपित?''

''हे गुपित कधी गुप्त राहतं का गं? कुणीही कळवलं असेल आम्हाला! तुला काय करायचं आहे?''

जान्हवी सहजपणानं उद्गारली, ''मला काही करायचं नाही. मला फक्त पंधरा हजार रुपयांची व्यवस्था करायची आहे. त्यासाठी मी इथे आले आहे. त्याचसाठी तुमच्या बोलण्यात व्यत्यय आणला आहे.''

जगन्नाथ म्हणाला, ''डॉक्टरांना आठ-पंधरा दिवस थांबायला सांग की! तोपर्यंत काहीतरी व्यवस्था करता येईल. त्यांना म्हणावं, तुमचा पासपोर्ट तोपर्यंत काढून ठेवा!''

बापू मध्येच म्हणाले, ''छे, छे ! थांबायचं नाही. आपल्या वंशाचा दिवा थांबणार आहे काय? मग जान्हवी, माझा नातू जन्माला येणार तेव्हा मला रोखीचा व्यवहार केलाच पाहिजे! हे बघ, माझ्या पिंजऱ्यात जा; तिथे माझी पडशी आहे. तुला माहीत आहे ती! तूच माझ्या पडशीतून फणस काढले होतेस ना? त्या फणसाच्या मागच्या बाजूला पोष्टाचं साधं पाकीट आहे. त्या पाकिटात नेमके पंधरा हजार रुपये ठेवले आहेत. ते घे आणि पाठव त्या देव डॉक्टराला इंग्लंडला!''

जान्हवी गेल्यानंतर जगन्नाथ म्हणाला, ''बापू?...तुम्ही कशाला..''

“अरे, माझ्या नातवासाठी हे करायचं नाही तर कुणासाठी करायचं? आता तुला सांगतो, जान्हवीला दिवस गेल्याचं तू मला कळवलंस. तुझं पत्र आलं त्याच रात्री तुझी आई स्वप्नात आली आणि काकुळती करत म्हणाली, की आता तरी पुण्याला जा... आपल्या नातवाला बघायला! त्याच क्षणी मी येण्याचं ठरवलं आणि तुला पत्र टाकलं!”

त्याच क्षणी जान्हवी तिथे घाबऱ्या स्वरात म्हणाली, “बापू पडशीत पैशाचं पाकीट नाही. पैसेही नाहीत!”

बापूंनी आश्चर्ययुक्त स्वरात विचारलं, “काय? पाकीट नाही तिथे? नीट बघितलंस का?”

“होय.”

“पुन्हा बघ वाटल्यास!”

“पुनःपुन्हा बघितलं. पण बापू तिथेच ठेवलं होतं ना पाकीट? का ट्रंकेत? आठवतं का नीट?”

बापू म्हणाले, “म्हातारा झालो तरी आठवण अजून शाबूत आहे. नक्की तिथेच ठेवलं होतं पाकीट! पाकिटात नक्की पंधरा हजार रुपये होते. कुणी चोरट्यानं चोरले की काय? पारू...”

बापूंचं बोलणं पुरं व्हायच्या आत जान्हवी तारसप्तकात म्हणाली, “बापू तिचं नाव मुळीच घेऊ नका! एक वेळ आमचं नाव घेतलं तरी चालेल. पारू अत्यंत विश्वासू आहे. खानदानी कुटुंबातली आहे, म्हणून तर तिला आजीनं माझ्याकडे कायमचं पाठवलं.”

बापू उपहासात्मक स्वरात म्हणाले, “बरोबरच आहे. पारू पुरती विश्वासू असल्यामुळेच तुझ्या आजीनं तिला या घरी पाठवलं. खरंय! श्रीमंतांचं सारं बरोबर असतं म्हणायचं! पण तुला माझ्या एका विश्वासू नोकराची कथा सांगतो. गावाचं नाव सांगत नाही. कोण्या एका गावी पोस्टमास्तर म्हणून काम करीत होतो. एका विश्वासू माणसानं मला एक विश्वासू नोकर दिला. काही दिवसांत त्यानं माझा विश्वास संपादन केला. मी त्याच्यावर मोठ्या विश्वासानं मोठी रोकड सोपविली; परंतु मी घरात नाही असं पाहून त्यान कुलूप फोडलं आणि त्या ऐवजावर डल्ला मारून तो विश्वासू नोकर मोठ्या विश्वासानं कायमचा पसार झाला. तुला अजून अनुभव नाही जान्हवी! पण विश्वास पानिपतावर पडला तो कायमचा!”

यावर जान्हवी म्हणाली, “बापू, सारे नोकर सारखे थोडेच असतात? पारू...”

“ते जाऊ दे! त्या चोरीच्या प्रकारापासून मी काय करतो ते सांगतो. पैसे कधी कुलपात ठेवत नाही. सहजगत्या पडशीत खोचून ठेवतो. पैशासाठी पडशीकडे कुणाचंच लक्ष जात नाही. कुलपातल्या पैशाकडे मात्र सगळ्याच चोरमंडळींचं लक्ष जातं!”

मग जान्हवीनं विचारलं, ''मग आताच कसं काय चोराचं लक्ष पडशीकडे गेलं?''

बापूंनी सांगितलं, ''तो तुमच्या पुण्यातला चोर चाणाक्ष असला पाहिजे. आमच्यासारख्या भोळ्याभाबड्या कोकणी लोकांना तो थोडाच भीक घालणार आहे? आमचं सोडा, पण देवाला त्या चोराचं हे कृत्य दिसल्याशिवाय थोडंच राहणार आहे?''

''पण तो तुमचा देव माणसाला थोडंच सांगणार आहे? मनाची समजूत करून घ्यायची एवढंच! पण बापू एवढे पंधरा हजार रुपये गेल्याचं तुम्हाला काहीच वाटत नाही? पंधरा रुपये गेल्यासारखं तुम्ही बोलता!''

''मग काय करणार गं! वाईट वाटून पैसे परत मिळणार असतील तर त्या वाईट वाटण्याचा उपयोग! त्यापेक्षा देवावर भार टाकून आपली समजूत करून घ्यायची हे उत्तम ! समजूत करून घेणं, हाच शांतीचा खरा मार्ग. 'गतं न शोच्यम्' हेच खरं! गतगोष्टी आठवून वाईट वाटून घ्यायचं असेल तर प्रत्येक माणसाला रोज दुःख करून रडत बसावं लागेल! माणूस का हसतो? कारण संपून गेलेलं दुःख तो विसरतो म्हणून! विस्मृती हे माणसाला मिळालेलं एक वरदान आहे.''

जगन्नाथ काळजीच्या स्वरात म्हणाला, ''पोलिसात कम्प्लेंट देऊ या का?''

बापू ठामपणानं म्हणाले, ''मुळीच नाही वर्तमानपत्रात रोज लाखो रुपयांच्या चोरीच्या बातम्या येतात. कधी लागला आहे त्यांचा तपास? हे पोलीस त्या चोरावरही मोर बनतात. 'सापडतो तो चोर नाहीतर साव' असाच आजच्या जगाचा न्याय आहे.''

बापूंना दुजोरा देत जान्हवी म्हणाली, ''जगा, खरं आहे बापूंचं म्हणणं. घरच्या गोष्टी घरातच ठेवाव्यात हे बरं! त्या चव्हाट्यावर कशाला न्यायच्या!''

बापू शांतपणानं म्हणाले, ''सारी प्रभूची इच्छा! तो दयाघन कधीतरी मार्ग दर्शवील!''

जान्हवी म्हणाली, ''मी डॉक्टरांकडे जाऊन सांगून येते, काही दिवस थांबा म्हणून!''

''अगं, पण त्या डॉक्टर देवांच्या इंग्लंडच्या विमानाचं काय?''

''जाऊन बघते काय म्हणतात ते!''

जान्हवी तिथून गेल्यानंतर बापू म्हणाले, ''जगन्नाथा, तू मला भोळा म्हण, भाबडा म्हण, पण मला वाटतं की, घरातून देवांची हकालपट्टी केली म्हणजे घर घसरायला लागतं! लहानपणी तू किती देवभोळा होतास! मुंज झाल्यानंतर मी तुला बदलीच्या गावोगावी घेऊन जायचा. त्या वेळी देवपूजा करण्याचं काम तुझ्याकडे असे.''

जगन्नाथ विषादानं म्हणाला, ''आता देव श्रीमंतीच्या तुरुंगात पडले आहेत. मी श्रीमंत मुलीशी प्रेमविवाह केला आहे ना! तो भोग भोगतो आहे. आयुष्यात केलेली

एक चूकही माणसाला जन्मभर भोगावी लागते. काळचक्र उलटं फिरवता आलं असतं तर...

"अरे तू पुरुषसारखा पुरुष! घरात देव ठेवायला बायकोची संमती लागते तुला?"

त्याच वेळी आलेल्या जान्हवीकडे बघून बापूंनी आश्चर्यानं विचारलं, "हे काय! एवढ्या लवकर तू त्या डॉक्टरचा तुकडा पाडून आलीस?"

"भेटले नाहीत! बघता येईल पुढे!"

"आता तो देव इंग्लंडवरून परत आल्यानंतर बघता येईल! तुला तो भेटला नाही. तू काय करणार? बरं ते जाऊ दे! तू मला एक सांग की, या घरातून तू देवांची हकालपट्टी का केलीस? अगं, देव अडीअडचणीला उपयोगी पडतात!"

"बापू माहेरी आम्हाला अडीअडचण कधी आली नाही. तुम्हाला माहीतच आहे की, आमचं घराणं खानदानी! बडा जमीनजुमला! टेकडीवरचा शंकर हा आमचा देव! त्याची पूजाअर्चा तुमच्या घराण्यावर सोपवलेली! त्यामुळे घरात देवाचं स्तोम आम्ही कधीच माजवलं नाही. माणसानं आपलं कर्तृत्व गाजवावं आणि जीवन कंठावं! त्यात देवाची मध्यस्थी हवी कशाला? माणसानंच आपलं बरं-वाईट आयुष्य घडवावं! तिथे देव काय करणार?"

जान्हवीचं बोलणं ऐकून बापू गप्प बसले. देवाला दडवून ठेवणाऱ्या आपल्या सुनेपुढे ते काय बोलणार होते?

मग काहीतरी आठवल्यासारखं करून ते म्हणाले, "अगं, या गडबडीत मी सांगायला विसरलोच! म्हातारपणी हे असं होतं बघ."

जान्हवी हसून म्हणाली, "बरं, काय विसरलं ते आता आठवून सांगा."

"काल संध्याकाळी तुम्ही बाहेर गेला होता ना, त्या वेळी ललवाणी नावाचा एक माणूस तावातावानं आला होता. मी त्याला सांगितलं की, कुणी घरात नाही! मग घुश्शातच म्हणाला, की आम्ही उद्या सकाळी दहा-साडेदहा वाजता येतो म्हणून! घरी राहा तेव्हा."

जान्हवी गोंधळून म्हणाली, "अरे बापरे! आताच येतील की ते! बापू तुम्ही जरा आत जाऊन बसता का? त्या मंडळींचं जरा खासगी काम आहे."

तिथून उठताना बापू म्हणाले, "मी आत जाऊन बसतो. तुमच्या खासगी कामात मी कशाला उगाच डोकावू ? माझा पिंजरा बरा आणि मी बरा! तिथे जाऊन जप करीत बसावं, हे त्याहून बरं!"

बापूंचं बोलणं ऐकून जान्हवीचा जीव भांड्यात पडला आणि बापूंचं मन कोड्यात पडलं!

बापूंच्या मनात एक अनामिक हुरहूर दाटून आली.

१७

बापू निघून गेल्यावर जगन्नाथला विश्व आठवलं. कृतकर्मांची सारी भुतं त्याच्यासमोर फेर धरून नाचू लागली. घड्याळाचा काटा सकाळचे दहा हा आकडा ओलांडून गेल, तेव्हा त्याचं डोकं गरगरायला लागलं. बिकट परिस्थितीचा नेमका अंदाज त्याला करता येईना.

त्याच वेळी जान्हवी त्याला म्हणत होती, ''बापूना म्हणावं की, आणा आता तुमचा देव या संकटमुक्तीसाठी! या संकटाचं विमोचन कसं रे होणार जगा? माझी मती तर पार कुंठित होऊन गेली आहे! तू हा प्रकार करायला नको होतास जगा!''

''तुझ्यामुळे केला!''

''मी सांगितलं होता करायला तुला?''

''माझ्या शक्तीबाहेरच्या वस्तू तू मला आणायला भाग पाडलंस!''

''माझ्या स्टेटसप्रमाणे वागायला नको होतं का? माझ काय चुकलं त्यात?''

''जानू, तुझं नाही. माझंच चुकलं! तुझ्यावर प्रेम करताना किंवा तुझ्याशी लग्न करताना मी माझं स्टेटस बघायला हवं होतं!''

''उगाच वितंडवाद घालू नकोस. आता येतील ते!''

एवढ्यात बाहेरून आरोळी आली, ''येऊ का आत?''

दोघंही आत आल्यावर ललवाणीनं ओळख करून दिली, ''जगन्नाथ हे श्रीयुत केसकर आपल्या बँकेचे मॅनेजिंग डायरेक्टर.''

जगन्नाथनं त्याना नमस्कार केला. नंतर म्हणाला, ''आपल्या समक्ष भेटीचा योग यापूर्वी आला नव्हता.''

केसकरसाहेब हसून म्हणाले, ''तो योग तुम्ही आणलात.... ही विचित्र भानगड करून!''

खाली मान घातलेल्या जगन्नाथला उद्देशून ते पुढे म्हणाले, ''हा घोटाळा तुम्ही

कशाकरिता केलात? असं काय कारण घडलं होतं, तुम्हाला एवढा मोठा पगार असताना!''

कारण सांगणं जगन्नाथला थोडंच शक्य होतं?

जान्हवी मध्येच म्हणाली, ''साहेब, आता त्याचं कारण विचारून काही उपयोग आहे का? यातून बाहेर पडायला मार्ग सांगा!''

केसकर म्हणाले, ''हे तुमचे मित्र मिस्टर ललवाणी! त्यांचा मोठा अकाऊन्ट तुम्ही बँकेला दिलात!... आणि त्या अकाऊन्टवरच तुम्ही डल्ला मारलात! काय म्हणावं तुम्हाला!''

जान्हवी एकदम म्हणाली, ''काही म्हणू नका साहेब! यातून बाहेर पडण्याचा मार्ग सांगा!''

केसकरांनी मार्ग सांगितला, ''एकच मार्ग! उद्याच्या उद्या पासष्ट हजार रुपये भरायचे! या प्रकरणातून सुटण्याचा तेवढाच एक मार्ग आहे. उद्या सकाळी आम्ही येतो.''

जगन्नाथ आणि जान्हवी दोघेही खड्या आवाजात बोलले,'' उद्या सकाळी आणि पासष्ट हजार? कसं काय शक्य आहे साहेब?''

केसकर मठ्ठपणानं म्हणाले, ''मग दुसरी व्यवस्था आम्ही करतो. सकाळी पोलीस घेऊन येतो. केस पोलिसात जाईल!''

जगन्नाथ काकुळतीनं म्हणाला, ''साहेब, थोडी मुदत द्या!''

केसकर तेवढ्याच थंडपणानं म्हणाले, ''आजवर खूप मुदत दिली. आता मुदत फक्त उद्या सकाळपर्यंत!''

मग जान्हवीकडे बघून केसकर म्हणाले, ''तुमच्या आजीकडे पाहून यांना नोकरी दिली. तुमच्या आजी आमच्या बँकेच्या आधारस्तंभ! म्हणून इतके दिवस दम काढला. बरं, आमची बँक नवीन! किती दिवस आम्ही दम काढणार?''

ते दोघेही निघून गेले.

ते निघून गेल्यानंतर जान्हवी विमनस्क स्वरात म्हणाली, ''आता रे काय करायचं जगा?''

जगन्नाथ खालच्या स्वरात म्हणाला, ''तूच सांग! तुझ्या सांगण्याबाहेर मी नाही!''

''मला सांगून का तू एवढी अफरातफर केलीस? ज्यानं करावं त्यानं भरावं! माझ्यावर जर तू ही सारी जबाबदारी टाकणार असशील तर मी सांगतो ते करायला हवं!''

''आता मी काय करायला हवं?''

जगन्नाथनं भीत भीत सांगितलं, ''आपल्या लग्नात तुझ्या आजीनं मला पंधरा

तोळ्यांची भलीमोठी सोन्याची साखळी दिली होती ती...''

''ती मोडायची? मुळीच नाही! त्या वरदक्षिणेची अशी विल्हेवाट मुळीच लावायची नाही!''

''मग मला तुरुंगाची वाट धरावी लागेल!''

एवढ्यात बापू तिथे कोट-टोपी घालून आले आणि म्हणाले, ''मी जरा बाहेर जाऊन येतो!''

त्यांच्याकडे बघून जान्हवीनं त्यांना विचारलं, ''बापू तुमच्या त्या पत्रात तुम्ही लिहिलं होतं की, तुमच्या इस्टेटीचा सारा हिस्सा तुम्ही आपल्या थोरल्या भावाला देऊन टाकला आहे!''

''होय. का गं? त्याचं आता काय?''

''तो हिस्सा द्यायला नको होता. अडीअडचणीला पैसा उपयोगी पडतो.''

यावर बापू म्हणाले, ''जान्हवी, मी असा विचार केला की, जगन्नाथ हा बँकेत मोठा नोकरदार झाला आहे. त्याला पैशाला काय कमी? सागरात कशाला पैसा ओतायचा? त्यापेक्षा कोरड्या जमिनीवर पाणी सांडलेलं बरं! माझ्या दादाच्या पदरी सहा मुलं! चार मुलगे, दोन मुली. मुलगे यथातथा बुद्धीचे! मुली दिसायला सुमार! त्यांची लग्नं व्हायचीत. या मुलांच्या तोंडात दोन घास कोण भरवणार होतं? म्हणून त्यांना देऊन टाकला माझ्या वाट्याचा हिस्सा! बरं, माझं पेन्शन माझ्या अंगापुरतं आहे आणि तुम्हाला काय कमी आहे?''

''बापू, संसारात वेळ कधी सांगून येत नाही. म्हणून तसं म्हटलं...बरं, तुम्ही उन्हाचे कुठे निघालात?''

''तू विसरलीस वाटतं! आज जगन्नाथाच्या आईचं श्राद्ध आहे, तेव्हा भाजी घेऊन येतो. तिला कार्ल्याची भाजी फार आवडायची. बाजारात जाऊन कार्ली घेऊन येतो. दोन भटजी अपराण्हकाळी येणारच आहेत. त्यांना सांगून ठेवलं आहे. प्रसादासाठी वसंताही येणार आहे.''

ते ऐकून जान्हवीचा नूर एकदम बदलला. भर उन्हात आकाशात अकस्मात मेघ जमा व्हावेत आणि एकदम मेघगर्जना व्हावी तसा प्रकार घडला.

जान्हवी एकदम करड्या स्वरात म्हणाली, ''इथे नाही श्राद्ध करायचं! एकेक अशुभ गोष्टी घडायला लागल्यात! तेव्हा आणखी....''

''अगं, कसल्या अशुभ गोष्टी? आणि त्यांचा आणि श्राद्धाचा संबंध काय? उलट श्राद्ध हे शुभकर्म आहे.''

''आणि बापू, मंगळसूत्र न घालणं किंवा कुंकू न लावणं हे अशुभ आहे वाटतं?''

''अस्सं! म्हणून मी आलेल्या दिवशी जे बोललो त्याचा तुला घुस्सा आलेला

दिसतो! खुशाल तुम्ही भुंड्या गळ्यानं आणि कुंकवाविना कपाळानं हिंडा, पण माझ्या त्या बोलण्याचा आणि श्राद्धाचा संबंध जोडू नका. माझा स्वभाव घायकुता! बोलल्याशिवाय राहवत नाही. बोलून घाण करतो. नको ते बोलतो आणि त्यामुळे हवं ते गमावतो. जगन्नाथच्या आईच्या श्राद्धाला माझी ती तोंडपाटीलकी नडली म्हणायची!''

''तसं नाही बापू..''

''मग कसं?''

''बापू, श्राद्ध कशासाठी करायचं ते मला सांगा!''

''वर्षातून पितरांना एकदा जेवण घालण्यासाठी!''

जान्हवीनं प्रश्न टाकला, ''त्यांना वर्षातून एकदा जेवणं पुरतं वाटतं?''

बापूंनी ठामपणानं सांगितलं, ''होय...होय. तेवढं एक जेवण त्यांना वर्षभर पुरतं ! आपले पितर आपल्याप्रमाणे शरीरधारी थोडेच असतात? मला जे चांगलं माहीत आहे ते तुला सांगतो.''

मग आठवल्यासारखं करून बापू पुढे म्हणाले, ''श्राद्धाच्या दिवशी एका दिवाणखान्यात हे पितर जमतात. मग तिथला जो प्रमुख असतो, तो त्या त्या पितराचं इथे श्राद्ध केलं आहे की नाही ते बघतो. ज्याचं श्राद्ध झालं नसेल, त्याला उपाशीपोटी तिथून परत जावं लागतं. हे उपाशी जीव हिरमुसले होऊन परत जातात.''

जान्हवी उपहासात्मक स्वरात म्हणाली, ''इथलं श्राद्धअन्न त्यांना एखाद्या वेगवान विमानातून पोचत होतं वाटतं?... साऱ्या खुळचट कल्पना!''

तिच्या म्हणण्याला दाखला देताना बापू म्हणाले,''अगं, गरुडपुराणात हे सारं सांगितलं आहे.''

जान्हवी पुन्हा म्हणाली, ''या खुळचट कल्पनांची ही पुराणं जाळून टाकली पाहिजेत!''

बापू समजुतीच्या स्वरात म्हणाले, ''जान्हवी, सारं जगच कल्पनांवर चाललेलं आहे. या ना त्या कल्पनेवर! सारी नातीगोती कल्पनेनंच निर्माण होत असतात. कोण कुणाचा सगासोयरा आहे हे कल्पनेनंच ताडावं लागतं. हे सारं जगच मुळी कल्पनेचा खेळ आहे बरं जान्हवी!''

आपला हेका न सोडता जान्हवी म्हणाली, ''मला मुळीच मान्य नाही हा खुळचट कल्पनांचा खेळ! नाही करायचं इथे श्राद्ध!''

जगन्नाथकडे बघत बापू काकुळतीनं म्हणाले, ''अरे, तू तरी तिला सांगून पाहा. श्राद्ध केलं नाही तर तुझी आई तिथे जेवायची वाट बघत बसेल. तिला जेवायला मिळालं नाही तर बिचारी हिरमुसली होऊन उपाशीपोटी माघारी जाईल. आपण रोज

जेवणार आणि तिला उपाशी ठेवणार? पटतं तुला हे?''

''बापू, मला पटून न पटून काय होणार? जान्हवीला पटलं पाहिजे ना?''

बापू उद्वेगानं बोलले, ''तू तिला सांगू शकत नाहीस? तुझ्या आईसाठी? तू तुझी आई बघितली नाहीस. मला आठवतंय, तुला कळायला लागलं तेव्हाची गोष्ट! तुझ्या चुलतभावंडांची आई तू बघितलीस! त्या आईचं तिच्या मुलांविषयीचं प्रेम बघितलंस, तेव्हा तू मला गलबलून विचारायचास, बापू माझी आई कुठे आहे हो? मी आकाशाकडे बोट दाखवायचा. मग तास न् तास तू त्या आकाशातील पांढऱ्या ढगांकडे बघत बसायचास! आनंदून मला म्हणायचास, ती पहा माझी गोरी गोरी आई! काही वेळानं ते ढग पांगून जायचे. मग तू हिरमुसला होऊन रडत बसायचास!''

एवढं सांगून बापूंनी त्याला सवाल विचारला, ''कुठे गेलं आत तुझं ते आईचं प्रेम? काहीही करून मला त्या माउलीचं श्राद्ध करू दे! सांग जान्हवीला!''

काही न बोलता जगन्नाथ खाली मान घालून उभा होता. जान्हवी एखाद्या पुतळ्यासारखी निश्चल उभी ठाकली होती.

बापू सांगत होते, ''श्राद्धासाठी दोन भटजी आता येतीलच! वसंताही येईल! त्याला प्रसादासाठी बोलावलं आहे.''

वसंतकाका त्याच वेळी गर्जत आले, ''तयारी झाली का नाही श्राद्धाची? तुम्ही सारे असे उभे का? काय झालंय?''

बापू म्हणाले, ''श्राद्ध रद्द झालं!''

''म्हणजे? तिथी का चुकलीय?''

बापू म्हणाले, ''तिथी नाही चुकली! इथे येण्यात चूक झाली!''

''इथे येण्यात तू नाही चूक केलीस! इथे येताना तू आपल्या साऱ्या श्रद्धाकल्पना आंबेगावच्या जोगेश्वरी नदीत बुडवून यायला हवं होतंस! ती तुझी चूक झाली.''

''अरे वसंता, हाडीमासी मुरलेल्या श्रद्धा अशा एकाएकी झटकून टाकता येतात का? बरं, ते जाऊ दे. मला याच्या आईचं श्राद्ध करायलाच हवं! तू मला एकदा पक्षितीर्थावर कायमचं श्राद्ध करण्याची कल्पना बोलला होतारा! चल, तिकडे जाऊ! याच्या आईबरोबरच जिवंतपणी माझंही श्राद्ध उरकून घेऊ. आपल्या डोळ्यांसमोर ते उरकलं म्हणजे काळजी नाही! नाहीतरी माझ्यामागे कोण करणार माझं श्राद्ध? नंतर मला कायमचं उपाशी राहावं लागेल!''

जगन्नाथ मध्येच म्हणाला, ''चला, मीही येतो तुमच्याबरोबर! जिवंतपणी माझंही श्राद्ध उरकून घेऊ! आईलाही आनंद वाटेल! आपल्या साऱ्या कुटुंबाचंच श्राद्ध उरकून घेता येईल!''

त्याच्या बोलण्याचं निवारण करण्यासाठी बापू एकदम म्हणाले, ''छे, छे! भलतं बोलू नकोस! आपल्या वंशाचा दिवा घरात लागणार आहे. तो साऱ्यांचे सारेच

पांग निश्चित फेडील! तू असलं काही बोलू नकोस! मी आणि वसंता पक्षितीर्थी जाऊन आमचं श्राद्ध उरकून येतो. चल वसंता...पुढल्या मार्गाला लागू!''

या प्रकारानं जान्हवीच्या मनावर कसलाही परिणाम झालेला दिसला नाही. जगन्नाथच्या आईच्या श्राद्धापेक्षा बँकेच्या तर्पणात तिचं मन गुंतलं होतं. दुसऱ्या दिवशी सकाळी बँकेचे लोक येणार होते. त्या वेळी बापू पक्षितीर्थावर श्राद्ध करण्याच्या गडबडीत असतील, या गोष्टीमुळे तिला उलट हायसं वाटलं.

आता मात्र भरउन्हात वातावरण कुंद बनलं होतं.

१८

ठरल्याप्रमाणे दुसऱ्या दिवशी ललवाणी आणि केसकर आले. आल्याबरोबर ललवाणी यांनी बाहेरूनच पुकारलं, "येऊ का? केसकरसाहेबांना घेऊन आलो आहोत."

जगन्नाथ म्हणाला, "या... .या! वाटच बघत होतो."

केसकरसाहेब हसत म्हणाले, "व्यवस्था झालेली दिसते!"

जान्हवी मध्येच म्हणाली, "इतक्या लवकर व्यवस्था कशी काय होणार? तेच तर सांगायचं आहे आता!" केसकरसाहेबांनी उद्वेगानं विचारलं, "मग! काय करायचं आता?"

जगन्नाथ धीमेपणानं म्हणाला, "तुरुंगाची वाट धरायची, दुसरं काय?"

एवढ्यात बेल वाजली. पारूनं दार उघडलं.

ॲम्ब्युलन्सचा ड्रायव्हर आत आला आणि म्हणाला, "आपल्या बाबांना ॲम्ब्युलन्समधून आणलं आहे."

टाहो फोडून जगन्नाथ ओरडला, "बापू...."

जान्हवीही ओरडली, "काय हो झालं बापू?"

वसंतकाकांच्या खांद्यावर रेलून हळूहळू आत येताना बापू उद्गारले, "ओरडू नका. जिवंत आहे मी अजून!"

बापूंना कोचावर बसवलं. ललवाणी आणि केसकरसाहेब त्यांच्याकडे दिङ्मूढ होऊन बघत होते. काय करावं हे त्यांना सुचेना.

त्याच वेळी वसंतकाकांनी घडलेला प्रकार थोडक्यात निवेदन केला.

पक्षितीर्थाला जाण्यासाठी ते दोघे रात्री स्टेशनवर आले. गाडी सुटायची वेळ झाली. एवढ्यात बापूंच्या छातीत कळ आली. मग तिथे थांबणंच शक्य नव्हतं. वसंतकाकांनी बापूंना स्टेशनजवळच्या हॉस्पिटलमध्ये ॲडमिट केलं.

जगन्नाथ रडवेल्या स्वरात म्हणाला, ''काय हो झालं हे? बरं आहे ना त्यांना आता?''

वसंतकाका म्हणाले, ''थांब... सारं सांगतो. हॉस्पिटलमध्ये डॉक्टरांनी बापूंची कसून तपासणी केली. साऱ्या टेस्ट झाल्या!''

''मग काही निघालं का त्यातून?''

जान्हवीच्या या प्रश्नावर वसंतकाका म्हणाले, ''काही नाही! याच्या मनावर कसलंतरी कमालीचं दडपण आलं होतं म्हणे! त्याचा परिणाम याच्या हार्टवर झाला. थोडा विलंब झाला असता तर याला जबरदस्त हाटॲटॅक आला असता!''

जगन्नाथनं तात्काळ विचारलं, ''आता तशी काही भीती नाही ना?''

वसंतकाकांनी सांगितलं, ''मुळीच नाही! त्याला आता फक्त विश्रांती घ्यायला सांगितलं आहे. बचावला बिचारा बापू! नॉर्मलवर येण्यासाठी डॉक्टरांनी गोळ्या दिल्या आहेत. तेवढ्यात दोन हजार रुपयांचा चुराडा झाला.''

जान्हवी लगबगीनं म्हणाली, ''होऊ दे! कोणत्याही डॉक्टरांची पायरी चढली म्हणजे असं होणारच! पण बापूंना बरं वाटलं ना, त्यात सारं आलं. त्यांच्या जिवापुढे पैशाचं काय घेऊन बसलात काका!''

आतापर्यंत गप्प बसलेले बापू मध्येच म्हणाले, ''अरे वसंता, माझ्या नसत्या आजाराचं हे पुराण किती वेळ चालणार आहे? ही दोन पाहुणेमंडळी ताटकळत उभी आहेत. काय काम काढून आली आहेत ते बघ की! हे ललवाणी एकदा आले होते, पण....''

केसकर म्हणाले, ''त्यांच्याच कामासाठी आम्ही आलो आहोत. काहीसं अवघड काम आहे. पुन्हा येतो.''

बापू म्हणाले, ''अवघड कामाचा लगेच तुकडा पाडला पाहिजे! त्याला विलंब नको! आताच सांगू टाका ते अवघड काम! शुभस्य शीघ्रम!''

अगदी नाइलाजानं केसकर म्हणाले, ''तुमच्या या मुलानं बँकेत पासष्ट हजार रुपयांचीऽ अफरातफर केली आहे. तेव्हा त्या रकमेची वसुली करण्यासाठी आम्ही आलो आहोत.''

बापू ओरडून म्हणाले, ''अरे देवा! काय ऐकतो आहे मी? नाही हो! त्याच्या हातून असलं पाप होणार नाही! त्याच्यावर उगाच खोटानाटा आळ आलेला नाही ना!''

केसकरसाहेब खालमानेनं म्हणाले, ''आपल्या निष्पाप चिरंजीवांनाच विचारा!''

जगन्नाथनं खाली घातलेली मान संमतिदर्शक हलविली.

मग बापूंनी केसकरसाहेबांकडे बघून विचारलं, ''मग काय करायचं आता?''

''तेवढी रक्कम भरणं भाग आहे, नाहीतर केस पोलिसात जाईल!''

बापू उद्वेगजनक शब्दांत जणू स्वतःशीच बोलले, ''काय ऐकायचं माझ्या नशिबी आलं आहे पाहा! ठीक आहे साहेब! पासष्ट हजार रुपये ना? माझा चेक चालेल? वटणारा चेक देतो.''

''चालेल! बँक माणसापेक्षा चेकला ओळखते!''

बापूंनी खिशातून चेकबुक काढलं आणि वसंतकाकांकडे बघत म्हटलं, ''लिहा या चेकवर बँकेचं नाव आणि पासष्ट हजारांची रक्कम! तारीख घालायला विसरू नका! मी चेकवर सही करतो. माझा हात थरथरतो आहे, म्हणून लिहायला सांगितलं. चेकवर कशीबशी सही करतो. नाहीतर खोटी सही केल्याबद्दल मलाच तुरुंगात जावं लागेल!''

वसंतकाकांनी चेकवर सारा मजकूर लिहून सहीसाठी तो चेक बापूंना दिला.

चेकवर सही करून बापूंनी तो चेक केसकरसाहेबांच्या हाती दिला आणि म्हटलं, ''आता नाही ना माझ्या मुलाची केस पोलिसात जाणार? आणि त्याची नोकरीही आता जाणार नाही ना? अहो, आता आमच्या घरात वंशाचा दिवा लागणार आहे, म्हणून मुद्दाम विचारलं हो!''

हसतमुखानं केसकर म्हणाले, ''आता तुमच्या मुलाचा तुरुंगही टळला आणि नोकरीही उरली ! म्हणूनच आम्ही एवढी घाई केली. आम्हालाही मन असतं म्हटलं! बँक फक्त धन जाणते. म्हणून आम्हाला आमचं कर्तव्य करावं लागतं. कर्तव्यकठोर व्हाव लागतं. क्षमस्व!''

ललवाणी आणि केसकर जायला निघाले. त्यांना बापू म्हणाले, ''आता याची नोकरी नाही ना जाणार? पुन्हा एकदा मला सांगा, म्हणजे मी निश्चिंत होईन!''

केसकर हसून म्हणाले, ''नुसतं सांगत नाही, तर देवाची शपथ घेऊन सांगतो की, तुमच्या मुलाची नोकरी आता जाणार नाही! त्रिवार नाही!''

ते दोघे निघून गेल्यानंतर बापू म्हणाले, ''वसंता, फार मोठं अरिष्ट टळलं रे आज! शंकराची कृपा!''

असं म्हणून त्यांनी हात जोडले.

मग म्हणाले, ''जान्हवी, अगं देवापुढे साखर ठेव! आमची आपली कोकणी रीत!''

बापूच पुढे म्हणाले, ''अगं, या घरात देवच कुठे आहेत म्हणून साखर ठेवणार? मनापासून देवाला हात जोड म्हणजे झालं! जान्हवी, तुला आणखी विचारायचं म्हणजे त्या दुसऱ्या संकटाचं काय? हे एक संकट गेलं, पण त्या डॉक्टरचं ते दुसरं संकट? त्या देव डॉक्टरचे पंधरा हजार रुपये द्यायचे आहेत ना? देऊन टाकू! कुणाचं देणं राहायला नको!''

आता मात्र जान्हवीसमोर संकट उभं राहिलं. काय बोलावं ते तिला सुचेना!

बापू पुन्हा म्हणाले, "अगं, बोलत का नाहीस? बोलण्यात चुकलं का काही माझं? स्पष्ट सांग! म्हाताऱ्या वयात बोलणं नाही जमत तुमच्यासारखं!"

घरात देव नसले तरी आता मात्र जान्हवीच्या मनातला देव जागा झाला. खाली मान घालून ती रडवेल्या स्वरात म्हणाली, "बापू त्या डॉक्टरचं देणं केव्हाच चुकतं केलं आहे. चोरी करून चुकतं केलं आहे."

बापू आश्चर्यानं उद्गारले, "चोरी?"

होकारार्थी मान हलवीत जान्हवी म्हणाली, "होय, चोरी! तुमच्या पडशीत ठेवलेले पंधरा हजार रुपये मी चोरले आणि देव डॉक्टरांचं देणं मी चुकतं केलं!"

जान्हवीला वाटलं की, बापू आता आपल्याला हवं तसं वात्ताडन करतील! म्हणून ती काकुळतीनं म्हणाली, "बापू या गुन्ह्याबद्दल देव मला क्षमा करील का हो? निदान मी तुमच्यासमोर भीक मागते. मला क्षमा करा! मी चोरी केली म्हणून!"

बापू शांतपणानं म्हणाले, "तू चोरी केली नाहीस गं जान्हवी!... घरचेच पैसे घेऊन तू डॉक्टरांना दिलेस! यात चोरी कसली? माझ्या नातवासाठी ते पैसे कारणी लागले. चांगलं नाही का झालं?"

बापूंच बोलणं ऐकून जान्हवी पुरती शरमिंधी झाली. बापूंशी आपण असं वागायला नको होतं, असं तिला परोपरीनं वाटू लागलं. पण मुखातून बाहेर पडलेले शब्द आणि हातून सुटलेला बाण, हे कधीच परत येत नसतात!

परंतु सांगून या गोष्टी घडत नसतात आणि त्या घडून गेल्यानंतर कुणाला सांगून त्याचा उपयोग नसतो.

परिमार्जनाच्या स्वरात जान्हवी म्हणाली, "बापू आईचं श्राद्ध आता तुम्ही घरीच करा! घर तुमचं आहे!"

"नाही जान्हवी, खरा नकार मला कालच कळला आहे. एका दिवसात त्या नकाराचा होकार कसा काय झाला हेही मला समजतं. त्याबद्दल मी तुला मुळीच दोष देत नाही. हा सारा वयाचा प्रभाव असतो, हेही मी जाणतो. तरुण वयात तुम्हा तरुणांची दृष्टी केवळ पायापुरती असते. तरुणांना दूरवरच दिसत नाही. म्हणून ते संकोची दृष्टिकोनातून वागतात. त्या वेळी त्यांचं जग फक्त स्वतःपुरतं असतं; परंतु वृद्धावस्थेत आम्हाला दूरवरच दिसतं. ऐलतीरावरून आम्हाला पैलतीर दिसायला लागतो. त्या दृष्टिकोनातून आम्ही तरुण पिढीला हरघडी अनुभवाचे बोल सांगत असतो. वयाच्या अंतरामुळे आमचे ते अनुभवाचे बोल तरुण पिढीला पटत नाहीत. ते त्यांना कालबाह्य वाटतात. तेव्हा या दोन्ही पिढ्यांचं वागणं-बोलणं खरं असतं. म्हणून तू मला काल काय सांगितलंस याबद्दल खंत करू नकोस, किंवा आज मी काय केलं याबद्दल मनावर दडपणही घेऊ नकोस. तेव्हा तुझा कालचा निर्णय मी बदलत नाही; तू माझा निर्धार बदलू नकोस!"

जान्हवी निर्धारानं म्हणाली, "मामंजी, मोठ्यांनी लहानांच्या चुका पोटात घालाव्यात हा खरा धर्म नाही का? अनुभवाच्या बळावर मोठी माणसं शेवटी देवासारखी होतात. लहानांनी चुका करायच्या आणि देवस्वरूप झालेल्या थोरांनी तरुणांच्या त्या चुका पोटात घालून त्यांना क्षमा करायची, हेच या आधुनिक जगाचं सूत्र बनलं पाहिजे, तरच सारं जग सुखी होऊ शकेल! भांडणं संपतील आणि उभयपक्षी समेट होईल!"

बापू मध्येच म्हणाले, "अगं जान्हवी, आपलं भांडण कुठे आहे? मग समेटाची भाषा कशाला करतेस?"

जान्हवी निर्धारानं म्हणाली, "आपलं भांडण नाही ना, मग मी लहान तोंडी मोठा घास घेते आणि म्हणते की, मामंजी मी आता कपाळी कुंकू लावून आणि गळ्यात मंगळसूत्र घालून आईंच्या श्राद्धाची तयारी करते. आपण आता आईचं श्राद्ध इथेच करावं."

बापूही निर्धारपूर्वक स्वरात म्हणाले, "ते आता शक्य नाही! एखाद्या गोष्टीचा रंग उडाला म्हणजे तो पुन्हा येत नाही. विटलेलं वस्त्र पुन्हा कधी रंगीत होतं का?"

जान्हवीनं विचारलं, "मग कुठे करणार श्राद्ध?"

"एक-दोन दिवस श्राद्ध लांबेल, पण आता ते श्राद्ध आमच्या माहेरघरी होईल."

जान्हवी आश्चर्यानं उद्‌गारली, "माहेरघरी?"

"होय जान्हवी! वृद्धाश्रम हेच आता आमचं माहेरघर!"

ते ऐकून जगन्नाथ अक्षरशः हादरला. गहिरवल्या स्वरात त्यानं विचारलं, "बापू वृद्धाश्रमात जाणार तुम्ही?"

बापूंनी शांतपणानं उत्तर दिलं, "त्रागा करून मी वृद्धाश्रमात जातो आहे असं समजू नका! खरं तर तेच आम्हा वृद्ध माणसांचं खरं घर आहे. आधार नसलेल्या किंवा असलेल्या वृद्धांचं घर!"

"बापू, तुम्ही निराधार आहात म्हणून वृद्धाश्रमात चाललात. आम्हाला चटका लावून तिथे जाणार? मग इथे आलात तरी कशाला?"

"जगन्नाथा, सांगू इथे कशाला आलो ते? पहिल्यापासून माझा स्वभाव बोलघेवडा! अशा माणसाला सारखं बोलावंसं वाटतं आणि कुणीतरी आपल बोलणं ऐकावं असं वाटतं. नोकरीच्या काळात कार्ड-पाकिटं घेणाऱ्या किंवा मनीऑर्डर नि रजिस्टर करणाऱ्या लोकांशी व्यावहारिक बोलणं व्हायचं तेवढंच! त्यात मी उकरून काढलेल्या थोड्याफार बोलण्याची भर पडायची तेवढीच! आपल्या बोलण्याला कुणी श्रोता नाही ही भावना बोलक्या माणसाला कधी सहन होत नसते. ती त्याला मानखंडना वाटते."

बापू बोलायचे थांबले

आपली बोलकी कैफियत पुढे सांगताना जगन्नाथला उद्देशून पुढे म्हणाले, "तुझं पत्रं आलं. त्या क्षणापासून मी आनंदून गेलो माझ्या नातवाला बघण्यासाठी मी इथे आलो. कुणी नाही तरी माझा होणारा नातू माझं बोलणं ऐकेल आणि मी त्याचे बोबडे बोल ऐकेन, हा हेतू मनाशी धरून इथे आलो. तुझी आई लवकर देवाघरी निघून गेली. तेव्हापासून मी एकाकी पडलो. कुणाशी बोलणार? कुणाशी हितगुज करणार? ती भूक भागविण्यासाठी, माझ्या माणसांशी बोलण्यासाठी मी इथे आलो. आयुष्याचे शेवटचे दिवस आनंदानं बोलून घालविण्यासाठी! म्हणून इथे आल्या क्षणापासून तोंडपाटीलकी सुरू केली. तुम्हाला आवडली नसेल ती! पण माझा हेतू शुद्ध होता रे! मला नीट समजून घ्या.. आता या शेवटच्या क्षणी! इथून माझं बिऱ्हाड उठणार आहे आता!"

आपल्या वृद्ध सासऱ्याची ती कैफियत ऐकून जान्हवीनं आपला कबुलीजबाब दिला, "मामंजी, असं काही बोलू नका! आमचंच चुकलं. खरंच आम्ही लहान तोंडी मोठा घास घेतला. तो घ्यायला नको होता; परंतु माणसाची श्रीमंती सवय जात नसते. त्याचा उद्धटपणा उजावत नसतो. श्रीमंती ही बहुधा उद्धट असते."

बापूंनी तिला सांगितलं, "सूनबाई, तसं मुळीच नाही! हा प्रश्न श्रीमंती-गरिबीचा मुळीच नाही! तो आहे नव्याजुन्या काळाचा! वर्तमानकाळ हा नेहमीच भूतकाळाला हसत असतो. पण जेव्हा तो वर्तमानकाळ भूतकाळात जाऊन दाखल होतो, तेव्हा त्या वर्तमानकाळाला आपल्या पूर्वीच्या हसण्याची आठवण होते. मग त्याला आपल्या पूर्वीच्या हसण्यातील चूक समजते. म्हणून भूतकाळात जमा झालेल्या आम्हा म्हातारड्यांचा वर्तमानकाळातील ही तरुण मंडळी उपहास करतात. त्यांना हसतात. त्याचं वाईट वाटत नाही; उलट त्यांची कीव येते. त्या तरुण मंडळींचं हे उपहासात्मक बोलणं-चालणं आम्हाला समजत नाही, असं थोडंच आहे? आम्ही म्हातारे झालो म्हणून आम्हाला वेड लागलं आहे, असं थोडंच आहे? नाहीतर इथे म्हाताऱ्यांचा वेड्यांचा बाजारच भरेल!"

आतापर्यंत गप्प बसलेले वसंतकाका म्हणाले, "बापू आतापर्यंत बरंच बोलणं झालं नाही का? आता बोलणं आवरतं घ्या. आता लक्षात आलं ना की, तरुण पिढी ही स्वैराचारी नसून स्वातंत्र्यवादी आहे. त्यांना आता स्वातंत्र्याचा उपभोग घेऊ द्या की!"

"अरे, म्हणूनच तर मी वृद्धाश्रमात, माझ्या माहेरघरी जातो आहे."

आतापर्यंत बिजली गोंधळून सारा प्रकार बघत होती. त्यांचं बोलणं पुतळ्याप्रमाणे निश्चल होऊन ऐकत होती. एकदम त्या पुतळ्याला वाचा फुटली.

आजोबांकडे रडवेल्या मुद्रेनं बघून ती म्हणाली, "आजोबा, नका न जाऊ

तुम्ही! तुम्ही माझ्या खोलीत राहा. मला सोबत करा. तुम्ही माझ्या कॉटवर झोपा. मी खाली झोपेन. म्हातारे आहात ना तुम्ही! म्हणून तुम्ही माझ्या कॉटवर झोपा, पण कुठे जाऊ नका.''

बिजली अगदी रडण्याच्या बेताला आली होती.

जान्हवी म्हणाली, ''नातीचं तरी ऐका मामंजी ! खरंच ऐका.''

बापू खालच्या आवाजात बोलू लागले, ''सूनबाई, आता या म्हाताऱ्याचा काय उपयोग आहे? आम्ही म्हातारी माणसं वठलेल्या वृक्षासारखी असतो. फक्त जळणासाठी उपयोगाची! वठलेले वृक्ष सावलीही देत नाहीत. पांथस्थ कधी त्यांचा आश्रय घेत नाही. निरुपयोगी माणसानं कशासाठी इथे राहायचं?''

बापूंना थांबविण्याचे सारे उपाय थकल्यासारखे झाले होते. निर्वाणीचं म्हणून बापूंकडे केविलवाणा दृष्टिक्षेप टाकून जान्हवीनं त्यांना विचारलं, ''मामंजी, तुम्ही खरंच चाललात? कधी येणार नाही आपल्या घरी?''

''नाही कसा? या घरात माझा नातू आला म्हणजे या आजोबाला घरी यावंच लागेल की!''

आता मात्र जान्हवीच्या मनाचा बांध फुटला आणि तिला रडू कोसळलं. खाली मान घालून ती स्फुंदून स्फुंदून रडू लागली.

ते दृश्य बघून बापू म्हणाले, ''काय ग झालं सूनबाई रडायला! घरात नातू आला म्हणजे मी येणारच आहे. अशी रडू नकोस!''

खाली मान घालून जान्हवी म्हणाली, ''आता तुमचा नातू या घरात कधीच येणार नाही मामंजी! कायमची सरली ती आशा!''

''अगं, काय भलतंसलतं बोलतेस हे?''

''खरं तेच बोलते. तुमच्या वंशाचा दिवा तेवण्यापूर्वीच तो विझला. कायमचा विझून गेला. माझ्या पोटाचा कॅन्सर टाळण्यासाठी माझं गर्भाशयच काढून टाकलं आहे. आपल्या वंशाचा दिवा विझविण्यासाठी त्या देव डॉक्टरनं पंधरा हजार रुपये त्याच्या खिशात टाकले.''

''अरे देवा रे! काय ऐकावं लागत आहे हे! त्यापेक्षा आंबेगावातच माझं आयुष्य संपून गेलं असतं तर बरं झालं असतं!''

बापूंना हुंदका आवरता आवरेना. क्षणभर त्यांनी डोळे मिटले मग दबलेल्या स्वरात ते म्हणाले, ''वसंता, चल! आता इथे थांबून काय करायच आहे? माझ्या माहेरघरी जाऊ! जायची वेळ आली आहे!''

मग जान्हवीकडे बघत बापू म्हणाले, ''सूनबाई, आता बोलायचं सारंच संपलं आहे. पण जाताना बोलल्याशिवाय राहवत नाही म्हणून बोलतो. तू डोळे पुस आणि माझे हे शेवटचे बोल नीट ऐक.''

मग काही वेळ थांबून ते जान्हवीकडे बघत म्हणाले, ''जाताना तुम्हाला एकच गोष्ट सांगतो, माणसानं नेहमी अंथरूण पाहून पाय पसरावेत! लांबलचक पाय ताणण्यासाठी तुम्ही अलीकडची तरुण माणसं अंथरूण ताणता. ताणलेलं अंथरूण फाटतं किंवा त्या अंथरुणातून पाय उघडे पडतात किंवा आखडून तरी घ्यावे लागतात. मग सारीच फटफजिती होते. म्हणून आजचा खर्च करताना उद्याचा विचार करावा! म्हणजे उद्याचा दिवस कधी उजाड बनत नाही. म्हाताऱ्याचे हे अनुभविक बोल हवे तर लक्षात ठेव. आणि त्याप्रमाणे पुढे वाग.''

''बरं, आता जातो मी माझ्या माहेरा! आता पुन्हा येणे-जाणे संपले. आमुचा रामराम घ्यावा...''

त्या कुंद झालेल्या वातावरणात एकदम वीज कडाडली. जान्हवीच्या मुखातून निर्धाराचे शब्द बाहेर पडले, ''थांबा बापू! आम्हीही सारे येतो तुमच्याबरोबर माहेरी!''

बापूंनी चमकून विचारलं, ''कोणत्या माहेरी? वृद्धाश्रमात!''

नकारार्थी मान हलवीत जान्हवी म्हणाली, ''आपल्या आंबेगावच्या माहेरी! आपल्या माहेरचा शंकरदेव आपल्याला कधी अंतर देणार नाही. आपल्या त्या गावीच आपला देव आहे. आपण त्या देवाकडे पाठ फिरवली म्हणूनच सुखानं आपल्याकडे पाठ फिरवली. हे एवढे दुःखोपभोग आपल्याला भोगावे लागले. ते दुःखोपभोग आता संपले. सुखोपभोग आता सुरू झाले!''

जान्हवीचं बोलणं ऐकून बापूंनी हवेत हात जोडले आणि आकाशाकडे बघून ते म्हणाले, ''आजवर तूच आम्हाला सांभाळलंस! शंकरा, यापुढेही साऱ्या गावकऱ्यांना सांभाळ!''

सगळ्यांनाच तो गावातला देव दिसायला लागला.

❖